NỖI LÒNG CHƯA TỎ

NỖI LÒNG CHƯA TỎ

Tuyển tập Truyện, Bút ký, Tản mạn

Tác giả: LÊ ĐỨC LUẬN

Tranh bìa: Còn Lại Sau Điêu Tàn (họa sĩ Trương Vũ)

Trình bày bìa: Phượng Hồ

Dàn trang: Tuấn Đạt

Nhà Xuất Bản VĂN PHONG

2026

ISBN: 9798295872303

Sách có bán trên hệ thống phát hành sách AMAZON.

LÊ ĐỨC LUẬN

NỖI LÒNG CHƯA TỎ

Tuyển tập Truyện, Bút ký, Tản mạn

VĂN PHONG
2026

MỤC LỤC

BUỔI CHIỀU
TRÊN BÃI BIỂN NHA TRANG

Ngồi trên bãi biển Nha Trang khi thủy triều xuống, cuốn nước xa bờ để lại vạt cát dài màu trắng mịn, nắng chiều chiếu xiên trên mặt biển gợn sóng lăn tăn… trông như dải lụa dát vàng lung linh đến tận các hải đảo xa mờ mây nước, khách nhàn du mê mẩn với sắc màu kỳ diệu của buổi chiều tà mà quên hết cảnh huyên náo chung quanh.

Bãi biển Nha Trang được thiên nhiên ưu đãi với các hòn đảo bao quanh như Hòn Tre, Hòn Én, Hòn Mun… v…v… che chắn các trận cuồng phong từ ngoài khơi thổi vào, nên ít khi có sóng lớn - dù lúc triều dâng, mặt biển cũng chỉ gợn lên làn sóng nhẹ.

Nha Trang không có bốn mùa thời tiết rõ nét mà chỉ có mùa khô từ tháng Giêng đến tháng Chín, nhiệt độ trung bình 27 độ C; sang mùa mưa từ tháng Chín đến tháng Mười Hai, nhiệt độ trung bình 24 đến 25 độ C. Cho nên du khách có thể đến Nha Trang quanh năm - thoải mái với vùng nhiệt đới có ảnh hưởng khí hậu của đại dương ôn hòa.

Do đó, du khách trong và ngoài nước đã đến Nha Trang mỗi ngày một đông và được ca ngợi là vùng biển nghỉ dưỡng lý tưởng cho người cao tuổi.

Quả là như vậy! Buổi sáng tinh mơ, ra bãi biển, đi chân trần trên cát mịn, nơi bọt sóng trắng vừa vỗ vào bờ, ta nghe như biển mặn thấm vào da... Rồi chờ mặt trời nhô lên mặt biển — rực rỡ ánh bình minh! Bấy giờ, gió nam non hiu hiu thổi, vừa đủ cho mái tóc bồng bềnh - cứ thế ta đi cho đến lúc nắng mai tỏa khắp làm mồ hôi rìn rịn...ta trầm mình xuống biển. Rồi chiều về, dưới chiếc dù cắm sẵn, ngả lưng trên chiếc ghế dài ngắm các cô gái mặc bikini hai mảnh - lồ lộ tấm thân trần ngà ngọc... Ngọn gió nồm mát rượi từ biển thổi vào mơn trớn làn da, làm lòng ta rạo rực...

Ôi! Có tìm lên Thiên đàng tắm biển cũng hấp dẫn đến thế là cùng...

Mùa hè năm rồi, ông bà Frank đã chọn phố biển Nha Trang làm nơi nghỉ dưỡng.

Bà Frank chọn Nha Trang là do tình cờ đọc được quảng cáo về các "Tour Du Lịch Sinh Thái" ở Việt Nam, còn ông Frank chọn Nha Trang là vì ông muốn tìm lại những kỷ niệm của mối tình đầu dang dở gần năm mươi năm về trước.

Năm 1972, ông Frank sang Việt Nam làm việc tại Trung tâm Huấn luyện Không quân Nha Trang. Nơi đây ông gặp một người con gái trong đêm dạ vũ - nàng có vẻ đẹp liêu trai với làn tóc mượt mà, óng ả xõa ngang vai làm ông say đắm... ông theo đuổi... Nhưng không dễ chút nào, vì nàng là con nhà lễ giáo; cha nàng là một sĩ quan cao cấp của trung tâm huấn luyện và rất nghiêm khắc. Vậy mà, tiếng sét ái tình đã đem đến cho họ một mối tình rất lãng mạn.

Gần một năm đằm thắm trôi qua, đợi một lễ cưới trang trọng theo ý muốn của cha nàng. Nhưng cuối năm 1974, tình hình chính trị ở Việt Nam biến chuyển; Frank được lệnh rời khỏi Việt Nam gấp rút. Họ đành chia tay trong nỗi ngậm ngùi.

Trước đêm chia tay, họ trao cho nhau tất cả ân tình... và hẹn ngày tái ngộ. Không ngờ một lần ân ái, Frank đã để lại giọt máu của mình trong thân thể người yêu.

Rồi biến cố ngày 30-4-1975 đã cắt đứt mọi mối dây liên lạc. Từ đó, hai mảnh đời son trẻ rẽ ra hai hướng.

Frank về Mỹ, mấy năm đầu sống trong sự nhớ thương ray rứt… Chàng tìm đủ mọi cách để trở lại Việt Nam tìm người yêu, nhưng không được vì lúc đó Mỹ đang cấm vận Việt Nam.

Thất vọng, chán chường! Ba năm sau, Frank lập gia đình với người bạn gái học cùng trường thời High School.

Còn nàng rời khỏi Nha Trang, lên Buôn Ma Thuột, sau khi nhà cửa ở Nha Trang bị tịch thu và người cha bị đưa vào trại tập trung cải tạo.

Chiều nay, trên bãi biển Nha Trang, ông Frank nhớ đến mối tình đầu trên miền duyên hải thơ mộng này – ông kể cho vợ nghe. Bà Frank là người dễ tính. Bà nhớ lại hồi còn học chung trường ở High School – Frank rất đẹp trai. Những đứa bạn của bà tán tỉnh Frank, nhưng Frank không có tính trăng hoa. Từ khi lấy bà, Frank là người chồng tử tế, chí thú làm ăn, lo cho vợ con, không "mèo chuột" linh tinh. Bà hiểu đàn ông, mấy ai không có những "mối tình gác trọ", nên bà rất thích nghe chuyện tình hiếm hoi của chồng.

Frank đang kể đến chỗ bi thương thì một con bé khoảng ba tuổi rời tay mẹ nó, chạy lẫm đẫm đến chỗ hai ông bà đang ngồi, trao cho bà chiếc vỏ sò. Một chút ngỡ ngàng...nhưng bà hiểu ra con bé muốn tặng cho bà.

Ôi! Nó đẹp như thiên thần.

Bà ôm nó vào lòng. Nó tỏ ra sung sướng lắm. Ông Frank nhìn nó cười, rồi vẫy tay chào: «Hello! Nó lại chạy qua ôm chân ông Frank, rất thân thiện. Mẹ nó cười buồn nhìn con thầm nhủ: "Sao tự nhiên nó lại thân thiện với ông bà già Mỹ này như vậy nhỉ?"

Chiều hôm sau, con bé đòi ra biển sớm để chơi với ông bà già người Mỹ. Mẹ nó chần chừ — nó khóc! Thế là phải dẫn nó ra biển.

Chiều hôm ấy, biển vắng! Ông bà Frank nằm trên ghế dài ngó mông ra biển.Con bé gỡ tay mẹ, lẫm đẫm chạy tới phía sau ông bà lay nhẹ. Ông bà rất vui khi gặp lại... Bà Frank quay sang ôm nó vào lòng. Bà lấy thỏi kẹo chocolate cho nó. Con bé cầm thỏi kẹo săm soi, bỗng nói: "Thank you!" Ôi! Sao mà dễ thương quá! Bà Frank âu yếm vuốt ve, hôn lên mái tóc nó. Người mẹ ngạc nhiên — tại sao nó nói được tiếng Anh? Có lẽ nó bắt chước những người lớn trong khu nghỉ dưỡng.

Hôm nay, người mẹ của đứa bé ngồi lại với ông bà già Mỹ khá lâu. Nàng im lặng vì không nói được tiếng Anh, nhưng ánh mắt và cử chỉ của nàng cho thấy nàng muốn thổ lộ tất cả tâm tình.

Ông Frank có dịp nhìn kỹ người con gái ấy - trông hao hao giống người yêu của ông mấy mươi năm trước - cũng mái tóc thề tỏa xuống ngang vai, đôi mắt bồ câu đen láy biểu lộ nét thông minh, nhưng nước da trắng bệch, thân hình gầy guộc trông rất thương tâm.

Họ ngồi bên nhau cho đến khi hoàng hôn buông xuống. Ông Frank cõng con bé trên lưng, rời bãi biển. Khi đến đường Trần Phú (Duy Tân cũ), ông Frank trao con bé cho mẹ nó. Họ chia tay ở khách sạn, hẹn gặp lại chiều mai trên bãi biển.

Chiều hôm sau, mẹ con nàng ra biển muộn. Ông bà Frank có ý mong chờ.

Khi nắng chiều sắp tắt, mẹ con nàng đến đứng

sau hai chiếc ghế. Nàng khẽ đặt chiếc túi nhỏ bên cạnh ông Frank. Con bé chạy vòng tới trước, nũng nịu ngã vào lòng bà Frank. Ông bà Frank nói huyên thuyên, nàng không hiểu hết, nhưng đoán biết họ đang vui …

Rồi nàng vừa mở lời vừa ra dấu cho ông bà Frank hiểu rằng nàng muốn gởi con bé cho ông bà trông hộ. Nàng trở lại khu nghỉ dưỡng. Ông bà Frank hiểu ý, gật đầu — OK.

Tiếng OK làm nàng tin tưởng. Nàng muốn đến trước mặt hai con người nhân hậu này để gởi gắm đứa con bé bỏng, nhưng nàng không đủ tiếng Anh để giãi bày tâm sự - nàng sợ hai ông bà không hiểu hết nỗi bi thương, mà từ chối thì sẽ mất đi cơ hội để con nàng thoát cảnh bi thương sau khi nàng qua đời. Nên nàng đánh liều để lại đứa con bé bỏng cho ông bà Mỹ — lặng lẽ ra đi với nỗi lòng xao xuyến thương con…

Nàng biết sau giờ phút này, nàng sẽ không còn gặp lại đứa con thơ bé bỏng thân yêu. Nước mắt cứ ứa ra! Nhưng nàng không muốn hai ông bà người Mỹ và đứa con thân yêu trông thấy những giọt nước mắt nhỏ xuống.

Nàng vội quay đi, bước về hướng bắc.

Bãi biển nơi đây vắng người. Nàng bước ra mép nước, nghe tiếng sóng vỗ rì rào… cảm thấy đời mình không còn lối thoát.Nàng có ý định quyên sinh để không phải chịu đựng những cơn đau khủng khiếp hành hạ nàng mà không có tiền mua thuốc giảm đau. Chỉ cần từ mép nước này đi mãi xa bờ, làn sóng sẽ cuốn thân xác nàng vào lòng biển cả… nàng sẽ thoát cảnh khổ trần ai.

Nhưng khi nhìn lên tượng Chúa trên đồi La San, nàng nghe như có tiếng thì thầm bên tai: "Đừng quên lời răn thứ năm của Chúa: Hãy quý trọng thân xác và sự sống của mình cũng như của người khác."

Là con chiên ngoan đạo, nàng bỏ ý định quyên sinh, quay về khu nghỉ dưỡng, kéo chiếc va li ra khỏi phòng, đi về hướng bến xe. Không ai biết nàng sẽ đi về đâu.

Từ lúc gởi đứa con cho ông bà già Mỹ đến khi hoàng hôn buông xuống đã gần hai tiếng đồng hồ, nhưng không thấy nàng trở lại. Ông bà Frank hơi lo lắng…Đợi đến khi phố xá lên đèn cũng vẫn chưa thấy bóng dáng nàng đâu. Lúc này ông bà Frank thực sự bối rối.

Ông Frank đi tìm viên chức coi an ninh khu vực, trình bày sự việc. Viên công an bảo ông Frank đem đứa bé giao cho phường, rồi họ sẽ xúc tiến công việc đi tìm người mẹ.

Ông bà Frank xin được chăm sóc đứa bé đêm nay, để chờ kết quả tìm kiếm mẹ của nó như thế nào. Viên công an đồng ý.

Ông Frank xin viên công an viết giấy chứng nhận để tránh trường hợp vu cáo "bắt cóc trẻ con".

Hắn lấy giấy nguệch ngoạc mấy chữ, đưa cho ông Frank.

Về lại khách sạn, con bé khóc tìm mẹ... Bà Frank vỗ về, cho nó uống sữa, ăn bánh cookie, tắm rửa... rồi dỗ nó ngủ. Bấy giờ ông Frank mới lấy túi nhỏ mà ban chiều người mẹ đứa bé để cạnh bên ông ra xem. Trong đó có mấy bộ quần áo trẻ con, tã lót, bình sữa và phong bánh kẹp, dưới cùng có hai phong bì.

Ông Frank mở ra đọc: lá thư thứ nhất viết bằng tiếng Anh, lá thư thứ hai viết bằng tiếng Việt. Ông đọc lá thư tiếng Anh cho vợ nghe. Nội dung như sau:

"Kính thưa Ông Bà.

Trước tiên, con xin Ông Bà rộng lòng tha thứ cho con về việc gửi đứa con bé bỏng cho Ông Bà ra đi mà không nói rõ lý do.

Ông bà ơi! Cho phép con giãi bày tâm sự: Con bị ung thư phổi đến thời kỳ cuối - bác sĩ cho biết không chữa trị được nữa và chỉ còn sống khoảng bốn, năm tháng nữa thôi. Nghĩ đến những ngày sau khi con chết, người ta sẽ gửi đứa con bé bỏng của con vào viện Mồ Côi hay nó sẽ bơ vơ trên cõi đời oan nghiệt — lòng con đau như xé… tim con thắt lại! Nên hằng đêm con cầu xin Đức Mẹ soi sáng, dẫn đường cho con gặp được người nhân hậu để gởi gắm đứa con bé bỏng, trước khi con rời cõi nhân gian.

Ông bà ơi! Đức Mẹ đã nhận lời cầu xin của con để buổi chiều hôm ấy, mẹ con con gặp được ông bà trên bãi biển.

Con bé Linh (tên của nó) rất sợ người lạ. Ai thấy nó dễ thương muốn bồng bế. Nó khóc và ôm lấy mẹ. Thế mà chiều hôm ấy, nó tự động gỡ tay con, chạy đến tặng cho bà chiếc vỏ sò nó nhặt được trên bãi biển mấy hôm trước và cất giữ như món đồ chơi quý giá.

Linh tính báo cho con biết: Chúa và Đức Mẹ đã tìm được cho con nơi gởi gắm đứa con thơ bé bỏng.

Ông Bà ơi, xin thông cảm cho con - con không đủ tiếng Anh để giải bày hoàn cảnh bi đát và nỗi thương tâm… Nên đêm qua con ngồi viết lá thư này và nhờ người dịch ra tiếng Anh để Ông Bà đọc, với hy vọng đứa con bé bỏng của con sẽ được lớn lên trong vòng tay yêu thương và nhân hậu của Ông Bà.

Ông bà hãy lật dưới đáy túi xách để xem tấm hình và sợi dây chuyền vàng là chứng tích của hai cuộc tình bi thảm của bà ngoại và của con. Con phải dấu kín vì sợ công an bắt gặp tấm hình; họ sẽ kết tội con làm gián điệp; còn sợi dây chuyền, sợ bọn bất lương đánh cắp."

Ông Frank gỡ cặp kính lão, lau nước mắt, lật đáy túi xách lấy ra phong thư, trong đó có tấm ảnh đã phai màu và một sợi dây chuyền vàng gắn tấm 'lắc' khắc hai chữ NL.

Cầm tấm hình lên xem, ông Frank ôm đầu, nấc lên rồi bật khóc! Trời ơi! Đó là tấm hình chụp ông với Loan, người tình đầu ở Nha Trang mấy mươi năm trước.

Bà Frank ôm vai chồng, ôn tồn nói:

- Đây là thánh ý Chúa! Frank bình tĩnh lại, đưa lá thư cho tôi đọc tiếp xem nào. Bà đọc tiếp lá thư cho chồng nghe:

"Ông bà ơi! Sau đây là những lời bà ngoại nói với mẹ con, rồi mẹ con kể lại con nghe và con nhớ mãi đến bây giờ: 'Tháng 3-1975, Việt Cộng chiếm Nha Trang. Họ

đuổi gia đình bà ngoại ra khỏi khu villa xinh đẹp. Ông cố của con bị bắt và chết trong tù. Bà cố dẫn bà ngoại về đồn điền cà phê của gia đình ở Buôn Ma Thuột, trong lúc bà ngoại đang mang bầu được bảy tháng. Bà ngoại sinh mẹ con vào tháng 8 năm 1975. Ba tháng sau, đồn điền bị tịch thu. Bà ngoại làm lao công trong đồn điền cà phê của mình. Bà ngoại và mẹ con sống trong cơ cực, thiếu thốn. Đến năm 1987, Chính phủ Mỹ cho phép con lai Mỹ được định cư ở quê cha. Lúc đó bà ngoại phải nuôi dưỡng bà cố già yếu, nên không đi Mỹ. Có người đến đề nghị mua mẹ của con để họ lập sơ giả đi Mỹ, nhưng bà ngoại nhất định không bán và mẹ con cũng nhất định không rời bà ngoại. Thời gian trôi qua, mẹ con lớn lên lai Mỹ rất đẹp. Năm 25 tuổi, mẹ con lấy chồng, một người chồng hiền lành, tốt bụng, cùng làm việc trong đồn điền. Con được sinh ra tháng 9 năm 2001 ở trong khu đồn điền này.

Khi con lên hai thì bà ngoại con qua đời. Trước lúc lâm chung, bà ngoại đưa cho mẹ con tấm ảnh và căn dặn giữ kỹ tấm ảnh này để có ngày tìm được người cha rất tốt bụng... nhưng vì hoàn cảnh phải chia ly.'

Cha mẹ con làm cu li trong đồn điền, cơ cực quá... nên bỏ Buôn Ma Thuột xuống Nha Trang làm nghề khai thác tổ yến trên các hải đảo ngoài khơi biển Nha Trang.

Bất hạnh thay, trong một đêm mưa to, gió lớn, thuyền của cha mẹ con bị chìm. Cha mẹ con chết mất xác. Lúc đó con lên chín tuổi, nhưng thân hình nhỏ như đứa bé lên sáu.

Trong cảnh mồ côi cha mẹ, một ông già mù lòa, không có vợ con, nhận con làm con nuôi. Con theo ông về túp lều vải gần ga xe lửa. Con chỉ mang theo một cái xách tay của cha mẹ con để lại, trong đó có mấy bộ quần áo của con và một hộp nhỏ đựng ít tiền và tấm ảnh này. Từ khi làm con nuôi ông già mù lòa, ông rất thương yêu con. Ngày ngày ông cháu dẫn nhau đi hát dạo trên bãi biển, trong công viên - kiếm sống... Ông có giọng ca rất truyền cảm. Ông dạy con nhạc lý và tập luyện giọng. Chỉ một thời gian ngắn, ông cháu song ca rất mùi. Khách qua đường cho khá nhiều tiền. Nhưng bốn năm sau, ông già qua đời, con lại bơ vơ... Lúc đó con ở tuổi mười ba.

Một bà chủ nhà hàng thương tình cho con vào rửa chén và làm những việc lặt vặt... được bao ăn, ở. Trong thời gian làm việc ở nhà hàng, con được ăn uống đầy đủ nên trổ mã - cao lớn rất nhanh.

Một hôm, tình cờ thấy trên TV thông báo tuyển chọn tài năng mới. Con đánh liều, trốn bà chủ đi thi thử. Không ngờ được chấm hạng nhất. Từ đây, đời con bước vào ngã rẽ mới. Nhiều nơi gọi con đi hát, được trả 'cát sê' rất cao và con trở thành ca sĩ nổi tiếng, kiếm rất nhiều tiền.

Nhưng đường tình duyên của con không được may mắn. Năm mười chín tuổi, con gặp một anh Việt kiều trong một đêm ca nhạc; trông anh ta rất hiền lành, lịch sự, đẹp trai, ngỏ lời yêu thương và muốn cưới con đem về Mỹ. Lúc đầu con sợ lòng người dối trá, nhưng sự theo đuổi say đắm của anh ta làm con ngã lòng và vì sự khờ khạo của tuổi trẻ, con đã cho anh tất cả. Khi hay tin con có bầu, anh ta về Mỹ, hứa sẽ trở lại làm đám cưới và bảo lãnh con sang Mỹ, nhưng rồi biệt tăm. Không hiểu anh ta phụ tình hay gặp tai nạn? Con vô cùng đau khổ và sinh bé Linh trong cô đơn.

Khi bé Linh gần ba tuổi, con bị bệnh ung thư phổi ở giai đoạn cuối. Bao nhiêu tiền kiếm được trước đây đổ vào bệnh viện, nhưng không qua khỏi căn bệnh ung thư phổi. Đời con sao mà lắm nỗi thê lương!?

Ông bà ơi! Xin rộng lòng thương xót mà bảo bọc đứa con bé bỏng của con. Khi nó lớn lên, ông bà đưa cho nó sợi dây chuyền mà cha nó tặng cho con và giải thích về tấm 'lắc': N là viết tắt của chữ Ngọc - tên của cha nó và L là viết tắt của chữ Liên - tên của con. Đây là chứng tích một cuộc tình… may ra nó sẽ tìm được người cha đang sống ở CA.

Thư đã dài, con xin chấm dứt ở đây. Khi về bên kia thế giới, con sẽ dõi theo và phù hộ ông bà cùng đứa con thân yêu của con.

Xin đội ơn…Vĩnh biệt Ông Bà!

Liên."

Ông Frank chống tay lên cằm, nước mắt ứa ra theo từng lời đọc của vợ và bà Frank cũng đầm đìa nước mắt, nói với chồng:

- Đây là sự an bài của Thượng Đế. Bằng mọi cách phải đưa con bé Linh theo mình về Mỹ, ông ạ.

Ngày hôm sau, ông bà Frank liên lạc với Tòa Đại sứ Mỹ, trưng dẫn những bằng chứng và tiến hành mọi thủ tục.

Cuối mùa hè năm ấy, ông bà Frank dẫn bé Linh theo ông bà về Mỹ và nhờ Tòa Đại sứ tìm giúp người mẹ của bé Linh. Ông bà Frank cũng cố gắng tìm người cha của bé Linh, nhưng chưa có kết quả.

Bốn tháng sau, ông bà nhận được thư báo tin từ Tòa Đại sứ Mỹ ở Hà Nội: "Bà Nguyễn Thị Ngọc

Liên đã yên nghỉ nghìn thu bên ngôi mộ của bà ngoại Hoàng Bích Loan."

Kèm theo lá thư là tấm hình chụp hai ngôi mộ nằm song song dưới chân đồi một đồn điền cà phê ở Ban Ma Thuột.

(Tháng 3 - 2024)

CHIẾN TRANH - TIẾNG GỌI CĂM HỜN

Quê hương tôi đã trải qua hơn hai mươi năm chiến tranh huynh đệ tương tàn. Nó xảy ra cách nay trên nửa thế kỷ và chấm dứt đã hơn bốn mươi tám năm.

Tôi muốn quên nó, nhưng thực khó lòng.

Mỗi lần có ai đó nói về chiến tranh, tôi không muốn nghe và mong họ chuyển qua một đề tài khác. Tôi cũng không muốn đọc những chuyện tàn bạo trong chiến tranh. Nhưng buồn thay, những hình ảnh đau thương của cuộc chiến cứ chờn vờn trong ký ức - chực chờ hiện ra trong giấc mơ vào những đêm dài khó ngủ - nó cứ làm cho lòng tôi xao xuyến!

Đã bao lần tôi tự nhủ: "Hãy quên nó đi!" Nhưng rồi, tôi không thể "cài then" ký ức. Vậy là tôi viết - viết về những bi thảm của chiến tranh... Thế mới biết tư duy không phải lúc nào cũng giải tỏa được những ẩn ức tồn đọng trong tâm hồn của mỗi con người.

Năm tôi mười sáu tuổi, đang học trung học ở thị xã Tuy Hòa, cách nhà hơn bốn cây số, sáng đạp xe đi học, chiều về nhà. Vào một buổi tối, đến bây giờ tôi vẫn còn nhớ như in: Năm người xông vào nhà đòi bắt tôi theo họ lên núi theo cách mạng. Mẹ tôi hoảng kinh, khúm núm, run run, năn nỉ: "Nó còn nhỏ, đang đi học, xin các ông để nó học thêm vài năm nữa." Họ quát tháo: "Không được! Cách mạng đang cần nhân lực." Một tay trong bọn họ dí súng vào lưng tôi, bảo: "Đi!"

Bỗng mẹ tôi quỳ xuống, hai tay chắp lên trán, nước mắt đầm đìa, nói qua hơi thở: "Lạy các ông! Tha cho con tôi..."Tôi đứng chết trân! Cha tôi bình tĩnh nói với tên trưởng toán: "Em nó đang đi học, các chú để cho nó học thêm vài năm nữa, rồi ra phục vụ cách mạng cũng không muộn..."

Tên trưởng toán, thằng Hứa, vốn không phải người xa lạ; hơn một năm trước, cha tôi đã bốc thuốc chữa cho mẹ hắn qua khỏi bịnh thương hàn. Chính hắn đã đến nhà tôi lấy mấy thang thuốc. Có lẽ vì thế mà hắn ra lệnh cho mấy đứa kia: "Thôi! Ta đi..." Một thằng trong bọn nói: "Nhưng ông thầy Hai phải có cái gì ủng hộ cho cách mạng chứ?" Cha tôi bảo mẹ tôi: "Thôi bà đứng dậy, vào lấy mấy ký gạo ủng hộ các chú."

Tôi không bị chúng bắt đi đêm hôm ấy. Sáng hôm sau, tôi xuống thị xã Tuy Hòa tìm nhà trọ học và từ đó tôi không về làng vào ban đêm. Nhưng hình ảnh mẹ tôi quỳ lạy chúng nó với lời cầu khẩn: "Lạy các ông! Tha cho con tôi!" cứ ám ảnh mãi trong lòng tôi.

Chúng nó là ai đã khiến mẹ tôi phải quỳ lạy như thế?

Đó là những thằng: Cu Ngọng, đi ở đợ chăn bò nhà ông Cửu Bốn; là thằng Són, cha nó đi làm thuê quanh năm, nó ở nhà lêu lổng, trộm gà, bẻ bí... ai cũng lo đề phòng cái tật ăn trộm vặt của nó; là thằng Thúi, con bà Tha, đi cấy thuê, cuốc mướn trong làng; là thằng Chó Con, con ông ông Sáu Xích, hằng ngày theo cha, lên núi chặt củi, đốt than đem ra chợ bán; là thằng Hứa, con bà Năm Đỗ, suốt ngày ở nhà với mẹ - nghe nói cha nó tập kết từ năm 1954.

Đến một ngày, thằng Hứa cùng với mấy thằng

Cu Ngọng, thằng Són, thằng Thúi, thằng Chó Con biến mất - không ai biết chúng nó đi đâu?

Rồi một đêm, chúng nó xuất hiện, nói với dân làng: "Chúng tôi đi làm cách mạng." "Cách mạng giải phóng Miền Nam."

Từ ngày "cách mạng" nổi lên, thỉnh thoảng dân làng chứng kiến một ông ấp trưởng bị chặt đầu bằng mã tấu, trên ngực để tờ cáo trạng "tên phản động"; hay một xác người bị bỏ vào bao bố, dìm dưới dòng sông - cụ thể như ông Năm Ngưu - ông thường rêu rao: "Cách mạng gì cái bọn đó? Chúng nó mà làm cách mạng thì dân làng này sẽ đi mò cua, bắt ốc để sống…" Chưa kịp đi mò cua, bắt ốc thì "cách mạng" đã cho ông đi "mò tôm" với cục đá treo vào cổ, thả xuống sông.

Sự thể như thế khiến dân làng khiếp đảm — không ai dám hé môi — mẹ tôi không ngoại lệ.

Khốn khổ cho dân làng tôi chất phác, hiền hòa, cứ phải lặng câm chịu đựng… dù cơ cực thế nào, cũng phải "ủng hộ cách mạng": ký gạo, cân đường, túi cá khô, chai nước mắm…mỗi khi chúng nó về làng thu lương thực. Và khốn nạn cho đời tôi - với tuổi đời chưa đến hai mươi, lẽ ra tôi phải có những ước mơ về một tương lai tươi đẹp với tình yêu thương cao thượng, thì lại mang nặng trong lòng một mối căm hờn khi nhớ đến hình ảnh mẹ tôi quỳ lạy chúng nó với lời cầu xin: "Lạy các ông - xin tha cho con tôi."

Hơn chín năm sau, tôi lại nghe tiếng ấy - không phải tiếng mẹ tôi mà là tiếng kêu ai oán của một bà già ở làng Bến Tranh, cách Thị xã Dầu Tiếng chừng mười mấy cây số về phía nam, khi tôi đã gia nhập Quân đội Việt Nam Cộng hòa và có mặt trong đoàn quân mở cuộc hành quân qua làng này. Và tôi chứng kiến những cảnh đau lòng…

Sau Tết Mậu Thân (1968), các đơn vị Việt cộng hầu như tan rã trên các địa bàn hoạt động. Chính quyền và Quân đội Việt Nam Cộng hòa tiến hành công cuộc "bình định và phát triển nông thôn" khắp bốn vùng chiến thuật.

Cuối năm 1969, Tiểu đoàn 1/Trung đoàn 8 (TĐ1/8) thuộc Sư đoàn 5 Bộ Binh có nhiệm vụ giải tỏa và bình định vùng nông thôn phía nam thị xã Dầu Tiếng. Hôm ấy, bằng trực thăng vận, TĐ1/8 đổ quân xuống đầu làng Bến Tranh. Cuộc đổ quân an toàn - không có dấu hiệu kháng cự của địch. Đại úy Tiểu đoàn trưởng Châu Minh Kiến ra lệnh: " Bắt đầu tiến chiếm mục tiêu theo kế hoạch."

Theo đó, Đại đội 1 và Đại đội 3 theo đội hình

hàng ngang, tiến vào làng, lục soát và bắt giữ những thành phần khả nghi. Đại đội 2, bung rộng giữ an ninh bãi đáp - tọa độ không xa bãi đáp trực thăng. Khoảng nửa giờ sau, chiếc Chinook chở Đại đội 4 và bộ chỉ huy tiểu đoàn, cùng Trung đội Pháo binh với hai khẩu đại bác 105 ly,hạ cánh.

Lúc đó, Đại đội trưởng Đại đội 3 là Trung úy Phùng Văn Thao; tôi làm Đại đội phó, tiến vào làng bên cánh trái; Trung úy Tài, Đại đội trưởng Đại đội 1 bên cánh phải.

Cuộc tiến quân vào làng không có sự kháng cự nào, chỉ vài loạt súng nổ vu vơ do vài tên lính hiếu động của bên ta bắn ra. Nhưng bao nhiêu đó đã làm cho dân làng khiếp vía. Lính xông vào từng nhà, lục soát, quát tháo, nộ nạt: "Ai ở trong hầm chui ra, ngồi trước cửa - Chồng đâu? Con đâu? Hầm bí mật ở đâu? - Chỉ ngay… nếu không sẽ ném lựu đạn vào - chết ráng chịu!" Chỉ nghe tiếng la hét gắt gỏng của lính, tịnh không có tiếng trả lời.

Tôi quan sát, thấy những bà già, các thiếu phụ ngồi ôm con bất động trước cửa nhà - mặt mày tái mét, mắt ngơ ngác lạc thần, có lúc lóe lên một tia nhìn sợ hãi, môi run run…nhưng họ hoàn toàn im lặng! Họ ngồi yên như những pho tượng không hồn

- hầu như hệ thần kinh bị tê liệt!

Tôi biết họ đang chết điếng vì quá sợ hãi. Tôi thấy lòng chùng xuống - một nỗi xót xa dâng lên…Đoàn quân chúng tôi đến đây đâu phải để gây sự khiếp đảm cho dân làng đến như vậy. Bỗng tôi nhớ đến mẹ và làng xóm quê tôi xa tít ngoài Trung - cũng những mái nhà tranh, vách đất với hàng cau trước ngõ, bụi chuối sau hè, luống cải, vườn rau…xanh tươi mát rượi… không khác gì làng Bến Tranh này. Tôi thầm hỏi: Không biết sáng nay có cuộc hành quân nào đi qua làng tôi và mẹ tôi có phải ra ngồi trước cửa với vẻ sợ hãi như những bà mẹ đang ngồi chết lặng trước mặt tôi?

Tim tôi như thắt lại.

Sau hai giờ lục soát, đại đội tôi không bắt gặp một người đàn ông nào mà chỉ thấy di ảnh đặt trên bàn thờ - có nhiều di ảnh mặc quân phục lính Quốc gia, và hầu hết các nhà trong làng này đều thiết lập bàn thờ giống nhau như vậy.

Khoảng giữa trưa, Đại đội 1 báo cáo về Tiểu đoàn: "Vừa bắt được một tên du kích, khoảng dưới hai mươi tuổi - nó rất ngoan cố, tra khảo thế nào cũng không nói. Báo cáo Đại Bàng - chờ lệnh…"

- "Thằng "Một" và thằng "Ba" ngưng tiến - giữ thằng du kích tại chỗ, chờ Ban Hai đến khai thác - nghe rõ trả lời?" Tiểu đoàn trưởng Châu Minh Kiến ra lệnh.

- "Nghe rõ 5 trên 5." Cả hai đại đội trưởng 1 và 3 trả lời trên máy.

Trung úy Thao ra lệnh dừng quân cho lính ăn uống. Tôi đi gặp các trung đội trưởng căn dặn: " Đừng để lính vào nhà dân quấy nhiễu." Sau đó, tôi nói với Trung úy Thao sang chỗ Đại đội 1 xem tình hình. Trung úy Thao cho ba anh lính thám báo của Đại đội theo tôi.

Đến nơi, tôi trông thấy một thằng nhỏ mặt non choẹt bị hai anh lính đè ngửa trên vạt cỏ. Chuẩn úy B., Trưởng Ban Hai của Tiểu đoàn, một tay có máu lạnh, nổi tiếng tàn bạo (tay này vào lính từ thời Quân đội Liên Hiệp Pháp, trước 1954), rút trong túi tấm vải thưa, lớn hơn chiếc khăn tay, phủ lên mặt thằng nhỏ, rồi múc nước đổ lên tấm vải. Thằng nhỏ dãy dụa, ưỡn người lên… tiếng ục ục… sôi lên nghe như tiếng con heo bị thọc tiết. Chuẩn úy B. tiếp tục chế nước - bụng thằng nhỏ trương lên.

Lần đầu tiên trong đời, tôi chứng kiến một cảnh dã man. Bất giác tôi hét lên: "Ngưng lại! Đủ rồi!"

Chuẩn úy B. nhìn tôi cười cười… trông man rợ đến rợn người. Hắn bảo: "Thằng nhỏ này ngoan cố, dần mấy trận rồi mà nó không nói một lời - ông để tôi làm việc"

Hắn vẫn tiếp tục chế nước vào tấm vải, nhưng rỉ rả… Thằng nhỏ bây giờ không còn dãy dụa — nằm bất động. Hắn ngưng tay, quay lại ấn gót giày trên bụng trương phình của thằng nhỏ - nước trào ra từ miệng… Hắn ra hiệu cho hai anh lính nắm hai chân thằng nhỏ, xốc ngược…như người ta thường "xốc nước" kẻ chết đuối.

Bỗng một tiếng kêu thất thanh từ xa vọng lại: "Lạy các ông - tha cho cháu tôi… Trời ơi! Nó câm…" Một bà già vừa chạy tới vừa kêu: "Lạy các ông - tha cho cháu tôi… Trời ơi… Nó câm!" Bà xông vào, bất kể đám lính đứng chung quanh. Bà sà xuống, giang hai tay ôm thằng nhỏ như con gà mái xòe đôi cánh bảo vệ đàn con trước đám diều hâu.

Bà già quỳ bên đứa cháu, nước mắt đầm đìa rơi trên mặt đứa cháu trai. Bà nức nở cất lên những tiếng kêu đau đớn: "Cháu ơi! Bà đây… đừng chết, cháu ơi!" Thằng cháu còn thở thoi thóp, nhưng nằm bất động… Bà nấc lên, nước mắt trào ra, tiếng gọi "cháu ơi!" gào lên đứt quãng… từng hồi…

Bỗng thằng nhỏ cựa quậy cánh tay, mở mắt. Bà già nhanh như cắt, nắm lấy hai tay thằng cháu quàng qua cổ, kê vai vào cõng nó trên lưng. Bà đứng lên cõng thằng cháu - chạy như bay ... bất chấp nòng súng cận kề. Vừa chạy, bà vừa nói: "Lạy các ông, tha cho cháu tôi... Trời ơi! Nó câm!"

Tôi ngẩn ngơ như đang xem xiếc - không biết sức lực từ đâu mà bà già cõng nổi đứa cháu chạy nhanh như thế - một thoáng biến mất sau lùm chuối.

Đám lính đứng chung quanh ngơ ngác nhìn nhau, có đứa cúi xuống - hình như chúng nó đang khóc...

Tôi trở lại đại đội. Tiếng gào của bà cụ vẫn còn văng vẳng bên tai như tiếng gọi của oan hồn vọng về từ địa ngục.

Tôi ngao ngán, rã rời....Cuộc hành quân tiếp tục.

Chúng tôi đến một căn nhà cuối xóm. Một bà lão khúm núm bưng trên tay cái rổ có mấy quả trứng gà vừa luộc còn nóng. Bà mời: "Các con ăn cho khỏe." Tiếng bà gọi "con" làm tôi xúc động. Một thiếu phụ nắm tay đứa con nhỏ khép nép đứng phía sau. Thằng bé hau háu nhìn mấy quả trứng gà, có vẻ thèm thuồng ... có lẽ bình thường nó không được ăn trứng gà và bà nó cũng chưa bao giờ luộc trứng mời ai như thế. Tôi lấy một quả đưa cho thằng bé. Bà đưa tôi đến trước bàn thờ, chỉ lên tấm di ảnh một anh thanh niên rất trẻ mặc áo hoa dù, đội nón nồi (beret) đỏ gắn phù hiệu lính dù.Bà nghẹn ngào trong nước mắt, nói: "Thằng con trai của mẹ tử trận cách nay sáu tháng, vợ nó xuống nghĩa trang Biên Hòa lo chôn cất. Vợ nó lãnh được tiền tử tuất, nhưng lo mồ mả, rồi tiền xe đi về tốn kém chẳng còn được bao nhiêu..." Người thiếu phụ nãy giờ đứng khép nép phía sau, bước tới lấy chiếc khăn tang đội lên đầu đứa bé, như để cầu mong lòng thương xót. Bà cụ lấy mấy nén nhang đốt đưa cho tôi. Tôi lâm râm khấn vái người chiến hữu, rồi lui ra.

Bà cụ theo sau, bưng theo mấy quả trứng, nài nỉ mời tôi, nhưng nỡ lòng nào tôi ăn mấy quả trứng chắt chiu của bà. Nhớ lại ngày xưa, mẹ tôi cũng chắt chiu từng quả trứng, đợi đủ mười quả trứng đem biếu ông thầy dạy tôi ở bậc tiểu học để mong thầy truyền dạy cho thằng con đôi ba chữ nghĩa. Giờ đây bà cụ mời mọc tôi quả trứng, phải chăng bà cầu khẩn tấm lòng nhân từ - đừng cho lính lục soát kỹ trong nhà, lấy đi khoản tiền tử tuất còn ít ỏi mà con dâu bà cất dấu đâu đó. Nếu bà nghĩ thế, thì than ôi! Thật là thê thảm và hổ thẹn cho những người lính xả thân chiến đấu cho sự tự do và sự sống còn của Miền Nam.

Một ngày hành quân, không chạm địch. Nhưng tin tình báo cho biết: còn một đại đội địa phương, phối hợp với du kích trong xã, đóng chốt vùng này để bảo vệ đường dây tiếp tế cho mật khu Hố Bò và khu Tam Giác Sắt. Một số đàn bà ở đây - đa số là vợ con đám du kích - lên chợ Dầu Tiếng mua thuốc tây, bột ngọt, áo mưa ni lông và các nhu yếu phẩm khác… đem về bán lại cho đám du kích địa phương làm nhiệm vụ kinh tài.

Biết vậy, nhưng Chi khu Dầu Tiếng không đủ lực lượng để trải ra ngăn chặn. Hơn nữa, chúng có trăm phương ngàn kế để tránh né.

Lần này, tin tình báo cho biết: "Lực lượng của chúng đang tìm cách rút lui về mật khu Hố Bò; còn đám du kích và các cán bộ trong Ủy Ban Hành Chánh xã, ấp trốn trong các hầm bí mật ở ngôi làng bên kia sông Thị Tính. Đây là ngôi làng bỏ hoang. Dân chúng đã di tản từ lâu để tránh bom đạn.

Một cuộc hành quân phối hợp giữa bộ binh, hải quân và không quân được tiến hành khẩn cấp vào sáng sớm hôm sau: ba giang thuyền vào sông Thị Tính, khóa chốt bờ bắc - chờ địch! Ba đại đội của

Tiểu đoàn 1/8 đổ quân bằng trực thăng - bao vây ngôi làng bên kia sông Thị Tính - chặn đường rút lui của địch.

Một cuộc hành quân, không chạm súng - chỉ lục soát, khui hầm bí mật, đã bắt được 120 tên - gồm du kích và các cán bộ địa phương - đặc biệt có hai tên: Tư Râu (chủ tịch xã) và Tám Định (kinh tài) là hai "hung thần" ở vùng này. Vũ khí tịch thu không đáng kể - một ít súng trường Nga và lựu đạn. Còn lại là dao găm, mã tấu.

Trong đám du kích bị bắt, tôi trông thấy một thanh niên, mặt mày sáng sủa, nhìn tôi với ánh mắt thân thiện, không tỏ vẻ sợ hãi như những tên khác. Tôi đến gần hỏi anh ta:

- Anh đi du kích lâu chưa?

Anh ta đứng dậy, cựa quậy cánh tay như muốn chào tôi, nhưng bị trói thúc ké, anh ta đứng nghiêm đúng kiểu nhà binh, nói:

- Dạ, em đâu có theo du kích, thiếu úy!

- Vậy sao anh trốn trong hầm bí mật?

- Dạ, hồi trước em đi lính ở Sư đoàn 5 - đơn vị của em là Tiểu đoàn 4/8, tiểu đoàn trưởng là Đại úy

Thiều. Nhưng vì mẹ em già, không ai nuôi dưỡng và bị bọn Việt Cộng địa phương hăm dọa xử tử, nên em đào ngũ. Về làng tưởng yên thân làm ăn nuôi mẹ, nhưng thanh niên vùng này không đi lính quốc gia thì phải vào đội ngũ du kích. Nếu không, mấy tên kia (anh ta nhìn Tư Râu) sẽ kêu án tử hình, mà cách xử tử hình vô cùng rùng rợn, thiếu úy ơi! Lần này, nếu được thả ra, em sẽ trở về đơn vị cũ của em.

Tôi chưa kịp hỏi cách xử tử hình rùng rợn như thế nào thì đám du kích này bị dẫn ra tàu hải quân. Tôi an ủi anh ta: "Em cứ khai sự thật, rồi mọi sự sẽ tốt cho em."

Sau cuộc hành quân, Tiểu đoàn 1/8 đóng quân trong vùng này để bảo vệ an ninh cho các Đoàn Xây Dựng Nông Thôn về làng xã giúp dân sửa lại nhà cửa, đào giếng, khai mương - cải thiện đời sống dân sinh. Chỉ trong một thời gian ngắn, người dân không còn sợ hãi, tránh né lính Quốc gia, mà còn tỏ ra thân thiện và thương mến.

Trong thời gian đóng quân Bến Tranh, dân làng kể cho tôi nghe cách xử tử nạn nhân của Tư Râu mà anh thanh niên kia bảo là "vô cùng rùng rợn"- Khi bị kêu án tử hình, Tư Râu bắt nạn nhân ra bìa rừng, đọc bản cáo trạng, xong hắn lấy mã tấu chặt hai tay nạn nhân tận nách, rồi chặt hai chân sát háng, để nạn nhân nằm đó cho đến chết.

Cách nay mấy tháng, chồng bà Lụa ở xóm trên chết thảm, chỉ vì lời than phiền khi Tám Định đến thu thuế: "Hồi trước chính quyền Quốc gia đâu có thu thuế nặng như bây giờ." Tám Định báo cáo Tư Râu - Thế là Tư Râu đem đi xử tử với tội tuyên truyền phản động.

Bởi vậy dân trong vùng này, coi Tư Râu, Tám Định như hai "hung thần"- nghe tên là khiếp vía.

Mấy tuần đóng quân ở đây, tôi phát hiện nhiều người dân mắc bệnh chân tay lở loét...có người rụng cả ngón tay, hay ngón chân trông như mắc bệnh "cùi". Tôi viết một bài gởi đăng trên báo Chiến sĩ Cộng hòa: " Nguy cơ bệnh cùi ở làng Bến Tranh", đồng thời viết phiếu trình gởi về Ban 5 Trung đoàn xin tìm cách giúp cho dân làng Bến Tranh.

Hai tuần sau, một toán y tế về làng Bến Tranh. Theo giải thích của các bác sĩ thì đây không phải là bệnh phong cùi mà do dân làng hằng ngày phải làm công việc đồng áng - lội ruộng bùn phèn - các vết thương nhiễm trùng không có thuốc men chữa trị nên mỗi ngày thêm nặng, đưa đến tình trạng thê thảm giống như bệnh "cùi"...

Toán y tế chữa trị tận tình - rửa vết thương, băng bó, cho thuốc trụ sinh... Chỉ trong vòng mấy tuần lễ, số người bị bệnh được chữa lành đạt đến 80%. Sau đó, toán y tế cứ hai tuần trở lại một lần để phát thuốc, chữa trị và chỉ dẫn cho dân làng cách giữ vệ sinh cá nhân và phòng bệnh.

Tiểu đoàn 1/8 đóng quân mấy tháng ở làng Bến Tranh, giữ an ninh cho vùng nông thôn phía nam Dầu Tiếng. Bây giờ giao lại cho các đơn vị Địa phương quân để đi làm nhiệm vụ mới. Đơn vị của tôi đã để lại trong lòng người dân sự lưu luyến và biết ơn.

Trước khi ra đi hai tuần, xảy ra một chuyện đau lòng — Thiếu tá Tiểu đoàn trưởng Châu Minh Kiến (mới lên lon) đã hy sinh trong một trận đụng độ nhỏ ở ấp Nhà Việt. Vì hăng say với nhiệm vụ, Tiểu đoàn trưởng Châu Minh Kiến luôn ở tuyến đầu nên hôm đó bị lọt vào ổ phục kích của địch. Ông ra đi để lại trong lòng người - từ quân tới dân - một nỗi niềm thương tiếc...

Than ôi! Cuộc chiến tranh hai mươi năm đã tạo nên mối căm hờn trong lòng người dân Việt và lưu lại trong lịch sử nước nhà những trang ô nhục. Tai họa chiến tranh đã gây cho dân tình thống khổ, quê hương điêu tàn - ở đâu cũng giống nhau như thế. Nhưng nêu lên câu hỏi: " Do đâu? Tại sao? Vì ai? Và có cần thiết để trên ba triệu người Việt (cả binh sĩ lẫn dân thường) ở hai miền Nam-Bắc phải hy sinh trong cuộc chiến tranh này và đã làm cho quê hương đổ nát điêu tàn? " thì câu trả lời sẽ khác nhau, dù cùng chung nòi giống và cùng trải qua gian khổ, điêu linh. Đó là cái thảm họa của dân tộc - khó phai mờ trong ký ức.

(Tháng 6-2023)

CHÓ TÂY CHÓ TA

Những con vật được nuôi trong nhà, gọi chung là gia cầm thì con chó được loài người thuần hóa sớm nhất từ loài sói xám và được nhắc đến nhiều trong văn học từ cổ chí kim, từ Đông sang Tây với những từ ngữ ngọt ngào: trung thành, tình nghĩa, khôn ngoan, thân thiện...

Nhưng không hiểu tại sao người Việt mình khi giận hờn nhau thường đem con chó ra chửi: "đồ chó," "cái mặt chó, " "cái đồ chó đẻ!".Lúc bực bội những chuyện ngoài đường, về nhà con chó chạy ra ngoắc đuôi mừng rỡ, ông chủ lại cho nó một đá cho hả giận… mặc dù nó chẳng có tội tình gì - nó cúp đuôi, tiu nghỉu chạy trốn - chẳng hiểu tại sao(?) Trong nhà, vợ chồng cãi nhau, chó là con vật đầu tiên bị mang tai họa. Vì không biết làm sao cho bớt ấm ức, bèn đá con chó, chửi con mèo… Bởi thế, mới có thành ngữ "mắng chó chửi mèo" hay "chỉ chó mắng mèo" là vậy.

Thật khốn khổ cho cuộc đời con chó!

Trời sinh ra con chó có được cái tính bẩm sinh: thính tai, thính mũi, khôn ngoan, thân thiện, gắn bó, thủy chung với chủ.Người ta nuôi chó coi như một bạn đồng hành giúp ích được nhiều việc như: giữ nhà, săn bắt, dẫn dắt người mù… Ở Bắc Cực còn bắt chó kéo xe. Ngày nay, một số người nuôi giống chó nhỏ để làm cảnh, coi như thú cưng trong nhà vì nó luôn luôn quấn quít, thân thiện, trung thành, giúp họ bớt cô đơn và có được những giây phút mơn trớn, vuốt ve, dịu dàng làm bớt đi những căng thẳng.

Mỗi con chó sinh ra đều có một phần số: "chó tây" có đời sống khác với "chó ta" - "chó ta" được nuôi ở miền Bắc khác với "chó ta" được nuôi ở miền Nam.

Đọc những truyện ngắn của nhà văn Nam Cao, mô tả "cậu Vàng" của Lão Hạc, Cái Chết Của Con Mực…hay Kim Lân kể về Con Chó Xấu Xí,ta cảm thấy số phận con "chó ta" sao mà thê lương đến não lòng – dù hết lòng trung thành với chủ, cuối cùng vẫn bị bạc đãi - người ta bán đi hay giết thịt.

Thật khốn nạn cho cuộc đời con "chó ta".

Trong văn học cổ Việt Nam còn lưu lại bằng chữ Nôm câu chuyện "Lục Súc Tranh Công"(1): trâu, chó, ngựa, dê, gà và lợn - viết theo thể "nói lối". Con chó tranh công với trâu và kể lể với chủ:

"Trời đã sinh các hữu kỳ tài/ Lớn việc nặng, bé thì việc nhẹ…

Vốn như đây ốm yếu chân tay/ Cũng hết sức gia trung xem xét …

Kẻ đâu kia, người việc nọ/ Đứa coi ngoài, có đứa giữ trong.

Đêm năm canh con mắt như chong/ Đứa đạo tặc, nép oai khủng động

Ngày sáu khắc, lỗ tai bằng trống/ Đứa gian tham thấy bóng cũng kinh…

Lại đến ngày kỵ lạp tiên sinh/ Cũng ra sức săn chồn, đuổi sóc…

Bao quản chui gai, lướt góc/ Chi này múa mỏ, lòn hang.

Anh trâu sao chẳng biết thương/ Nỡ lại ra lời sanh nạnh…

Ăn thì cơm thừa, canh cặn, môn sượng, khoai sùng

Tới bữa ăn chẳng luận ít nhiều/ Có cũng rằng, không cũng chớ…

Vốn như đây gia tài ủy ký/ mà chủ không tốn kém đồng nào.

Nên không muông coi trước, giữ sau/ Thì của ấy về tay kẻ trộm…"

Con "chó ta" bị hắt hủi, nó phải kể lể như trên. Còn con "chó tây" cũng đi vào văn học Âu - Mỹ từ xa xưa, nhưng lại được ca ngợi và tôn vinh qua câu chuyện rất cảm động và thâm thúy sau đây:

Năm 1870, Luật sư George Graham West (1830 – 1904) đã đọc một bài bào chữa chỉ có 375 chữ ca ngợi con chó trong vụ kiện của người thợ săn kiện người chăn cừu đã giết con chó của mình. Bài bào chữa có tên "A Tribute to The Dog" đã thuyết phục toàn thể bồi thẩm đoàn và thân chủ của ông đã thắng kiện. Sau đó, bài bào chữa này được lưu truyền trong văn học Mỹ và được tờ New York Times bình chọn là bài diễn văn hay nhất thế kỷ.

Ngày nay, trước tòa án ở Warrensburg, bang Missouri, người ta dựng tượng đài con chó Old Drum với bài "A Tribute to the Dog" để ghi nhớ một sự kiện lịch sử. George Graham West nổi tiếng trong văn học Mỹ nhờ bài diễn văn này.

Tượng chó kèm bài A Tribute to the Dog trước tòa án quận Johnson ở Warrensburg (Nguồn Wikipedia)

Đọc một đoạn trong bài diễn văn (đã dịch ra tiếng Việt) làm ta suy ngẫm và ngậm ngùi:

.... "Trên thế gian vụ lợi ích kỷ này, con người chỉ có thể có được một người bạn vô tư không điều kiện, một người bạn không bao giờ rời bỏ ta, không bao giờ vô ơn bạc nghĩa, không bao giờ phản bội, đó là con chó của ta.

Con chó của ta luôn ở bên cạnh ta, dù ta giàu sang

hay ta nghèo khó, dù ta khỏe mạnh hay ta ốm đau bệnh tật. Nó ngủ trên nền đất lạnh, bất chấp giá rét mùa đông hay bão tuyết, miễn sao được ở gần ta. Nó vẫn hôn vào bàn tay ta dù ta không còn thức ăn gì cho nó. Nó liếm vào những vết thương và những chỗ ta đau đớn khi va chạm với sự tàn bạo của cuộc đời. Nó canh giấc ngủ cho ta khi ta là kẻ khốn cùng cũng giống như khi ta là một ông hoàng.

Khi tất cả bạn bè đều rời xa ta, riêng con chó thì ở lại.

Khi ta mất hết của cải, thân bại danh liệt, thì tình yêu thủy chung của con chó đối với ta vẫn ngời sáng như ánh mặt trời xuyên thấu chín tầng mây.

Nếu chẳng may ta bị cuộc đời ruồng bỏ, rơi vào cảnh không bạn bè, không nhà cửa, thì đối với con chó trung thành, không có một đặc ân nào cao cả hơn là được ở bên cạnh ta, để bảo vệ ta, chống lại những hiểm nguy, chống lại kẻ thù.

Và đến lúc cuộc đời ta kết thúc, thần chết rước ta đi và thân xác ta nằm dưới lòng đất lạnh, khi người thân bạn bè đưa tiễn đã quay về để tiếp tục bận rộn với cuộc sống của họ, thì con chó cao quý vẫn còn nằm bên nấm mồ ta, đầu gục xuống giữa hai chân, đôi mắt đau buồn nhưng vẫn mở to cảnh giác, trung thành và chân thực ngay cả khi ta đã chết."

Đọc những truyện kể về con chó, tôi nhớ đến "con Đớm" nhà tôi.

Năm đó bà chị dâu của tôi có bầu trên năm tháng, anh tôi xin một con chó con của nhà ông Lý Bản về nuôi, gọi nó là "con cún", trông nó mũm mĩm rất dễ thương, nhưng lại làm nhiệm vụ "dọn bãi" cho đứa con sơ sinh của anh chị - mỗi lần bà chị dâu gọi: "cún... cún... chậc...chậc..." Nó lăng xăng chạy đến ngoắc đuôi lia lịa "dọn bãi" một cách cần mẫn, tận tình – tôi thấy nó hèn hạ và dơ dáy! Cho nên mỗi lần nó đến gần, tôi cho nó một đá - đuổi đi... Nhiều lần như thế, nó biết phận, đứng xa xa, nhìn tôi với ánh mắt lấm lét, nhưng cái đuôi vẫn ve vẫy hững hờ. Hình như nó mong đợi tiếng tôi gọi nó. Nhưng chưa bao giờ! Rồi nó lặng lẽ bỏ đi...

Khi đứa con của bà chị dâu lên hai, con "cún" không còn làm nhiệm vụ "dọn bãi" nữa. Lúc này, thân hình nó tròn trịa, cao to, hai tai vểnh lên, hai đốm trắng trên mi mắt rõ nét, trông rất ngộ. Anh tôi đặt tên cho nó "Con Đớm" và bắt đầu huấn luyện cho nó săn chuột, canh giữ chuồng gà, không để chồn, cáo vào bắt gà ban đêm. Ban ngày, khi trải lúa ra sân phơi, "Con Đớm" nằm đuổi bọn gà đến ăn lúa. Có mặt "Con Đớm", bọn gà không dám bén mảng.

Khi nó lang thang đâu đó, anh tôi gọi: "Đớm... ô... ô! Đớm... ô... là nó chạy đến ngoắt đuôi - chờ lệnh. Nó hiểu và làm được những việc mà anh tôi sai bảo.

Anh tôi thương và quý "Con Đớm", nhưng tôi vẫn còn mặc cảm với nó. Nhưng có một lần Con Đớm làm tôi cảm động và thích thú. Chuyện thế này:

Thằng Thương ở trong xóm, nuôi một con chó Vện - con chó này nổi tiếng khôn ngoan và hung dữ - thấy ai lạ là nó nhe răng gầm gừ, như muốn xông đến cắn người ta, nhưng khi thằng Thương tỏ vẻ niềm nở với khách thì nó liền tỏ ra thân thiện, ngoắt đuôi, mừng! Thằng Thương hãnh diện về con Vện của mình, đi đâu cũng dẫn con Vện theo cùng. Một hôm tôi gặp thằng Thương ở đầu ngõ. Con Vện vừa trông thấy tôi, nó gầm gừ ... Con Đớm từ trong nhà chạy ra đứng cạnh tôi, sủa vang và nghênh con Vện. Thương là thằng ngổ ngáo, chẳng những nó không la con Vện mà còn "sịt... sịt..." chỉ tay cho con Vện xông vào con Đớm. Hai con chó cắn nhau dữ dội. Thằng Thương vỗ tay reo...

Nhưng sau một hồi cắn đấu kịch liệt, con Vện của thằng Thương cúp đuôi bỏ chạy. Thằng Thương tiu nghỉu bỏ đi. Con Đớm chạy lại bên tôi, tôi cúi xuống vuốt ve nó – lông nó ướt đẫm, trên mũi và chân trước bị cắn chảy máu . Tôi vào nhà giã củ nghệ, kêu nó lại, lấy nghệ đắp lên vết thương. Nó ngoan ngoãn nằm yên. Từ đó tôi thương con Đớm - đi đâu tôi cũng cho nó đi theo. Và cũng từ đây, con Đớm là bạn thân thiết nhất của tôi thời thơ ấu ở làng quê Vĩnh Phú.

Đến một ngày có lệnh diệt chó để ngừa bệnh "chó dại". Hằng ngày có một toán đi diệt chó, họ rảo quanh làng rình rập, bắt chó… Họ mang theo gậy, búa và dây thòng lọng. Anh tôi thương con Đớm, anh tỉ tê với nó thế nào mà nó hiểu - mỗi khi nghe tiếng người, nó chạy vào gầm giường trốn biệt. Nó cũng không theo tôi ra khỏi nhà. Nó thoát nạn một thời gian. Nhưng sau đó Ủy Ban Hành Chánh xã ra thông báo: "Nhà nào còn lén lút nuôi chó mà không khai báo, coi như có hành vi phản động." Hồi đó, ở trong vùng Việt Minh kiểm soát, ai cũng sợ bị ghép vào thành phần phản động hay Việt gian – bị ghép vào hai thành phần này, sớm muộn gì cũng bị cho đi "mò tôm"(2). Bởi vậy, anh tôi đành chỉ chỗ con Đớm trốn cho toán diệt chó. Sáng hôm ấy anh tôi đem đến cho con Đớm đĩa cơm có chan nước thịt và mấy lát thịt heo. Anh tôi vuốt ve nó, nhìn nó ăn. Anh tôi khóc! Rồi anh ra khỏi nhà trước khi toán diệt chó đến. Anh tôi không muốn thấy cảnh đau lòng…

Khi toán diệt chó đến, con Đốm chạy trốn dưới gầm giường, họ xông ngay vào chỗ nó đang trốn. Nó hết đường tẩu thoát…Lúc ấy ở nhà chỉ có mình tôi. Tôi nhìn họ hung bạo như quân cướp. Tôi sợ họ như con Đốm đang sợ - nó co dúm lại, run run, không kháng cự. Họ lấy cây gậy dài đè vào cổ, một tên khác đưa dây thòng lọng vào cổ, kéo nó ra… Hai chân trước của con Đớm cố bám vào sàn nhà, miệng kêu ẳng ẳng, mắt nhìn tôi như cầu cứu… Tên bắt chó chẳng chút xót thương, hắn lôi xệch con Đốm ra cửa. Khi cái dây thòng lọng siết chặt cổ, lưỡi con Đốm thè ra, không còn kêu được nữa, nhưng mắt nó hướng về phía tôi, ướt đẫm… Nước mắt tôi cứ tuôn ra, tôi khóc nức nở…cho đến lúc bọn họ lôi con Đốm ra khỏi ngõ.

Tôi kêu lên: “Đớm ơi!” trong tiếng khóc nghẹn ngào.

Vào thời đó, ở làng tôi chưa biết ăn thịt chó. Họ giết con Đớm và đem chôn nó bằng cách nào, tôi không được chứng kiến, nhưng cách họ bắt con Đớm lôi đi quá tàn nhẫn. Hình ảnh đó ám ảnh tôi trong một thời gian dài.Sau này nghe anh tôi kể: -

Họ ra lịnh diệt chó để ngừa bệnh dại chỉ là cái cớ - mục đích chính là để ban đêm cán bộ rình rập các nhà địa chủ, phú nông nghe ngóng tin tức, không bị lộ (lúc đó chính sách cải cách ruộng đất bắt đầu ló dạng ở Liên Khu 5).

Năm 1954, Hiệp định Genève chia đôi đất nước. Chính quyền Quốc gia tiếp quản Liên khu 5. Bấy giờ tôi đã qua thời thơ ấu – tôi rời làng quê ra tỉnh theo việc học hành. Chuyện tiếc thương con Đớm rồi cũng phôi pha theo năm tháng.

Tiếp theo, đời tôi nổi trôi theo vận nước với bao thăng trầm, khổ nhục, vì cuộc chiến tranh huynh đệ tương tàn. Cho đến một ngày, thời cuộc đẩy đưa, tôi được định cư tại nước Mỹ.

Từ đây, cuộc đời đưa tôi đi vào ngã rẽ mới. Những ngày đầu tiên sống trên đất Mỹ, với tôi, không biết bao nhiêu điều lạ lẫm – phải tìm hiểu, học hỏi mới quen dần. Chuyện "con chó ở xứ Mỹ" là một trong những câu chuyện được nghe người ta ví von nhiều nhất: " Xã hội Mỹ xếp hạng đàn bà số một, thứ hai con nít, thứ ba là chó mèo, đàn ông đứng hàng thứ tư." Chớ có quen tật bạo hành phụ nữ, ngược đãi, hành hạ chó mèo. Loạng quạng phạm vào những điều căn bản đó, cảnh sát còng tay đưa ngay về bót

- phải trái: hạ hồi phân giải. Học được điều đó, biết thân phận của mình, tôi không dám to tiếng với vợ; tránh xa chó mèo để khỏi mang họa vào thân.

Nhưng càng sống lâu trên đất Mỹ, tôi thấy thương cho thân phận của con "chó ta". Vì thấy con chó Mỹ sướng quá! Con "Chó Ta" thì: "*Ăn cơm thừa, canh cặn, môn sượng, khoai sùng...Tới bữa ăn chẳng luận ít nhiều/ Có cũng rằng, không cũng chớ...*" Còn con chó Mỹ được luật pháp bảo vệ. Theo "Texas Penal Code # 420": Người nuôi súc vật trong nhà phải có bổn phận cho ăn, cho uống, cho chỗ ở. Thiếu một trong các điều nêu trên và cố ý hành hạ, bỏ bê, giết hại chó mèo sẽ bị bỏ tù một năm và số tiền phạt có thể lên tới bốn chục ngàn đô la.

Thỉnh thoảng báo chí Mỹ đưa tin về những vụ như ông Dennis ở Tennessee bị bỏ tù 9 tháng vì bỏ đói, bỏ lạnh và xích con chó ngoài vườn cho đến chết. Những tin như thế có làm tôi xúc động, nhưng rồi cũng chỉ thoáng qua vì lúc đó còn nhiều công việc khác phải lo toan, chuyện chó mèo coi như phù phiếm.

Đến một hôm, tôi nghe nhiều người "kháo" nhau về chuyện chó - đây là chuyện "chó Mỹ". Nguồn tin loan truyền rằng: "Một người Việt Nam tỵ nạn, sang Mỹ hơn một năm, chỉ làm công việc dẫn chó đi chơi, đi ị, hốt cứt chó…mà kiếm được tiền mua nhà."

Ở cái xứ Hiệp Chúng Quốc này, có những chuyện mới nghe rất khó tin, nhưng mà có thật, nên tôi để ý theo dõi và tìm hiểu… Thì ra chẳng ai xa lạ — thằng Tuất, bạn cùng quê với tôi, qua Mỹ theo diện HO3 đã tạo nên câu chuyện này.

Hôm gặp nhau ở Cali, nó mời tôi về nhà chơi, đãi đằng cơm nước chu đáo. Tôi chăm chú nhìn căn nhà, tuy không lớn lắm, nhưng có sân trước, vườn sau – cây trái sum suê, mát mẻ, êm đềm. Tôi biết nó có được cơ ngơi như thế này là nhờ công việc "dẫn chó đi chơi, đi ị…" đúng như người ta đã "kháo". Nhưng chẳng lẽ hỏi hết ngọn ngành, tôi tế nhị, nói:

- Mày giỏi thật!

- Giỏi giang gì - trăm chuyện cũng nhờ con chó. Nó trả lời.

- Thì tao cũng nghe thiên hạ nói thế, nhưng chưa biết công việc cụ thể thế nào? Mày có thể kể cho nghe được không?

Nó thành thật kể hết đầu đuôi: "Khi mới sang đây, gia đình tao được hưởng trợ cấp xã hội, lại được cho thêm tiền Food Stamps - đủ sống. Hai đứa con đi học được xe đưa đón, ăn trưa ở trường miễn phí; tao đi học ESL. Vợ tao muốn có thêm chút tiền mua sắm này nọ, nên xin vào làm ở nhà hàng, mỗi tháng kiếm được năm, sáu trăm. Với tao như thế là thiên đàng. Nhớ lại những ngày cơ cực trước đây, tao thầm cảm ơn nước Mỹ đã cưu mang. Nhưng phải tính chuyện tương lai, khi hết được hưởng trợ cấp xã hội, phải lo tìm việc, nên hằng ngày sau giờ học ESL, tao đi tìm việc đó đây, thì vận may đưa đến: chiều hôm ấy trên con đường vắng, tao gặp một bà già Mỹ, một tay chống gậy, một tay cầm dây dắt chó. Con chó của bà to và khỏe, nó cứ lăng quăng chạy nhảy, cái dây xích đã kéo ra hết cỡ, nó vẫn muốn chạy xa hơn, kéo bà già xiêu xiêu muốn ngã và trông bà có vẻ mệt lắm, tao bèn xổ tiếng Anh mới học được: - May I help you? Bà già vừa thở vừa đưa đầu dây xích cho tao. Lúc này tao muốn kêu con chó trở lại. Tiếng Việt mình thì gọi "ô… ô…" hay "chấc…chấc", còn tiếng Mỹ không biết nói làm sao, tao bèn dùng thứ ngôn ngữ "ba rọi" — tao lấy tay ngoắc ngoắc, miệng kêu chấc…chấc… rồi nói: "Come here." Ấy vậy mà con chó hiểu, nó chạy đến bên tao, ngoắc đuôi, mừng, rồi nhảy cửng lên người tao. Tao bế nó, vuốt ve. Nó nằm yên. Bà già Mỹ nói:

"Hai ngày mới cho nó ra ngoài chơi một lần, nên mỗi lần được ra khỏi chuồng, nó chạy nhảy lung tung - tên nó là Johnny - cứ kêu tên là nó chạy về."

Thằng Tuất nhấp ngụm nước, tiếp tục kể:

- Bà già gọi: Johnny, go home. Con chó nhảy ra khỏi tay tao, lon ton chạy trước. Bà già quay sang hỏi tao: "Nhà anh ở đâu?" Tao cho bà ta địa chỉ. Mặt bà ta có vẻ vui, bả nói: "Vậy là rất gần nhà tôi." Rồi bả hỏi tao đủ thứ chuyện: về gia cảnh, về lý do được định cư ở Hoa Kỳ và cuộc sống hiện tại ra sao. Tao kể hết sự thật. Bà ta tỏ ra xúc động. Bà nói rất nhiều, nhưng tao chỉ hiểu đại ý. Khi về tới cổng nhà, bà mở ví đưa tao hai chục đô. Tao không nhận, bà nài nỉ, nhưng tao nhất định không nhận. Tao cúi xuống, đưa bàn tay ra. Con Johnny đưa chân trước lên bàn tay tao như kiểu bắt tay từ giã. Tao đứng lên, chào bà với câu vừa học được – "Bye bye, see you tomorrow." Bà ta nở nụ cười thân thiện, rồi bảo: "Nếu anh không bận việc, mỗi ngày đến đây dẫn Johnny đi chơi vài giờ, tôi sẽ trả thù lao 20 đô la." Tao OK liền. Ngày hôm sau tao đến, bà vui mừng, chỉ tao cách dẫn chó đi chơi ở nơi nào và chỉ tao cách hốt cứt chó khi con Johnny làm xấu. Thế là từ đó tao có cái nghề mới "dẫn chó đi chơi... đi ỉa..."

kiếm mỗi tháng gần năm trăm đô.

Thằng Tuất nheo mắt, cười cười, hỏi tôi:

- Ở Mỹ có nhiều chuyện "khó tin mà có thật", đôi khi "làm chơi mà ăn thiệt". Mày có thấy như vậy không?

- Chỉ có mày may mắn, chứ tao cày bở hơi tai mới kiếm được đồng dollar.

Nó kể tiếp: - Một hôm dẫn chó đi chơi về, tao thấy vườn cỏ nhà bà cao, tao ngỏ ý cắt giùm cho bả. Bà ta bảo: "Trước đây có thằng Xì, cứ hai tuần đến cắt cỏ một lần, mỗi lần nó lấy 30 dollars, nhưng cả tháng nay không thấy nó trở lại, có lẽ nó về xứ. Bây giờ anh muốn giúp tôi thì lấy máy cắt cỏ trong kho ra cắt. Tôi sẽ trả tiền công như thằng Xì. Tao ok liền! Tao cắt cỏ xong còn dọn dẹp, tỉa cây gọn gàng, sạch sẽ. Tao làm việc cần mẫn. Bà ta thích lắm. Khi ra về, bà ta đem cho tao lon Coca với 40 đô la, nhưng tao chỉ lấy 25 đô la. Tuần sau, bả giới thiệu cho tao cắt cỏ hai nhà bên cạnh, cứ thế tiến lên… thêm mấy nhà. Thế là bây giờ tao có hai nghề: "cắt cỏ và dẫn chó đi chơi", mỗi tháng kiếm trên ngàn đô. Tao dành dụm gần một năm, có được số tiền kha khá, gặp lúc nhà hạ giá, điều kiện dễ dàng, chỉ cần down 10% là có thể mua được nhà. Thế là tao liều mua căn nhà này với giá dưới trăm ngàn.

Ngồi nghe nó kể mà thấy thèm, lúc đó tôi ở tiểu bang Maryland, xin được việc làm trong tiệm 7-Eleven, lương 6 đô la một giờ, chuyện mua nhà chỉ là giấc mơ - chắc phải chờ đến kiếp sau. Nhưng trong lòng vẫn có cái ước mơ và hy vọng - biết đâu cũng có được cái may mắn như nó, nên tôi hỏi:

- Hai cái việc này có dễ tìm không?

- Tìm việc cắt cỏ không khó lắm, nhưng cái job "dẫn chó đi chơi…" phải tùy cái duyên, cái nghiệp. Nó trả lời như thế, rồi kể tiếp:

- Mấy ngày đầu tao dẫn chó đi chơi, dân ta nhìn tao với con mắt thiếu thiện cảm. Họ bảo tao "học làm sang". Nhưng khi biết tao "dẫn chó thuê", họ thông cảm. Nhưng khổ nỗi, con Johnny thấy người Việt là nó sủa vang trời. Tao chửi thầm trong bụng: "Bố khỉ, chó mà cũng kỳ thị chủng tộc…" Nhưng không phải thế, một vài người nó lại tỏ ra thân thiện, như hôm gặp thằng Hóa, một Phật tử thuần thành, nó ngoắc đuôi, mừng! Cũng hôm ấy, đi một đoạn đường gặp thằng Phong, dân Bắc Kỳ, mới đi lễ nhà thờ ra, con Johnny lại sủa vang, tao lại chửi thầm: "Con chó này kỳ thị tôn giáo." Nhưng cũng không phải thế. Có người nó thân thiện, có người nó sủa vang. Cuối cùng tao khám phá một điều kỳ diệu nơi con chó: hễ người nào không ăn thịt chó thì con Johnny tỏ ra thân thiện; ngược lại, những người đã ăn thịt chó thì con Johnny tỏ ra căm thù, tránh né và sủa không ngừng.

Về lại Maryland, tôi cố lân la với mấy ông bà già dẫn chó đi chơi, may ra tìm được cái job "thơm" như thằng Tuất, nhưng khi tôi đến gần, mấy con chó nhảy dựng lên, sủa vang trời. Nhớ lại chuyện thằng Tuất kể: "Con chó căm thù những người đã ăn thịt đồng loại của nó." Thế là tôi không còn hy vọng gì với cái nghề "dẫn chó đi chơi..." Vì trước đây đã mấy lần theo bạn bè xuống Ngã Ba Ông Tạ nhậu thịt chó.Bấy giờ tôi nghiệm ra cái nhân duyên và nghiệp quả trong kiếp nhân sinh. Tôi an phận với công việc hiện tại của mình.

Rồi ngày tháng trôi qua, tôi đến tuổi về hưu. Các bạn già đồng hương rủ nhau họp mặt ở nhà thằng Tuất. Bây giờ thằng Tuất giàu sụ, mua nhà mới, rộng rãi thênh thang. Bạn bè gặp nhau, mừng vui kể lại những thăng trầm trong cuộc sống và rồi "chuyện chó" được nhắc đến. Một ông bạn kể về con chó của đứa cháu ngoại. Ông bảo: "Con chó Mỹ, nó sung sướng đến độ tôi phải ganh. Này nhé: nó được đưa đi tỉa lông, cắt móng, khám bệnh định kỳ; ăn toàn đồ organic, ngủ thì chiếu hoa nệm gấm... Khi con cháu đi du lịch xa, gởi chó vào khách sạn chó (animal shelter), bịnh thì vào nhà thương chó (Animal hospital), có bác sĩ thú y chăm sóc. Tính ra tiền chi phí nuôi con chó còn nhiều hơn tiền già của tôi." Rồi ông ta kết luận: "Sau khi chết, nếu có sự đầu thai, tôi sẽ xin đầu thai làm con chó."

Một ông già ngồi cạnh, cười khẩy và nhắc nhở:

- Ông cẩn thận khi xin đầu thai - phải xin ghi vào sổ là "Chó Tây" ở trên nước Mỹ mới được - Chứ để lọt vào danh sách "Chó Ta" mà ở Việt Nam thì bỏ mẹ cuộc đời!

Tháng 2-2023

(1) Khuyết danh

(2) Bỏ vào bao bố rồi nhận chìm xuống sông, rạch.

CHUYỆN HÚT THUỐC

Hút thuốc lá - chuyện xưa như quả đất - thế mà vẫn còn là một đề tài thường được nhắc đến và gây nhiều tranh luận…

Một buổi sáng, hai ông già vô công rỗi nghề, ngồi uống cà phê ở phố Bolsa, cãi nhau về cái lợi và cái hại của việc hút thuốc lá… làm mọi người chú ý.

Cái hại của chuyện hút thuốc lá đã được khoa học chứng minh: sinh ra nhiều bệnh nan y và giảm thọ… Nhưng một ông già đưa ra lý lẽ trái chiều, thế mới có chuyện cãi nhau.

Nghe ra, mới biết: hai ông già này là dân Quảng Nam*

Trước đây, lúc còn ở quê nhà, hai ông đều ghiền thuốc lá nặng. Khi sang Mỹ, một ông bỏ hút; ông kia vẫn tiếp tục.

Thường thì những người không hút thuốc hay đã bỏ hút thuốc lá rất khó chịu khi ngửi khói thuốc lá và không muốn ngồi gần người hút thuốc lá.

Bởi vậy, ông già đã nêu mọi cái tai hại của việc hút thuốc lá để khuyên bạn bỏ hút. Nhưng ông già còn hút thuốc, tìm cách phản biện và nói những câu phũ phàng: "Bỏ vợ thì được, chứ bỏ hút thì không" hay "Đời chẳng còn gì vui, hút thuốc để giải sầu." Luận điệu này chẳng khác mấy tay nghiện rượu.

Sự ngoan cố của ông bạn già không chịu bỏ hút làm ông kia bực mình. Nhưng khổ nỗi, khi đi uống cà phê mà vắng ông bạn hút thuốc, nhả khói mù mịt như tàu hỏa sắp vào ga… thì buồn!

Người đời không hiểu tại sao hai ông già gặp nhau là cãi, mà đi đâu cũng thấy cặp kè bên nhau? Chỉ những người cùng quê, quen biết cả hai ông, mới biết rõ lý do: Hai ông già này đã cùng đánh bi, đánh đáo, cùng học chung ở trường làng thời thơ ấu… Lớn lên cùng vào Quân đội Việt Nam Cộng Hòa, cùng chung lý tưởng chiến đấu để bảo vệ tự do cho Miền Nam. Sau tháng Tư năm 1975, hai ông đều vào nhà tù cộng sản — nếm trải đau thương! Đến năm 1992, gia đình hai ông được định cư ở Mỹ theo diện HO, cùng rủ nhau về ở miền Cali nắng ấm - chia sẻ cay đắng ngọt bùi!

Trong mấy mươi năm qua, hai ông đã dư những lời êm dịu ngọt ngào, dư những lời an ủi lúc khốn cùng, dư những lời khuyên nhủ khi gặp những điều khó xử và dư những lời than thở về tình đời đen bạc…

Bây giờ, vào tuổi xế chiều, hai ông đã biết lòng nhau - chưa nói hết câu đã hiểu hết vấn đề, nên tìm những chuyện nghịch lý và trớ trêu của cuộc đời ra cãi cho khuây khỏa tuổi già…

Nhân vụ ông Bộ Trưởng Y tế Mỹ, Robert F. Kennedy Jr phát biểu về việc: Làm cho nước Mỹ khỏe mạnh trở lại - Make America Healthy Again (MAHA),một ông khơi mào cho cuộc tranh cãi:

- Vừa rồi ông Bộ trưởng Y tế Mỹ, Robert F. Kennedy Jr., tuyên bố về việc "làm cho nước Mỹ khỏe mạnh trở lại" chỉ đề cập đến chuyện ăn, chuyện uống, chuyện chích… (chích ngừa)… mà không nhắc đến cái hại của việc hút thuốc. Hút thuốc lá mới là mối nguy hại hàng đầu đối với sức khỏe…

Ông kia đáp lời:

- Không phải ổng không biết đến cái hại đó đâu. Chỉ những người nhìn vào thực tế mà không nghĩ đến cái ảo diệu của hơi thuốc lá — ngày nay, nhân loại được thưởng thức những tuyệt tác thơ văn, những bài ca hay, những tác phẩm hội họa trứ danh, một phần nhờ khói thuốc lá đấy. Cái kỳ diệu của hút thuốc lá là làm thư giãn tâm hồn, não trạng sảng khoái... Nghệ thuật đã đến từ sự sảng khoái và thư giãn đó.

Ông nọ thở dài, nói:

- Thật mơ hồ và ngụy biện! Ông xem thống kê của Tổ chức Y tế Thế giới (WHO) thì biết - hằng năm có hơn tám triệu người tử vong vì hút thuốc lá - con số cao hơn so với các bệnh nan y và tai nạn xe cộ. Chi phí y tế cho những tác hại do hút thuốc lá gây ra ở các nước phát triển chiếm từ 6 đến 15% ngân sách quốc gia. Ông có biết mỗi điếu thuốc hít vào làm giảm thọ 20 phút ở nam giới và 22 phút ở nữ giới?Đó là nghiên cứu của Đại học College London (UCL) ở nước Anh.

Ông già kia cười, rồi nói:

- Hù! Chỉ hù! Mấy cha nội đó nhân danh bằng

nọ, cấp kia ra hù thiên hạ.

- Đâu phải ai hút thuốc cũng mang bệnh ung thư hay giảm thọ. Tôi hút thuốc mấy mươi năm nay mà sống đến tám mươi tuổi. Nếu đúng - hít mỗi điếu thuốc lá giảm thọ 20 phút - thì tôi đã đi chầu Diêm Vương lâu rồi.

- Tôi không hoàn toàn phủ nhận sự độc hại của việc hút thuốc lá. Nhưng tôi tin chuyện sống chết của con người do ông Trời định đoạt. Ông còn nhớ câu chuyện về một ông già người Mỹ, khá nổi tiếng (tôi quên tên), sống đến chín lăm tuổi, vẫn thường xuyên ngậm điếu cigar trên môi. Các phóng viên hỏi ông: "Ông nghĩ thế nào về các chứng minh khoa học cho rằng hút thuốc lá làm hại cho sức khỏe và giảm tuổi thọ? Ông ta cười, không trả lời trực tiếp câu hỏi mà nói một câu để đời: "Các ông bà bác sĩ khuyên tôi bỏ hút để được sống lâu, thì họ đã chết cả rồi!"

Thấy bạn già ngoan cố, ông nọ nhìn trời hiu quạnh, than:

- Ông còn giữ những quan niệm cổ hủ - không chịu tìm hiểu những chứng minh của khoa học về cái tai hại của việc hút thuốc lá - hại bản thân mình đã đành, còn gây hệ lụy cho người chung quanh khi hít khói thuốc. Hầu hết các quốc gia trên toàn thế giới đều cổ vũ người dân nên bỏ hút thuốc lá và có những biện pháp làm giảm dần việc hút thuốc lá như: cấm hút thuốc lá nơi công cộng, cấm quảng cáo, đánh thuế thuốc lá rất cao và tăng cường giáo dục phòng chống hút thuốc lá…Đặc biệt hai nước Úc và New Zealand có những biện pháp mạnh: Ở New Zealand đã cấm bán thuốc lá cho những người sinh sau 2008; còn chính phủ Úc đánh thuế thuốc lá rất cao để dân ghiền không chịu thấu chi phí mà bỏ hút.

- Một ông bạn mới đi du lịch ở Úc về kể cho tôi nghe: " Khi xuống phi trường, kiểm tra hành lý, các nhân viên hải quan chỉ cho mang theo 25 điếu thuốc lá, còn bao nhiêu vứt thùng rác. Nếu muốn mang thêm, phải đóng thuế rất nặng. Ở Úc, dân ghiền muốn tìm mua một bao thuốc lá không dễ dàng và giá rất đắt - hiện thời đến 30 đô la một gói."

Ông già nhấp ngụm cà phê, rồi tự thán:

- Răng mà khổ rứa hè? (Sao mà khổ thế) Bỏ quách hút thuốc vừa ích nước, lợi nhà…Câu tự thán bâng quơ, nhưng hàm ý khuyên bạn già của mình bỏ hút. Rồi ông già tiếp tục nói với ông bạn ngoan cố chưa chịu bỏ thuốc:

- Các ông hút để tìm cái thú, có sinh bệnh thì ráng chịu đã đành,nhưng khói thuốc làm ô nhiễm môi trường, gây hại cho sức khỏe của những người chung quanh hít phải khói thuốc…nhất là trẻ em và thai nhi. Khói thuốc lá vô cùng độc hại - làm rối loạn thần kinh và gây các bệnh về đường hô hấp…

- Ông có biết các bệnh trạng gây ra bởi khói thuốc lá là một gánh nặng cho ngành y tế và chính phủ ở các quốc gia đông dân hút thuốc lá đã chi ngân sách không nhỏ cho việc phòng chống hút thuốc và chữa trị các bệnh nan y cho dân nghiện thuốc lá.

- Vậy, không hiểu mần răng (làm sao) dân ghiền thuốc lá chưa thức tỉnh, còn tìm cái thú vui cho bản thân mình mà không nghĩ đến việc đã làm hại cho người khác. Thật là ích kỷ!

Ông già nghiện thuốc thoáng vẻ đăm chiêu suy nghĩ … Nhưng vì bản tính thích cãi, nên tìm cách phản biện, và nêu câu hỏi khó:

- Cái hại rõ ràng như rứa (thế), vậy tại sao chính phủ các nước không ra lệnh cấm hút thuốc lá triệt để - cho tiện bề sổ sách? Ông trả lời nghe thông thì ngày mai tôi sẽ bỏ hút.

Ông già kia ú ớ, cố tìm câu trả lời sao cho thuyết

phục...nhưng bí lối, đành nói theo luận điệu của các bài báo: "Việc cấm hút thuốc lá triệt để rất khó thực hiện vì các lý do về kinh tế, xã hội, quản lý và luật pháp. Nhiều quốc gia có nguồn thu ngân sách lớn thông qua việc đánh thuế thuốc lá; về mặt xã hội sẽ làm hằng triệu người mất việc làm trong các xí nghiệp sản xuất thuốc lá; cấm hoàn toàn sẽ dễ dẫn đến buôn lậu, chợ đen không kiểm soát được và hút thuốc lá có gây hại nhưng không phạm pháp - cấm gắt gao bị coi là xâm phạm quyền tự do cá nhân..."

Ông già nghiện hút thở dài, tỏ vẻ thất vọng, rồi phát biểu:

- Nói thế thì trớt quớt - chẳng khác nào "bắt thang" cho dân nghiện tiếp tục hút!

Nắng đã lên cao, quán cà phê vãn khách, nhưng hai ông già vô công rỗi nghề vẫn còn ngồi lại - không phải để tiếp tục cãi nhau cho ra lẽ về việc hút thuốc lá mà lặng lẽ nhìn thiên hạ vội vã ngược xuôi... Hai ông già hình như đang ngẫm về cái lẽ vô thường trong kiếp nhân sinh và nghiệm về cái "tật" của con người trần thế.

Bỗng ông già nghiện hút phát biểu:

- "Nghiện" là cái "tật" của con người, ông ạ! Nó

là thói quen cố hữu ăn sâu trong tâm tính, đôi khi không dễ nhận ra, mà nếu có nhận ra cũng khó sửa. Nhưng suy ra, có cái "tật", cái "ghiền" mới phân biệt con người với các động vật khác. Con trâu, con bò, con dê, con thỏ… chúng nó không biết "ghiền", nên ngàn đời vẫn thế - chỉ biết gặm cỏ trời cho - không biết chế biến hay sáng tạo ra cái gì mới mẻ.

- Con người cũng là loài động vật, có bản năng sinh tồn cơ bản, nhưng có một số điểm cốt lõi khiến con người vượt lên trên các loài động vật khác là: ý thức về bản thân, khả năng tư duy trừu tượng và sáng tạo, có văn hóa và truyền thống, và con người có khả năng tự thay đổi bản thân. Con người biết thắc mắc đặt ra câu hỏi: "Ta từ đâu đến? Sống để làm gì? Và chết sẽ đi về đâu?" Các động vật khác không có những câu hỏi như thế.

- Nếu tin vào Kinh Thánh, thì loài người là một động vật "lắm chuyện" và "mất dạy" nhất của Chúa. Khi Chúa tạo dựng muôn loài trên vũ trụ, loài người được Chúa yêu thương nhất, cho Adam và Eva, thủy tổ loài người, được sống sung sướng trong vườn Địa Đàng… nhưng rồi bất tuân lời Chúa, ăn trái cấm, nên bị Chúa phạt - đuổi khỏi vườn Địa Đàng. Từ đó lang thang đây đó, tự kiếm sống, sinh con đẻ cái mới có con người ngày nay. Và nhân loại có lắm chuyện "lùm xùm", chứ các loài động vật khác vẫn giữ nguyên trạng từ khi Chúa tạo dựng cho đến bây giờ.

- Có lẽ Chúa đã "thổi" vào não trạng của con người những cái "thất tình, lục dục"* cho nên nhân loại mới có lắm chuyện "lùm xùm". Các loài động vật khác không có đủ cái "thất tình lục dục" nên chúng không có chuyện ghiền, chuyện tự tử...Và ngàn đời vẫn an nhàn hưởng thụ những cái trời cho - có sẵn trong thiên nhiên.

- Chỉ có con người "lắm chuyện" mới sinh tật "ghiền": thuốc lá, cà phê, rượu, chè, cờ bạc...Đó là cái "ghiền" thông thường ngày trước, thế hệ trẻ bây giờ thì thêm ghiền xì ke, ma túy, chất fentanyl hay ghiền chơi game ...

- Nói chung, không ghiền thứ nọ thì ghiền thứ kia. Đó là cái tật khó cấm! Khi nào con người cảm thấy có cái gì đó mới mẻ, hấp dẫn hơn thì thứ gây nghiện cũ sẽ bị đào thải để tiếp nhận thứ gây nghiện mới.

- Ngày nay, nạn hút thuốc lá vẫn còn, dù biết nó rất độc hại, nhưng không thể cấm vì trong xã hội chưa có một thứ gì hấp dẫn hơn để thay thế hơi khói thuốc lá.

- Có nhiều giai thoại về khói thuốc, nghe vừa hài hước vừa chua chát. Lâu rồi, chuyện một anh nông dân quyết tâm bỏ hút thuốc lào, nhưng cái ma lực của cơn ghiền đã làm anh ta nhụt chí, nên trong dân gian mới lưu truyền câu ca dao: *"Tổ cha cái điếu thuốc lào - Đã chôn điếu xuống lại đào điếu lên."*

Ngày nay cũng không thiếu những chuyện nghe khó tin mà có thật, như:

Chuyện trong trại tập trung cải tạo của cộng sản: đói triền miên, miếng ăn là quý. Nhưng có những anh tù, khi nhận cái bánh bột mì luộc bằng nắm tay, cắt ra làm tám. Đem 1/8 lát bánh mì đổi lấy mấy "bi" thuốc lào. Cái bao tử có lép đi một chút, nhưng khi "phi" điếu thuốc lào, anh ta cảm thấy lâng lâng, quên hết sự đời …

Chuyện nhà văn Mai Thảo khi nằm trong nhà thương đến hồi suy kiệt, bạn bè đến thăm, hỏi ông muốn ăn uống thứ gì? Ông lắc đầu, chỉ yêu cầu được hít một hơi thuốc lá.

Thế mới biết, con người là một sinh vật phức tạp và nhiêu khê - cái bao tử cần ăn, cái đầu cần hút! Ăn để sống! Hút để vui!

Buổi sáng hôm ấy, hai ông già miên man chuyện đời - không có hồi kết và quên hết thời gian. Đến lúc chia tay, đồng hồ đã điểm mười hai giờ. Bên ngoài, nắng hè gay gắt đổ xuống bãi đậu xe, nóng như hơ! Hai ông già vội vã bắt tay, hẹn tuần tới đi uống cà phê sẽ bàn tiếp chuyện hút thuốc lá.

Sáng thứ Bảy tuần sau, hai ông già vô công rỗi nghề rủ nhau đến quán cà phê quen thuộc. Nhưng lần này trông có vẻ khác thường — trên bàn thiếu bao thuốc lá và cái hộp quẹt.

Ông kia có vẻ ngạc nhiên, định hỏi thì ông "ghiền" khoa tay bảo : "Mấy tháng nữa tôi có cháu nội rồi, bỏ hút thuốc để được bế cháu nội ông à…"

Hai ông già ôm nhau cười thoải mái …

Tháng 6- 2025

** Lấy ý từ câu: "Quảng Nam hay cải, Quảng Ngãi kỳ co, Bình Định hay lo, Thừa Thiên ních hết. (Thừa Thiên - Huế là kinh đô nhà Nguyễn)*

** Thất tình: "hỷ, nộ, ái, ố, ai, lạc, dục"*

**Lục dục : "sắc, thính, hương, vị, xúc, pháp"*

CHUYỆN CHỮ NGHĨA

Ông Hoài ơi! Ông gởi cho tôi bài viết "Chữ Cộng Sản" của Đoàn Xuân Thu làm tôi "ngứa bút".

Trước 1975, khi được thuyên chuyển về Khối Giáo dục Chính trị ở Cục Chính huấn, nhiệm vụ của tôi là viết truyền đơn, khẩu hiệu, biểu ngữ, nên phải tìm những chữ "dao to búa lớn". Ngoài ra, còn phải viết những bài liên quan đến thời sự chính trị như Hiệp định Ba Lê; biển đảo Hoàng Sa, Trường Sa; các phong tục, tập quán và tín ngưỡng của người Campuchia...v.v... qua hình thức như một bài bình luận, phiếm luận hay khảo luận.Phải "giả dạng thường dân" — dấu "cái đuôi" của cán bộ tuyên truyền cho bài viết có vẻ khách quan.

Thú thực, làm công việc này chẳng hứng thú gì - viết "cương" bị chúng chửi; viết "phiếm" chọc chúng thù; viết "sai" thì bị các quan lớn cho đi chỗ khác chơi. Thời ấy, viết một bài khảo luận phải đi tìm tài liệu mờ người ở các thư viện, chứ không phải sướng như bây giờ, chỉ bấm hỏi "ông Google" sẽ ra một đống dữ liệu - tha hồ tham khảo.

Sau năm 1975, ở trong tù, chỉ tìm cách "cải thiện" cho cái bao tử bớt "quậy" để được sinh tồn. Khi sang Mỹ, tôi lo kiếm tiền để ổn định đời sống và lo cho việc học hành của con cái. Chuyện chữ nghĩa cho đi chỗ khác chơi.

Nay con cái đã thành đạt, đời sống vật chất tạm đủ, lại nghĩ đến cái thân già - làm sao cho bớt "lú"- Thế là tôi viết lại cho cái đầu có việc làm.

Tôi chán viết bình luận, khảo luận hay phiếm luận, mặc dù trước đây là cái "nghề" của tôi. Bây giờ, tôi chọn viết "truyện ngắn" — mô tả thực trạng xã hội hoặc tưởng tượng những chuyện liên quan đến con người. Truyện hay được người ta đọc - mình vui;truyện dở người ta vứt vào sọt rác - chẳng ai thắc mắc lôi thôi. Thế là cái tâm của mình được an lạc.

Khi viết vài truyện ngắn đầu tiên, tôi đưa cho

nhà văn Uyên Thao xem (ông Uyên Thao là người quen biết tôi từ lúc làm báo Sóng Thần). Ông ta bảo: "Đây là lối viết 'truyện ký' chứ chưa phải là truyện ngắn và văn phong còn đậm nét tuyên truyền." Tôi cũng nhờ các bạn thân đọc để góp ý, phê bình cho các truyện ký của tôi được cải tiến…

Vì thế, tôi rất quan tâm đến chuyện chữ nghĩa.

Từ lâu, nhiều người đã đề cập đến vấn đề: "Giữ cho tiếng Việt trong sáng". Nhưng oái oăm thay cái "ý thức hệ chính trị" chen vào làm cho tiếng Việt không những mất vẻ trong sáng mà còn sinh ra lắm chuyện trớ trêu.

Có những người cực đoan, phản đối dùng những chữ mà phía bên kia đã dùng, dù cho ý nghĩa của nó rất chính xác và hay về vần điệu, nhưng vì cố chấp, cứ giữ chữ "phe ta", nhất định không dùng chữ "phe địch" - mặc dù "địch" với "ta" tuy hai mà một về mặt ngôn ngữ vì có truyền thống dân tộc lâu đời và cùng chung tiếng mẹ đẻ.

Nhớ lại những ngày sau 1975, mấy ông cộng sản miền Bắc đem vào miền Nam nhiều tiếng rất lạ như: khẩn trương, hồ hởi phấn khởi, đăng ký, hộ khẩu… Dân miền Nam mới nghe thấy lạ, nghe riết thành quen và hiểu ý nghĩa. Và rồi thừa thắng xông lên, mấy ông Việt cộng muốn làm một cuộc "cách mạng rốt ráo" - "đổi mới tư duy", nên cố triệt tiêu những di sản văn hóa của Miền Nam dưới nhiều hình thức như: đốt sách, đổi tên đường, đổi tên nhiều cơ sở đâm ra "lố bịch". Lấy một thí dụ: Bảo Sanh Viện Từ Dũ đổi thành "Xưởng Đẻ Từ Dũ"* làm dân Sài Gòn "ú ớ!"

Về phía những người Việt tỵ nạn cộng sản đang sinh sống ở nước ngoài cũng cực đoan không kém. Đôi khi các nhà làm truyền thông, báo chí vô tình lặp lại những chữ mà Việt cộng thường dùng hoặc cố ý dùng đúng những từ ngữ có ý nghĩa, dù Việt cộng đã dùng thì tức khắc bị một số người Việt trong cộng đồng tỵ nạn cộng sản "chụp" ngay cái "nón cối" lên đầu. Và rồi, tờ báo hay cơ quan truyền thông đó bị tẩy chay. Có một dạo, phong trào "chụp nón cối" lên cao làm cho người ta có cảm tưởng: ra ngõ là gặp "Vi Xi - VC".

Người Việt mình thường mang cái tật: đả kích chứ không chịu đả thông; cố chấp chứ không chịu cởi mở; cực đoan chứ không chịu dung hòa. Đó là cái bệnh làm cho văn hóa thiếu khởi sắc và ngôn ngữ kém phong phú, nếu không muốn nói, làm cho nó "nghèo" đi.

Phải để cho văn hóa và ngôn ngữ mang tính độc lập và khách quan.

Nói như ông Đoàn Xuân Thu, tôi đồng ý : "*Tháng Tư, năm 1975, CSBV xâm lược chiếm được nước VNCH. Cùng với những thay đổi lớn về chính trị và xã hội, tiếng Việt cũng trải qua nhiều biến chuyển. Có chữ mới ra đời. Có hay, có dở - "**Hay sống dai. Dở chết yểu.***"(hết trích)

Trước năm 1975, dân miền Nam cũng dùng nhiều tiếng lóng như: "xịn" có nghĩa là đồ tốt; "cà chớn" là lếu láo; "bề hội đồng", "bỏ đi Tám" ...v.v...

Tiếng "Bà Tám" hay "bỏ đi Tám" — trước kia tôi rất thích dùng tiếng này. Khi gặp thằng bạn hay nói nhiều, nói linh tinh, tôi bảo: "Bỏ đi, Tám!"

Ở đây, tôi không viết bài khảo cứu về ngôn ngữ mà chỉ thảo luận về "vấn đề sinh ngữ" để chúng ta có nhận định thông thoáng và cởi mở hơn khi bắt gặp một số chữ mới được nhà văn, nhà báo hay người làm truyền thông sử dụng.

Sinh ngữ chính là một thuật ngữ của ngôn ngữ, được loài người sử dụng để truyền đạt những ý nghĩ trong khi giao tiếp để hiểu nhau qua tiếng nói.

Qua thời gian, ngôn ngữ có thêm chữ mới và

một số biến mất (cổ ngữ) theo trào lưu tiến hóa của xã hội. Bởi thế, người ta thường bảo: "Sinh ngữ là ngôn ngữ sống", đang được con người sử dụng hằng ngày trong cuộc sống.

Khi đọc các tiểu thuyết trước thời kỳ tiền chiến (những năm 1930–1945) như Ngọn Cỏ Gió Đùa của Hồ Biểu Chánh hay tác phẩm Tố Tâm của Hoàng Ngọc Phách, ta sẽ bắt gặp những chữ ngày nay ít người dùng (cổ ngữ) vì khó hiểu. Và khi đọc một số tác phẩm đương thời, các tác giả dùng những chữ rất mới lạ — ta phải xem xét cái "ngữ cảnh", tức là bối cảnh xã hội bao quanh nó, mới hiểu hết ý nghĩa.

Cho nên chúng ta cần tỉnh táo và tôi đồng ý với cái kết luận trong bài "Chữ Cộng Sản" của ông Đoàn Xuân Thu là: *"CS không có khả năng làm ra chữ. Ông bà mình mới làm ra chữ và chữ nó hay. Mình phải ráng dùng cho trúng."*

Ta thử xem ông bà mình đã làm ra chữ nghĩa như thế nào?

Ở đây tôi chỉ nêu lên tiến trình hình thành ngôn ngữ và chữ viết của tổ tiên một cách giản lược, chứ không chuyên khảo về ngôn ngữ Việt. Tiến trình đó trải qua năm giai đoạn:

1- Thời kỳ nguyên thủy không có hệ thống chữ viết riêng, nhưng có tiếng nói riêng.

2- Thời kỳ chữ Hán (漢字 Hán tự) từ thế kỷ thứ 1 đến thế kỷ thứ 12. Trong hơn ngàn năm Bắc thuộc, chữ Hán được dùng trong hành chánh, thi cử, văn học, tôn giáo.

3- Thời kỳ Hán Nôm từ thế kỷ 13 đến Thế kỷ 19, Tổ tiên ta sáng tạo ra chữ Nôm, kết hợp chữ Hán và bộ phận tạo âm để ghi lại tiếng Việt và được dùng rộng rãi trong văn học dân gian, thơ, truyện như: Truyện Kiều của Nguyễn Du, Lục Vân Tiên của Nguyễn Đình Chiểu; Chinh Phụ Ngâm, Cung Oán Ngâm Khúc…v…v… Người ta gọi đó là thời kỳ Nho học.

4- Chữ Quốc ngữ bắt đầu hình thành từ thế kỷ 17 - các giáo sĩ Kitô giáo người Bồ Đào Nha, Ý, Pháp - khởi đầu là giáo sĩ Francisco de Pina, tiếp theo là giáo sĩ Alexandre de Rhodes, là người có công lớn nhất trong việc sáng tạo, dùng mẫu tự Latinh với cách ghi dấu âm sắc để ghi âm tiếng Việt. Ban đầu dùng cho việc giảng đạo, sau đó lan ra giáo dục và báo chí.

5- Chữ Quốc ngữ hiện tại được bắt đầu từ thế kỷ 20 đến nay. Khi đặt được nền đô hộ trên nước ta, thực dân Pháp bắt buộc dùng chữ Quốc ngữ trong giáo dục, hành chánh và thi cử. Giới trí thức Việt Nam như Trương Vĩnh Ký, Huỳnh Tịnh Của góp phần truyền bá chữ Quốc ngữ. Và ngày nay, nó trở thành hệ thống chữ viết chính thức cho cả nước.

Xét thấy, trong một ngàn năm Bắc thuộc, người Tàu cố dùng chữ Hán để đồng hóa văn hóa và ngôn ngữ của nước ta, nhưng họ đã thất bại trước tinh thần tự chủ của dân tộc Việt Nam và tổ tiên ta đã "đồng hóa" chữ Hán thành ngôn ngữ Việt qua chuyển tải và tiếp nối của Nho học thành chữ có gốc Hán-Việt trong chữ Quốc ngữ. Ngày nay ngữ vựng tiếng Việt gốc Hán chiếm đa số trong văn viết và đã trở thành ngôn ngữ thuần Việt, như:

Chính trị (政治), Quốc gia (國家), Quan lại (官吏), Triều đình (朝廷), Hiến pháp (憲法), Chế độ (制度) .....

Có một số ít người Việt muốn loại bỏ những từ gốc Hán ra khỏi chữ Quốc ngữ. Nhưng điều đó không thể và không nên, vì từ ngữ Hán-Việt đã là thành phần cấu trúc ổn định, cốt lõi, phong phú và riêng biệt của tiếng Việt - đọc theo âm Việt, hiểu theo cách Việt, dùng trong bối cảnh Việt, và chúng đã chiếm đến sáu, bảy mươi phần trăm ngôn ngữ

Việt.

Người Nhật cũng dùng chữ Hán (Kanji) nhưng đọc theo cách Nhật; người Đại Hàn dùng Hanja (chữ Hàn gốc Hán) nhưng phát âm tiếng Hàn. Họ đâu có mất gốc và lệ thuộc vào chữ Hán của Trung Quốc trên phương diện văn hóa.

Trước đây, khi đất nước còn chia cắt (1954-1975), người miền Nam (Quốc gia) và người miền Bắc (Cộng sản) từng cố ý sử dụng từ ngữ khác nhau để chỉ cùng khái niệm về ý nghĩa và sự việc. Điều này phản ánh không chỉ sự khác biệt ngôn ngữ (tiếng nói) mà còn biểu lộ ý thức hệ chính trị. Nêu lên một số thí dụ:

Chữ Miền Bắc (Cộng sản) Chữ Miền Nam (Quốc gia)

máy bay lên thẳng= trực thăng(直 昇)

tham quan (參 觀)= thăm viếng

khẩn trương= nhanh lên

sự cố = trở ngại bất ngờ

sân bay= phi trường

Xem ra hai ông miền Bắc và miền Nam "nói khác mà chơi" chứ cả hai đều không bỏ được những từ ngữ có gốc Hán-Việt.

Từ ngày đất nước hết cảnh phân chia, lại xảy ra cái cảnh "tán phét mà chơi" - ông "trong" chê ông "ngoài" mất gốc; ông "ngoài" chê ông "trong" lệ thuộc quan thầy (trong là người trong nước, ngoài là người ở nước ngoài).

Rồi một ngày, cả hai ông đều buồn ngơ ngẩn khi thấy cái tiếng của mình hay dùng bỗng biến mất - không ai nói nữa! Đã nói sinh ngữ là ngôn ngữ sống được sinh ra để đáp ứng nhu cầu tiến hóa của xã hội loài người. Cho nên nó phải biến hóa cho phù hợp với hiện trạng xã hội. Nếu không, nó sẽ chết yểu và trở thành cổ ngữ.

Ngoài ra, ngoại ngữ đã giúp tiếng Việt thêm phong phú khi đã Việt hoá một cách sống động và nói một cách nhuần nhuyễn như:

- Tiếng Pháp: chữ garage biến ra tiếng Việt là "ga ra", moteur thành "mô tơ", chef thành "sếp", mode thành "mốt", crème thành "cà rem"…

- Tiếng Anh: OK thành "ô kê", show thành "sô". Sexy thành "xéc xi", beby thành "bé by", game thành "ghêm", video thành vi đi ô....

- Tiếng gốc Chăm (Chàm): Panduranga thành "Phan Rang", Hamu Lithit thành "Phan Thiết", Ea Dran thành "Nha Trang",Da Nak thành "Đà Nẵng"....

- Tiếng Ấn Độ: kari thành "cà ri", qahwa thành "cà phê"(café tiếng Pháp), cha (tiếng Phạn cổ, Trung Hoa mượn lại gọi là trà) đến Việt Nam thành "chè"...

- Tiếng Miên (Khmer): gốc Miên nói salôn (salon - tiếng Pháp) Việt hóa thành "sa-lông"(chỗ tụ họp - phòng khách), karan thành "cà ràng" (bếp lò đất nung dùng nấu ăn), Krama thành "xà rông", Tuk Kha-mau thành "Cà Mau", Srok Khleang thành "Sóc Trăng"...

Nêu lên một số thí dụ để thấy rằng ngôn ngữ là một sinh ngữ sống động, không ngừng tiếp nhận, biến đổi và thích nghi theo thời gian và dòng chảy trong giao lưu văn hóa. Cho nên cứ để nó phát triển theo nhu cầu.

Có một số người "khó tính" đang ở nước ngoài khi bắt gặp những từ ngữ rất hay nhưng bị một số người viết báo trong nước lạm dụng, làm cho họ có "dị ứng" với nó và rồi chối bỏ không dùng nữa thì rất uổng và thiệt thòi, như những chữ: hoành tráng, ấn tượng, bức xúc, nhạy cảm…v.v.

Ngày nay, một số người viết báo muốn khoa trương chữ nghĩa- chơi nổi, dùng chữ lạ…Nên ta thấy các chữ: hoành tráng, bức xúc, nhạy cảm, ấn tượng dùng không đúng chỗ làm cho nó trở thành sáo ngữ, vô duyên, vô nghĩa, như: cô dâu mặc áo cưới đẹp thì viết cô dâu mặc chiếc áo cưới "hoành tráng"; khi một chuyện nhỏ nhặt bực mình cũng dùng chữ 'bức xúc"...

Còn một điểm độc đáo trong ngôn ngữ Việt Nam là "nói lái".

Các cụ đồ nho ngày xưa chơi chữ qua nói lái rất thâm thúy. Xin nhắc lại câu chuyện nhiều người đã nghe về bức hoành phi khắc bốn chữ nho rất đẹp "Đại Điểm Quần Thần" do một tay thâm nho tặng cho Thủ hiến Nguyễn Văn Tâm thời Pháp thuộc. Nguyễn Văn Tâm khoái lắm! Nhưng chuyển qua nghĩa chữ Quốc ngữ từng chữ: Đại là **To**, Điểm là **Chấm**, quần thần là **Bầy Tôi -** Vậy ra nghĩa chữ Nôm là: "Bầy Tôi To Chấm." Nói lái chữ: ***Bầy tôi*** là ***Bồi Tây,To Chấm*** là ***Tâm Chó***. Khi hiểu ra, Nguyễn Văn Tâm giận lắm và cho hủy bức hoành phi.

Trong tuyên truyền cũng có bài thơ nói lái rất hay, như:

"*Chú phỉnh* tôi rồi, *chính phủ* ơi!
Chú khiêng lên hết *chiến khu* rồi.
Thi đua chi nữa *thua đi* mãi
Kháng chiến chi hoài *khiến chán* thôi!"

Nói lái bằng thơ, có thể xếp bà Hồ Xuân Hương vào hàng cự phách. Khi chọc phá các nhà sư, Bà làm thơ:

"Thuyền từ cũng muốn về Tây Trúc
Trái gió cho nên phải ***lộn lèo***
Quán Sứ sao mà cảnh vắng teo
Hỏi thăm Sư Cụ ***đáo nơi neo****?"*

Trong văn xuôi, Cụ Vương Hồng Sển cũng là một tay nói lái có duyên. Trong một truyện ngắn, Cụ kể: "Khi đi du lịch sang Nhật với người bạn Pháp, vào khách sạn có những chiếc áo kimono màu mè rất đẹp, họ mặc thử - vừa xỏ tay vào, cái thân bồ tượng áo che không khuất - trống trước, trống sau - đứa nọ "lù coi", đứa kia "lắc cọ"..."

Trong dân gian, khi tán gẫu chuyện đời, người ta cũng hay chêm vài tiếng nói lái cho có vẻ hóm hỉnh, nhẹ nhàng... như mời ăn món "mộc tồn".

Chữ nho mộc là cây, tồn là còn. Vậy "mộc tồn" là "cây còn" — nói lái thành " con cầy" là mời ăn thịt chó, hay nói "hạ cờ tây — hạ cầy tơ". Ngày Tết, các ông già hỏi thăm nhau, họ bảo: "chả thấy gì" — nói lái thành "chỉ thấy già".

Ngoài nói lái, còn có những tiếng "lóng".Tiếng lóng là cách nói riêng trong một tầng lớp hoặc nhóm người nào đó, nhằm chỉ để nói và hiểu nhau trong nội bộ. Nhưng rồi nó cũng lan truyền trong dân gian.

Ngày nay, trong nước có rất nhiều tiếng lóng, nếu không theo dõi thì khó hiểu hết ý nghĩa của câu chuyện, như "**đi phượt**" là đi du lịch bụi đời (lúc đầu nó là tiếng lóng, bây giờ trở thành từ thông dụng). Năm ngoái, đứa cháu mời tôi về thăm quê hương. Nó nói: "Về chơi một chuyến, chú ơi — ***đẹp bao la!".*** Thỉnh thoảng nó chêm tiếng "bao la" vào — tôi không hiểu hết. Còn những tiếng như: xui xẻo thì nói "xu cà na"; tố cáo hành vi xấu thì nói "bóc phốt"...

Bây giờ trở lại chuyện dùng tiếng lóng. Tôi đố ông Hoài tại sao người ta không nói: " bỏ đi Bà Năm, Bà Sáu" mà cứ bảo: "bỏ đi Bà Tám."

Nếu nghĩ chưa ra, thì pha ly cà phê nhâm nhi

suy nghĩ… nếu còn bí thì xem "dân mạng" trả lời có hợp lý không.

Vốn tiếng "bỏ đi tám" có ý bảo những tay hay nói nhiều hãy ngưng đi. Như khi nghe bà vợ càm ràm một chuyện gì đó, mình không muốn nghe mà bả cứ nói miết — giận quá, nổi nóng mà nói: "Bà đừng nói nữa, tui chán lắm rồi" thì sinh chuyện ngay. Nhưng nói: "Bỏ đi, Tám.". Bà vợ biết ý, ngưng nói và bữa cơm chiều vẫn ngon lành.

Tôi cố tìm hiểu cái ý nghĩa sâu xa và ngọt ngào của tiếng "bỏ đi Tám". Nên thấy có người đưa lên mạng như thế này: "Trước năm 1975, trên ra-đi-ô có chương trình 'Bà Tám' kể chuyện linh tinh cho con nít nghe." Có người bảo hồi xưa có tổng đài 108 chuyên trả lời mọi thắc mắc trên đời. Cho nên lấy tên " Tám"

Nhưng hai giả thuyết trên không thuyết phục bằng bài viết của một tay chuyên viết chuyện phiếm, tôi đọc được ở đâu đó, lâu ngày quên tên tác giả, nhưng nghe rất có lý.

Chuyện rằng: Người Sài Gòn xưa định danh giai cấp như sau:

1- Thứ nhất là quan quyền

2- Thứ hai: người có học - thầy thông, thầy ký.

3- Thứ ba : giới thương gia giàu có (Ba Tàu)

4- Thứ tư: đại ca trong giới giang hồ - tuy kiếm sống bằng nghề đâm thuê chém mướn, nhưng giữ đạo nghĩa.

5- Thứ năm: giới lưu manh, móc túi, mại dâm…

6- Thứ sáu : Cảnh sát, Phú Lít, Mã Tà.

7- Thứ bảy: dân Chà và Ấn Độ chuyên cho vay tiền và bán vải.

8- Thứ tám: Thành phần dân chúng đông đảo nhất trong xã hội, làm đủ thứ nghề tay chân lao động. Họ không ăn trắng mặc trơn như thầy thông, thầy ký; không giàu có như Ba Tàu; không bặm trợn như dân dao búa… Do đó, họ yếu thế hơn. Mỗi khi gặp chuyện bất hòa, họ thường khuyên nhau nhường nhịn — có tranh cãi cũng không hơn ai, nên dĩ hòa vi quý… Và rồi người Sài Gòn nói gọn thôi: "Bỏ đi, Tám!"

Viết đến đây, tôi hình dung ra hình ảnh của ông: thần thái chán nản, đôi mắt lờ đờ, không còn muốn đọc chuyện của "bạn ta" bàn về chữ nghĩa nữa, và miệng ông lẩm bẩm: "Thôi, bỏ đi, Tám!" Vậy tôi chấm dứt ở đây. Chúc ngủ ngon…

(Tháng 7- 2025)

**Chuyện đổi tên này thì người bảo có, kẻ nói không. Tìm trên Wikipedia tiếng Việt được biết lịch sử hình thành bệnh viện này từ năm 1923 - mang những tên khác nhau qua từng thời đại: Đầu tiên mang tên:Bảo Sanh Viện Đông Dương (Maternité Indochinoise)... Đến năm 1948, được đổi tên thành Bảo Sanh Viện Từ Dũ cho đến năm 1975. Đến ngày 8-4-2004, bệnh viện được đổi tên thành Bệnh viện Từ Dũ. Trong khoảng thời gian từ năm 1975 đến 2004, không thấy Wikipedia nêu tên gì. Nhưng rất nhiều bài viết cho biết: Từ năm 1978, Bảo Sanh Viện Từ Dũ đổi tên là "Xưởng Đẻ Từ Dũ" cho đến ngày 8-4-2004 mới đổi tên là Bệnh viện Từ Dũ. Như vậy, bệnh viện này có 26 năm mang tên "XƯỞNG ĐẺ TỪ DŨ".*

CHƯA TÌM ĐƯỢC CÂU TRẢ LỜI

Mấy hôm nay, người ta bàn ra, tán vào… bình luận, khen chê về phim "Mưa Đỏ" đang chiếu ở trong nước. Sự đời lắm nỗi thị phi - đó là chuyện thường tình! Cho nên tôi lắng nghe từ mọi phía.

Bố cục, kỹ thuật quay phim và cách diễn xuất của các tài tử làm cho khán giả cảm thấy hay hay dở là do cảm nhận của mỗi người. Xin miễn bàn!

Nhưng phim Mưa Đỏ có liên quan đến lịch sử Việt Nam cận đại, trong đó cho thấy hằng vạn sinh linh đã bỏ mình trong các trận đánh đẫm máu chung quanh Cổ thành Quảng Trị - gợi lại trong tôi nỗi đau lòng.

Từ lâu, tôi đã nghĩ rằng dân tộc tôi không thiếu những người tài ba, mưu lược, nhưng thiếu những chính trị gia có lòng nhân ái và đặt quốc gia và tinh thần dân tộc lên trên quyền lợi của đảng phái.

Nếu dân tộc tôi có được một người lãnh đạo như Gandhi của Ấn Độ hay Nelson Mandela của Nam Phi thì có thể đất nước tôi không xảy ra "một cuộc chiến tranh phi lý - không cần thiết" kéo dài đến ba mươi năm.

Hãy quên nó đi và coi nó như tai họa của dân tộc. Tôi từng nhủ lòng như thế!

Bây giờ, thấy trong nước chiếu bộ phim "Mưa Đỏ". Tôi tự hỏi:

- Để nung nấu lòng căm thù và lòng yêu nước cho con dân Việt Nam chăng?

Tôi nghĩ: không phải! Nếu những người làm phim có ý tưởng đó thì họ dựng lại bộ phim "Chiến tranh biên giới Việt-Trung năm 1979" sẽ có ý nghĩa hơn nhiều.

- Để khơi dậy niềm tự hào dân tộc và vinh danh những người đã từng tham dự trận đánh ở Cổ thành Quảng Trị chăng?

Tôi nghĩ sẽ không đạt được! Lịch sử đã ghi lại đất nước Việt Nam có hai lần chia cắt: lần thứ nhất do Trịnh - Nguyễn phân tranh, lấy sông Gianh phân chia cương thổ và nòi giống, vào năm 1672.Lần thứ hai, sông Bến Hải được lấy làm ranh giới chia đôi đất nước qua Hiệp định Genève 1954 giữa hai phe Quốc gia và Cộng sản. Cả hai lần chia cắt đều để lại đau thương, ô nhục trong lịch sử nước nhà.

Hãy nghe Đằng Phương (Gs Nguyễn Ngọc Huy) ngậm ngùi qua bài thơ "Hận Sông Gianh":

Đây sông Gianh, đây biên cương thống khổ
Đây sa trường, đây nấm mộ dân Nam
Đây dòng sông, dòng máu Việt còn loang
Đây cổ mộ xương tàn xưa chất đống,

Và còn đấy hận phân chia nòi giống
Và còn đây cơn ác mộng tương tàn
Và còn đây hồn dân Việt thác oan
Bao thế hệ chưa tan niềm uất hận
Ôi Việt Nam cùng Việt Nam gây hấn
Muôn đời sau để hận cho dòng sông
Mộng bá vương Trịnh Nguyễn có còn không?
Nhục nội chiến non sông còn in vết
Đây sông Gianh nơi nồi da xáo thịt

Nơi con Hồng tàn phá giống Lạc Hồng
Nơi máu hồng nhuộm đỏ sóng dòng sông
Máu nhơ bẩn muôn đời không rửa sạch.

- Làm phim "Mưa Đỏ" để ca ngợi sự anh hùng của các chiến binh miền Bắc và vinh quang cho Đảng Cộng sản Trong công cuộc giành độc lập và thống nhất đất nước chăng?

Tôi nghĩ: sẽ không có tác dụng, mà còn phơi bày cho người ta thấy ai là kẻ đã làm cho đất nước bị phân chia Nam Bắc. Cứ xem lại từng trang sử Việt, phân tích và suy nghĩ cho kỹ sẽ thấy tại sao sau Đệ Nhị Thế Chiến, phong trào giải thể chế độ Thực dân bùng lên, nhiều quốc gia Á Phi giành được độc lập không tốn xương máu và họ xây dựng quốc gia trong hòa bình thịnh vượng thì Việt Nam lâm vào cảnh chiến tranh điêu linh, nhân dân thống khổ... để rồi đưa đến sự chia cắt đất nước năm 1954.

Hãy xem bên lề Hội nghị Genève năm 1954, phái đoàn Việt Nam Dân Chủ Cộng Hòa (phe Cộng Sản) ký vào văn bản chia đôi đất nước, còn phái đoàn Quốc Gia Việt Nam (phe Quốc gia) không ký vào văn bản - cả hai đều rơi nước mắt! Hai dòng nước mắt tuy khác nỗi niềm nhưng cùng chung bi kịch: Vận mệnh dân tộc Việt Nam không hoàn toàn do người Việt quyết định.

Hãy tìm hiểu Chu Ân Lai đã thúc ép phái đoàn Bắc Việt như thế nào trong Hội nghị Geneva 1954 và trước đó ông Phạm Văn Đồng đã gặp Chu Ân Lai ở Liễu Châu ra sao thì sẽ rõ hết nguồn cơn.

Soi cho kỹ để tìm thấy: ai là kẻ "tội đồ" của dân tộc.

Ba mươi năm chiến tranh thống khổ, huynh đệ tương tàn, đất nước điêu linh — vào thập niên 1975–1985, Việt Nam xếp vào hàng các quốc gia nghèo khổ nhất thế giới. Tại sao? Có số người bảo: Vì đế quốc, vì thực dân, vì chiến tranh… Đúng thôi! Thằng đế quốc, thằng thực dân nào chẳng tham tàn, hung hiểm - chúng muốn nhân dân ta chia rẽ để dễ bề thống trị … và gây chiến tranh để thủ lợi.

Xem lại lịch sử nước nhà, cho ta thấy: Ngày xưa ông cha ta lấy tình tự dân tộc làm gốc để tạo nên nội lực quốc gia qua sự đoàn kết toàn dân - một lòng chống giặc ngoại xâm. Nhưng từ khi có học thuyết chính trị ngoại lai Marx-Lenin xâm nhập vào nước ta với chủ trương đấu tranh để tiến lên chủ nghĩa cộng sản: không còn tư hữu, không còn giai cấp… và chủ trương đảng Cộng sản lãnh đạo cách mạng bạo lực lật đổ chế độ cũ để xây dựng nhà nước "vô sản chuyên chính".. . Điều đó đi ngược lại truyền thống dân tộc. Thế là có sự mâu thuẫn và chia rẽ giữa những người theo Chủ nghĩa Quốc gia Dân tộc và những người theo Chủ nghĩa Cộng sản. Từ đó, "cái thù trong, cái giặc ngoài thúc đẩy " đã đưa con dân Việt Nam đến một cuộc chiến huynh đệ tương tàn. Càng nói càng thấy đau lòng….

Ngày nào bao nhiêu chiến sĩ Điện Biên đã ngã xuống cho Hiệp định Genève 1954 được ký kết, chia đôi đất nước. Và rồi lịch sử oái oăm đã lặp lại! Hai mươi năm sau, hằng vạn thanh niên trai trẻ đã vùi chôn nơi chiến trường Quảng Trị, An Lộc, Bình Long để hỗ trợ việc thống nhất đất nước qua Hiệp định Ba Lê năm 1973.

Ai không biết "mưa bom của Mỹ, đạn pháo của Tàu, xe tăng của Nga" có sức tàn phá và hủy diệt sự sống của con người ghê gớm như thế nào. Vậy mà tháng 3-1972, các nhà lãnh đạo miền Bắc xua trên 30 ngàn quân vượt sông Bến Hải đánh chiếm tỉnh Quảng Trị với thiết giáp, pháo binh hạng nặng yểm trợ. Ngày đầu tiên, Bắc quân đã nã 10 ngàn quả đạn pháo vào thành phố Quảng Trị, bất kể sinh mạng của thường dân. Rồi tiếp theo là các trận chiến khốc liệt! Các cơ quan truyền thông ước tính từ 10 ngàn đến 15 ngàn quân Bắc Việt tử trận; 3 ngàn đến 5 ngàn lính VNCH hy sinh để lấy lại Cổ thành Quảng Trị vào ngày 16-9-1972; thường dân bị thương vong vì bom đạn của hai phía được ước tính từ 20 ngàn đến 25 ngàn.*

Ôi! Một con số thương vong khủng khiếp chỉ vì một lý do là lấy được một vài ưu thế trên bàn đàm phán ở Ba Lê (Paris)

Chỉ có những nhà lãnh đạo nhẫn tâm với đồng bào mình mới làm như thế. Cũng có thể nói chỉ những người mang bệnh tâm thần hoang tưởng có máu cuồng sát mới phát động cuộc tấn công biển người như vậy.

Trời ơi! Trung Quốc có hơn một tỷ người. Họ "nướng quân" bằng chiến thuật biển người, không kể đến sinh mạng của binh sĩ. Nhưng nước ta lúc đó, kể cả hai miền, chưa đến 60 triệu dân mà "rập" theo chiến thuật biển người của Trung Quốc dưới mưa bom, đạn pháo… Quả là một kiểu rập khuôn mù quáng và nhẫn tâm!

Một câu người đời hay nói, nghe có lý: "Có lẽ không bao giờ có chiến tranh nếu các chính trị gia phải cầm súng xông pha ngoài chiến trường."

- Bộ phim Mưa Đỏ gợi ý: Đốt nén nhang tưởng niệm và tri ân hàng vạn chiến sĩ Miền Bắc đã bị chôn vùi trong trận chiến Quảng Trị và bên dòng sông Thạch Hãn ở tuổi thanh xuân với lý tưởng "giải phóng Miền Nam, thống nhất đất nước".

Nhà thơ Lê Bá Dương thể hiện tình cảm và nỗi niềm của ông đối với đồng đội qua mấy câu thơ rất xúc động.

Đò lên Thạch Hãn… ơi… chèo nhẹ
Đáy sông còn đó, bạn tôi nằm
Có tuổi hai mươi thành sóng nước
Vỗ yên bờ bãi… mãi ngàn năm

Với tôi, phim Mưa Đỏ như một bản "hùng ca bi thảm". Cho nên tôi tôn trọng và xúc động trước những lời phát biểu hào hùng của các chiến sĩ của cả hai bên đã tham dự cuộc chiến Quảng Trị còn sống sót trở về. Nhưng khi nói đến "sự biết ơn" quân Bắc Việt tràn qua sông Bến Hải để "giải phóng Miền Nam - thống nhất đất nước" thì tôi "nghẹn", vì:

- Thực sự đa số người dân miền Nam không cần và không muốn quân miền Bắc vào giải phóng.

- Thống nhất đất nước là một nhu cầu của dân tộc. Nhưng có nhiều cách giải quyết, không nhất thiết phải gây chiến tranh để đem đến tang thương cho dân tộc. Nước Đức đã thống nhất trong hòa bình, nhân văn và đồng thuận. Nước Triều Tiên cũng chia đôi. Lãnh tụ Bắc Triều Tiên, Kim Jong Un, một tên có vẻ mang máu lạnh, nhưng bao nhiêu năm nay hắn chỉ đánh "võ mồm" chứ chưa nhẫn tâm khai chiến. Hắn biết chiến tranh sẽ đem đến đau thương cho đồng bào và dân tộc của hắn.

Chỉ có những nhà lãnh đạo Cộng sản Việt Nam vội vã, bất kể đau thương và sinh mạng của đồng bào, mới gây ra cuộc chiến tranh thảm khốc này. Thống nhất sớm làm gì để cho "Hằng triệu người vui mà cũng có hằng triệu kẻ buồn…" như ông cựu Thủ tướng của Việt Cộng - Võ Văn Kiệt - đã phát biểu.

Vội vã làm gì — thế hệ này còn bất đồng thì thế hệ kế tiếp sẽ tìm được đồng thuận để thống nhất đất nước. Đàn áp và bạo lực không phải là những lý tưởng tối ưu để theo đuổi.

Trước ngày miền Bắc xua trên 30 ngàn quân tràn qua sông Bến Hải để chiếm tỉnh Quảng Trị, đã có biết bao thanh niên rời bỏ ruộng vườn và nhiều sinh viên mười tám đôi mươi rời bỏ giảng đường hăng hái gia nhập đoàn quân nam tiến được kích động bởi lý tưởng: "Quyết tử cho Tổ quốc quyết sinh".

Nhưng than ôi! Cái Tổ quốc đó là "Tổ quốc của xã hội chủ nghĩa - của những người theo Chủ nghĩa Cộng sản" chứ không phải là "Tổ quốc của toàn thể dân tộc Việt Nam."

Trên 11 ngàn quân Bắc Việt đã nằm lại ở chiến trường Quảng Trị cho lý tưởng: "giải phóng Miền Nam - thống nhất đất nước", số còn lại chết thê thảm khi lui binh qua sông Thạch Hãn làm nhói tim thi sĩ Lê Bá Dương nên đã viết mấy câu thơ nhắn gởi:

"Đò lên Thạch Hãn... ơi... chèo nhẹ/ Đáy sông còn đó bạn tôi nằm."

Và hơn 3500 binh sĩ Việt Nam Cộng hòa cũng đã nằm xuống nơi đây vì lý tưởng "Bảo vệ tự do, dân chủ và toàn vẹn lãnh thổ cho Miền Nam." Cuối cùng Quân lực VNCH đã lấy lại được Cổ thành Quảng Trị và cắm cờ chiến thắng ngày 16-9-1972.

Ai đã gây ra cuộc chiến đẫm máu này? Ai đã dùng "chiến thuật biển người" đưa hàng vạn thanh niên vào lò lửa chiến tranh hủy diệt ấy?

Khi xem phim Mưa Đỏ, sẽ nhận ra sự sai lầm của các nhà lãnh đạo miền Bắc và họ đã để lại một di sản quá nhiều máu và nước mắt.

Xem phim Mưa Đỏ với cảnh máu chảy thịt rơi, thương vong khủng khiếp, khiến người ta day dứt phải đi tìm sự thật về "Trận đánh 81 ngày ở Cổ thành Quảng Trị".

Người ta đã thất vọng! Vì trong phim Mưa Đỏ có nhiều cảnh diễn ra không đúng sự thật (hư cấu quá mức). Sự thật về trận chiến chung quanh Cổ thành Quảng Trị khốc liệt và bi thảm hơn nhiều. Vậy Mưa Đỏ không có giá trị lịch sử để khơi lên niềm tự hào dân tộc mà nó gợi lại một ký ức đau buồn trong một giai đoạn lịch sử ô nhục của dân tộc như thời Trịnh - Nguyễn phân tranh.

"Ôi! Việt Nam cùng Việt Nam gây hấn.
Muôn đời sau để hận cho dòng sông.
Mộng bá vương Trịnh Nguyễn có còn không?
Nhục nội chiến non sông còn in vết..."

Tuy vậy, phim Mưa Đỏ đã khiến cho nhiều người rơi lệ — những giọt nước mắt ứa ra từ tiềm thức chất ngất đau thương. Nó khắc họa một trong những giai đoạn bi thảm của cả dân tộc - mẹ mất con, vợ mất chồng, con mất cha... Mưa Đỏ làm người ta khóc không chỉ vì thương những linh hồn tuổi trẻ, mà còn vì nhận ra cái giá quá đắt mà đất nước phải trả cho một cuộc chiến tranh huynh đệ tương tàn.

Có phải những điều nêu trên đã làm cho những người lãnh đạo chế độ hiện nay thấy được cái bất cập trong bộ phim Mưa Đỏ? Nó làm cho người xem không cảm thấy đó là bản "hùng ca" tuyên truyền cho chiến thắng hào hùng mà gợi lên cảm tưởng như một bài "ai điếu" dành cho một thế hệ đã hy sinh vô ích trong cuộc chiến tranh huynh đệ tương tàn.

Và có phải vì thế mà phim Mưa Đỏ ngưng chiếu ở các rạp từ ngày 29-9-2025, mặc dù đang ăn khách và đạt doanh thu rất cao - 700 tỷ đồng trong một tháng đầu trình chiếu ở các rạp trong nước?

(Tháng 10 - 2025)

**Con số ước tính qua báo chí - chưa có thống kê chính xác.*

ĐI TÌM CƠ MAY HẠNH PHÚC

Hạnh phúc là chữ được viết nhiều trong văn học và được người đời thường xuyên nhắc đến. Nhưng khi hỏi: hạnh phúc là gì và do đâu mà có thì chẳng biết trả lời làm sao cho trọn vẹn.

Từ xưa đến nay chưa thấy có một định nghĩa phổ quát nào về chữ hạnh phúc được mọi người đồng thuận.

Có người bảo: hạnh phúc là sự mãn nguyện một ước mơ, an vui trong cuộc sống; người khác nói: hạnh phúc không có tiêu chuẩn, không do ban phát, không mua bán hay đổi chác mà có. Nó là một trạng thái cảm xúc từ con tim của mỗi cá nhân trong khoảnh khắc làm người ta hài lòng với những gì hiện hữu - nó rất riêng tư và phát sinh từ sự tỉnh thức của tâm hồn…

Vậy, xem ra: đi tìm hạnh phúc ở tương lai với những mơ ước hay quay về quá khứ mà quên những giây phút hiện tại thì con người khó lòng bắt gặp hạnh phúc đích thực.

Nhớ lại những ngày đầu mới đến Hoa Kỳ, gia đình tôi được văn phòng An sinh Xã hội quận Fairfax, tiểu bang Virginia tìm cho chỗ ở trong khu chung cư đa số là người Mễ, Ấn Độ và dân Phi châu, trong đó có thêm hai gia đình người Việt Nam: gia đình ông Năm Đại Lãnh và gia đình ông giáo Lộc.

Trong môi trường có sự khác biệt về ngôn ngữ và tập quán, ba gia đình người Việt chúng tôi tìm đến với nhau trong tình đồng hương - chia sẻ vui buồn và hết lòng giúp đỡ lẫn nhau như anh em ruột thịt.

Thời đó, cách nay trên bốn mươi năm, những người Việt Nam tỵ nạn cộng sản đến Mỹ được hưởng những phúc lợi an sinh xã hội khá dồi dào, cộng với tấm lòng bác ái và hào sảng của người dân Hoa Kỳ giúp những người tỵ nạn sớm ổn định đời sống và nhìn thấy tương lai tốt đẹp trên đất nước có nhiều cơ hội để thực hiện những ước mơ.

Ông giáo Lộc nhờ khá tiếng Anh, sau ba tháng định cư, tìm được một chân bán hàng cho tiệm 7-Eleven - làm việc từ 6:00 giờ sáng đến 2:00 chiều. Sau đó, ông vào Đại học Cộng đồng (Community College) học ngành kế toán (accounting).

Hai vợ chồng chỉ có một đứa con trai duy nhất, trên bảy tuổi. Khi thằng con được xe buýt đón vào trường, bà Lộc đến làm phụ bếp cho một nhà hàng Việt Nam gần đó — kiếm thêm thu nhập. Sau giờ làm phụ bếp, bà đi học Anh văn (lớp ESL) để chuẩn bị xin học ngành y tá. Trước năm 1975, bà đã là một cán sự y tế điều dưỡng làm việc ở Quân y viện Nguyễn Huệ, Nha Trang. Nay ở Hoa Kỳ, bà mong muốn được làm công việc mà bà yêu thích. Ở Mỹ, học ra nghề y tá không dễ — bà biết, nhưng vẫn nuôi hy vọng.

Vậy là vợ chồng ông giáo Lộc đang đi tìm hạnh phúc ở tương lai.

Ngược lại, ông Năm Đại Lãnh luôn luôn có vẻ ưu tư.Những buổi chiều,ngồi trên ban công (balcony) của căn apartment, ở tầng ba, ông nhìn mông lung với ánh mắt đăm chiêu… thật buồn! Ông nhớ về những ngày hạnh phúc ở xóm chài Đại Lãnh. Ông nhớ biển!

Mùi xăng nhớt thoát ra từ những chiếc xe vội vã ra vào ở chỗ đậu xe dưới sân khu chung cư — khét lẹt! Làm ông khó chịu!

Ông Năm nhớ mùi biển mặn quê ông - sao mà đậm đà! Hít căng buồng phổi vẫn còn thèm cái mặn mòi của hơi nước biển.

Ông Năm thường bảo: Ở trong căn apartment hai phòng này, như chui vào cái hộp — ông cảm thấy tù túng! Ông nhớ căn nhà lộng gió ở làng chài Đại Lãnh. Ôi! Nó mát mẻ làm sao!

Cái máy quạt trần, hệ thống điều hoà không khí trong căn apartment này làm sao sánh được với cái mát mẻ của ngọn gió nam non - mỗi sáng thổi về từ núi cao Đèo Cả. Và ngọn gió nồm dìu dịu phảng phất mùi rong biển, thổi nhẹ qua khu rừng dương, tạo nên âm thanh vi vút như tiếng sáo diều, có lúc du dương như bản nhạc êm dịu của thiên nhiên ru ngon giấc ngủ vào những buổi trưa hè…

Nhiều lần ông Năm tự thán:Trên đất Mỹ này, khó lòng bắt gặp được ngọn gió nam non hay ngọn gió nồm như ở làng chài Đại Lãnh - quê ta!

Ông Năm còn bảo: Cái máy truyền hình (TV) ở đây vô dụng đối với ông. Tin tức phát ra tiếng Anh

— ông không hiểu! Còn chương trình giải trí với những bản nhạc disco làm ông nhức óc. Đôi khi xem video Paris By Night với những bài hát điệu bolero rất "mùi", ông vẫn thấy không hay bằng nghe giọng hò kéo lưới - mộc mạc nhưng rộn rã như tiếng lòng ngư phủ kéo lên món quà của biển - những mẻ lưới đầy cá …

Nhìn cái tủ lạnh, bên trong chứa thịt cá đông lạnh, ông nhớ đến nồi canh cá liệt - những con cá liệt vừa vớt lên từ biển nấu với cà chua - chỉ nêm chút muối, mắm và thêm vài cọng hành, ngò… Thế mà ngon tuyệt!

Ông cũng thường nói: "Cái hamburger không ngon bằng món cá nục kho mặn ăn với cháo trắng vào buổi sáng.

Ông nhắc đến những buổi chiều cả nhà quây quần bên lò than hồng, nướng những con cá ồ tươi rói quấn lá chuối, rồi xé ra cuốn với bánh tráng, rau sống chấm nước mắm nhỉ pha ớt, tỏi…Ôi! Nó ăn đứt món gà rán KFC (Kentucky Fried Chicken)."

Xem ra, ông Năm đang nhớ về quá khứ và tiếc nuối cái hạnh phúc của những ngày trước năm 1975 ở quê nhà. Hiện tại, thính giác, xúc giác, khứu giác, vị giác của ông chưa quen với phong thổ trên đất lạ quê người. Chỉ còn thị giác giúp ông thấy được sự tự do trên đất khách. Tuy vậy, ông luôn tư lự và đôi khi muốn quay về với làng chài Đại Lãnh.

Một hôm, tôi nghe ông Năm tâm sự:

- Nếu như không có cái ngày "Giải phóng 30-4-1975" thì tôi đâu có sang đây làm gì để đêm đêm đi rửa chén cho nhà hàng - một công việc tôi không thích tí nào; còn bà vợ phải ngồi may những lô áo thun thâu đêm suốt sáng…

Tôi muốn trở về với biển - với làng chài Đại Lãnh - quê tôi. Nhưng về, chắc gì mấy ông "cách mạng" để tôi sống yên thân với biển. Họ sẽ kết tội những người bỏ nước ra đi như tôi là thành phần phản quốc - sẽ bắt vào tù. Nhớ lại những ngày lên núi chăn dê trong trại cải tạo sau ngày gọi là "giải phóng" mà tởn đến già! Thôi đành sống kiếp tha hương…ông ạ!

Tôi hỏi ông Năm:

- Nghe kể hồi đó ông chỉ làm nghề chài lưới, không tham gia chính quyền hay quân đội trong chế độ cũ. Tại sao lại bị bắt vào trại cải tạo?

- Chỉ làm dân mà bị bắt đi cải tạo mới tức chớ! Tréo ngoe như chuyện Phong Thần chỉ xảy ra dưới chế độ cộng sản.

Ông Năm trả lời, rồi kể tiếp:

- Trước năm 1975, tôi nhận thằng Báo, con bà hàng xóm nghèo khổ làm con nuôi. Nó mồ côi cha từ lúc lên năm - mẹ con nó đùm bọc nuôi nhau. Khi thằng Báo vừa tròn mười tám tuổi - sợ thằng con bị bắt lính - bà mẹ mới đến tha thiết năn nỉ tôi cho nó theo ghe ra biển để trốn đi quân dịch. Thương tình mẹ góa, con côi, tôi nhận nó làm con nuôi, nhưng trả tiền công đầy đủ như những người bạn chài khác để nó nuôi mẹ già.

Khi ghe rời bãi, lênh đênh trên biển cả, không lo bị bắt đi lính. Khi ghe vào bãi, nếu có bố ráp, nó trốn trong hầm ghe.

Thời gian trôi qua, thằng Báo sống bình an bên mẹ già và vui với nghề chài lưới.

- Bỗng ngày 30-4-1975 ập đến - thằng Báo đổi đời!

Sáng hôm đó, nó mang băng đỏ trên cánh tay trái, tay phải cầm loa, hướng dẫn một đám người - đầu đội nón tai bèo, cổ quấn khăn rằn, chân mang dép râu, vai mang súng AK, đi khắp làng chài kêu gọi dân chúng bỏ bãi đến miếu thờ Cá Ông dự lễ

"Mừng Ngày Giải Phóng" và nghe chỉ thị của chính quyền mới.

Từ hôm ấy, thằng Báo trở thành "ông quan cách mạng" ngang xương. Nó không còn phải xuống ghe lo chuyện kéo lưới, chở xăng dầu ... Công việc của nó bây giờ không còn dùng đến chân tay mà chỉ sử dụng cái tai và cái miệng - cái tai để nghe các chỉ thị, còn cái miệng để loan truyền các chỉ thị của "cách mạng" để dân chúng chấp hành.

Một hôm, thằng Báo ghé qua nhà, nói với tôi: "Bây giờ nước nhà được giải phóng, nhân dân ta không còn bị Mỹ, Ngụy kìm kẹp, bóc lột nữa. Nước ta sẽ tiến nhanh, tiến mạnh lên chủ nghĩa xã hội - một xã hội công bằng, không còn cảnh người bóc lột người. Tài sản, vật tư chủ yếu thuộc sở hữu chung của toàn dân - nhân dân sẽ làm chủ đất nước. Trước tiên là phải cải tạo công thương nghiệp, đánh tư sản mại bản, chuyển các tư liệu sản xuất của tư nhân về cho nhân dân và nhà nước quản lý..."

Tôi nghe nó nói những tiếng lạ hoắc - không hiểu, nên hỏi: "Tư sản mại bản, tư liệu sản xuất.... là gì vậy mậy?" Nó trả lời: "Trên nói sao, tui nói lại vậy thôi...chứ rạch ròi chữ nghĩa làm chi thêm rắc rối! Cấp trên chỉ thị thế nào thì thi hành thế ấy thôi -

cụ thể là nay mai các ghe tàu, giàn lưới sẽ sung công đưa vào Hợp Tác Xã - làm ăn tập thể. Cấp trên ra chỉ thị cho các cán bộ địa phương bình chọn và chuẩn bị kiểm kê tài sản của các chủ ghe lớn. Ở xóm chài này, có ba gia đình bị xếp vào hạng tư sản mại bản, chiếm giữ tư liệu sản xuất và bóc lột sức lao động của dân chài. Tía biết ba gia đình đó là ai không?" - "Làm sao tao biết được!" Nó ghé vào tai tôi, nói nhỏ: " Tía là một, ông Ba Râu là hai, thứ ba ông Út Trọc. Đây là chuyện bí mật, tui chỉ cho tía biết, tía chớ nói lại với ai, nguy hiểm lắm."

Tôi nghe mà rụng rời tay chân, nhưng cũng cố lấy giọng bình tĩnh nói với nó: "Giỡn chơi sao mày? Tao đánh lưới hơn mười năm, không dám ăn, dám tiêu mới dành dụm mua được chiếc ghe bầu, bây giờ sung công ngang xương coi sao được mậy? Mày nhớ lại xem: những bạn ghe, ngay cả với mày, tao có bóc lột ai không?Tao cũng đổ mồ hôi, sôi nước mắt, ra biển kéo lưới như mọi người - mẻ được, mẻ không... Nhưng làm chủ ghe tao phải lo trả tiền công cho bạn chài - lúc lời, lúc lỗ... Mày biết quá mà! Có lúc tao sai mày đi vay tiền bên ngoại, trả lương cho bạn chài khi biển động lâu ngày để họ có cái ăn. Làm chủ ghe, nếu trời cho thì khấm khá, nếu mất mùa cá, coi như sạt nghiệp - đói cả đám! Chứ bóc lột nỗi gì?"

Thằng Báo có vẻ suy tư - hình như nó đang nhớ về quá khứ, nó nói với giọng buồn buồn: "Thì biết vậy, nhưng bây giờ thời kỳ cách mạng - phải đổi mới tư duy: Tài nguyên thiên nhiên phải thuộc về sở hữu của toàn dân - cá trên biển bây giờ cũng là của nhân dân đó. Cấp trên giải thích rằng các chủ ghe có tư liệu sản xuất, lợi dụng sức lao động của dân chài, ra biển bắt cá về bán làm giàu cho riêng mình. Bây giờ bắt họ phải hợp tác với nhân dân làm ăn tập thể - làm theo năng suất, hưởng theo nhu cầu! Như thế mọi người mới tìm được hạnh phúc dưới chế độ xã hội chủ nghĩa…"

Nghe nó nói mà ứa gan, tôi bảo: "Chim trời, cá nước là của nhân dân, vậy nhân dân ra biển hốt về, làm giàu… tại sao bắt các chủ ghe phải hợp tác với nhân dân, mà cái ghe đâu phải từ trên trời rơi xuống hay của nhân dân đóng góp - nó là mồ hôi, nước mắt, là sự chắt chiu, cần kiệm bao năm mới mua được chiếc ghe. Bây giờ, bắt vào hợp tác xã - ăn đều chia đủ - là nghĩa lý làm sao vậy mày?

Thằng Báo im lặng một lúc, rồi nói: "Cấp trên bảo tui về đả thông tư tưởng, vận động để tía xung phong tự nguyện hiến ghe cho Hợp Tác Xã, như thế là giác ngộ cách mạng sẽ được tuyên dương và ưu đãi…"

Tôi trả lời thẳng thừng: "Tao chẳng cần ai tuyên dương, ưu đãi. Tao chỉ mong yên phận làm ăn với nghề chài lưới như tao với mày đã làm ăn lúc trước."

Thằng Báo nói câu cuối cùng trước khi ra về: "Lúc này: khôn cũng chết, dại cũng chết, biết thì sống! Tùy tía suy nghĩ…"

Cái thằng ngày nào có vẻ khờ câm, ít nói. Bây giờ, mới theo "cách mạng" có mấy tháng mà nó nói những câu dạy đời y chang mấy ông cán bộ Việt Minh lão luyện đã dạy tôi cách sống dưới thời "chín năm kháng chiến" ở vùng Liên khu 5.

Ngẫm ra "cái nghề làm cách mạng" cũng dễ học mà sướng tấm thân. Bao nhiêu năm nay, các cán bộ cộng sản chỉ cần học thuộc năm, bảy câu căn bản, rồi đi truyền bá, vận động cho dân chúng làm, cán bộ cách mạng chỉ huy, nhà nước quản lý. Thế là trong ấm, ngoài êm…Ai chống đối thì chụp cho cái mũ "phản động" cho vào tù. Thế là hết cãi…

Ông Năm nhấp ngụm trà, rồi kể tiếp cuộc "đổi đời" của dân xóm chài sau ngày "giải phóng":

- Hai ngày sau khi thằng Báo đến nhà vận động

tôi hãy xung phong đem ghe hiến cho Hợp Tá Xã. Tôi nghe tin ông Tư Râu nhảy lầu tự tử.

Trong xóm chài này, chỉ có nhà ông Tư Râu xây gạch hai tầng. Ông ở nhà mới này hơn một năm thì quân "giải phóng" vào. Họ "mượn" tạm căn nhà hai tầng - tầng trên dành cho bộ chỉ huy bộ đội biên phòng; tầng dưới làm trụ sở Ủy ban nhân dân xã. Họ cho vợ chồng ông ta ở căn chái sau bếp. Còn hai chiếc ghe bầu và vựa cá của ông, họ kiểm kê và tịch thu tất. Họ bảo: ông Tư Râu là thành phần tư sản mại bản gộc - ác ôn, bóc lột, ức hiếp dân chài! Nhưng qua chính sách khoan hồng của Đảng và Nhà nước — chỉ tịch thu tài sản — không bị bắt vào tù!

Có lẽ ông Tư Râu chưa được ai "đả thông tư tưởng..." nên ức quá! Đêm khuya vắng vẻ, ông lẻn lên lầu hai, nhảy xuống tự tử.

Thằng Út Trọc, hay tin ông Tư Râu tự tử, tối hôm đó nó lén lấy ghe ra khơi, dông luôn...

Thế là "thằng khôn" đã tự tử, "thằng biết" đã dông ra nước ngoài, còn lại "thằng dại" là tôi bị bắt vào trại tù cải tạo một cách lãng xẹt - chưa chết là may.

Tôi kể ông nghe chuyện họ bắt tôi vào tù như thế này có oan không:

- Sau cái chết của ông Tư Râu và thằng Út Trọc biến mất, chỉ mình tôi là chủ ghe lớn còn bám trụ, nên dân xóm chài xôn xao bàn tán, rồi đến hỏi ý kiến của tôi. Chính quyền nghi tôi có âm mưu sách động dân chài chống lại chủ trương, đường lối của "cách mạng", nên họ mời tôi ra trụ sở Ủy ban Nhân dân xã, hạch hỏi đủ điều. Cuối cùng họ bảo tôi ký giấy hiến chiếc ghe bầu và vào hợp tác xã. Tôi không chịu ký. Thế là, họ không cho tôi về nhà - đưa thẳng vào trại cải tạo.

Trại này có khoảng ba trăm sĩ quan và viên chức của chế độ cũ.

Ngày đầu tiên vào trại, một tên cán bộ dẫn tôi đến gặp tên trưởng trại. Tên này có vẻ hòa nhã với tôi. Mở đầu hắn bảo: "Tôi biết anh không phải là thành phần có nợ máu với nhân dân, cũng không thuộc phần tử phản động, nhưng anh chưa thông suốt đường lối, chính sách của cách mạng, nên chính quyền địa phương gởi anh vào đây để học tập cải tạo tư tưởng, khi nào tiến bộ và thông suốt đường lối chính sách của cách mạng thì chúng tôi cho anh về sum họp với gia đình, làm ăn bình thường và giúp ích cho xã hội." Tôi hỏi lại hắn: "Vậy, tôi là người tù không có tội?" - "Đừng nói thế, đây là trại cải tạo." Hắn trả lời, rồi nói tiếp: "Tạm thời, tôi bố trí cho anh ở cái chòi gần chuồng dê, tự do đi lại trong khuôn viên của trại. Công việc của anh là chăn mấy chục con dê - sáng mở cổng cho chúng nó ra ngoài kiếm ăn, chiều lùa chúng vào chuồng. Tối anh ngủ luôn ngoài chòi, không phải vào buồng giam như đám ngụy quân, ngụy quyền. Loài dê khôn lắm, chúng nó sống theo bầy đàn - sáng ra rừng kiếm ăn, tối tự động trở về chuồng - anh chỉ trông chừng, theo dõi con "dê chúa" là con dê đầu đàn, đang ở đâu thì bầy dê ở đó, chứ không phải chăn dắt từng con."

Chấm dứt cuộc gặp gỡ,hắn nhìn tôi cười đểu: "Mong anh tìm được 'cái thú' chăn dê mà an tâm học tập cải tạo."

Hắn bấm chuông gọi tên vệ binh dẫn tôi ra ngoài. Từ hôm đó, tôi bắt đầu nếm trải cuộc sống của người tù cải tạo mà Việt Cộng gọi là "trại viên".

Chúng nó bắt tôi chăn dê gần ba năm thì thả. Không phải do học tập tiến bộ đâu - có học tập cái khỉ khô gì đâu mà tiến bộ - suốt ngày chỉ có chăn dê! Nhưng nhờ hai cây vàng của bà xã tôi "cúng" cho thằng trưởng trại, qua sự móc nối của thằng Báo.

Tôi được về nhà thì mọi việc đã an bài - coi như mất trắng! Nhớ lời thằng Báo: "Thời buổi này khôn cũng chết, dại cũng chết, biết thì sống". Cái "biết" ở đây là " biết không sống nổi" với đám "cô hồn Việt Cộng". Thế là, tôi tìm cách đưa vợ con "dông" sớm!

Ông Năm ngưng một chút, rồi có vẻ hóm hỉnh, nhìn tôi, nói tiếp:

- Chuyện đói khổ trong tù, chuyện vượt biên nguy hiểm - ông đã trải qua và rành sáu câu.... hơn nữa, đã có nhiều người nói đến rồi - khỏi kể! Nhưng chuyện chăn dê của tôi trong trại cải tạo rất ly kỳ và hấp dẫn. Nếu ông muốn nghe, tôi sẽ kể - không hay, không lấy tiền...

Tôi cười, gật đầu! Chờ đợi lắng nghe... Ông Năm bắt đầu:

- Ôi!Cuộc đời "dê chúa", nó sướng làm sao! Trông nó vừa uy nghi, vừa ngộ nghĩnh và có lắm chuyện ly kỳ...

Nói đến đây thì bà Năm xuất hiện, bưng lên hai tô cháo trắng với đĩa cá nục kho mặn, mời chúng tôi ăn sáng. Ông Năm ngưng ngang câu chuyện "dê chúa" và chuyển đề tài. Ông tỏ ra đạo mạo có vẻ gia trưởng, nói với Bà Năm:

- Cảm ơn bà, chỉ có bà kho cá nục là tôi chịu…

Rồi xoay sang tôi: "Mời ông ăn cháo. Cháo trắng ăn với cá nục kho mặn do bà nhà tôi kho, ông sẽ nhớ đời…"

Có lẽ được khen, bà Năm khoái chí đem hết chuyện nhà ra kể — hết chuyện này sang chuyện nọ. Tôi thì nóng lòng, mong bà rút lui, để được nghe tiếp chuyện con "dê chúa". Nhưng bà nói miết, nào là: "Ngày trước ông Năm dụ dỗ bà đẻ nhiều con để khi ra biển 'đông có mày, tây có tao'. Bây giờ sang đây, người ta chỉ thuê apartment một phòng là đủ, nhà bà phải thuê đến ba phòng - trả tiền mệt nghỉ!" Rồi bà than: "Ngày trước bà vá lưới dưới gió mát trăng thanh, sướng hơn bây giờ, ngồi may những lố áo thun." Cuối cùng bà tiết lộ: "Tháng tới, gia đình bà sẽ dọn xuống Louisiana làm công cho thằng Út Trọc. Thằng Út Trọc mới gọi điện thoại…bảo gia đình bà xuống dưới đó, nó bao ăn, bao ở, trả lương gấp đôi, gấp ba số tiền ổng đi rửa chén và tôi may vá. Bây giờ nó giàu lắm, có đến hai chiếc tàu đánh cá."

Bà Năm vừa dứt câu chuyện, cũng là lúc đến giờ tôi đi làm ca chiều. Tôi chào ra về mà lòng cứ tiếc - chưa nghe hết câu chuyện ly kỳ về con "dê chúa".

Một tháng sau, gia đình tôi và gia đình ông giáo Lộc làm bữa tiệc tiễn đưa gia đình ông Năm Đại Lãnh về với biển Louisiana.

Thời gian thấm thoát trôi qua, mười mấy năm sau khi gặp lại, tuy mỗi người một cảnh, nhưng cả ba gia đình chúng tôi đều bằng lòng với cuộc sống hiện tại và cảm thấy hạnh phúc khi những ước mơ đã thành hiện thực.

Vợ ông giáo Lộc tốt nghiệp y tá,được vào làm ở bệnh viện Inova Fairfax Hospital - lương cao. Ông giáo Lộc lấy bằng CPA (Certified Public Accountant) và được Sở Thuế Liên bang tuyển dụng. Thằng con trai theo gót mẹ học ngành y - ra bác sĩ. Cuộc sống coi như thuộc vào tầng lớp trung lưu ở Mỹ.

Còn tôi, sau một thời gian làm cu li, dành dụm ít tiền mở tiệm giặt ủi - kiếm sống được và đủ tiền nuôi hai đứa con ăn học thành tài.

Riêng gia đình ông Năm có được cơ may làm ăn khấm khá nhất. Ông Năm thỏa mãn ước mơ trở về với biển và làm giàu rất nhanh. Lúc đầu xuống Louisiana, làm công cho thằng Út Trọc trong hai năm, sau đó ông ra riêng. Nhờ sự giúp đỡ của Út Trọc, ông mua được một chiếc tàu đánh cá; hai năm sau, mua chiếc thứ hai. Bốn đứa con trai, ngày nào còn là mối âu lo của ông bà Năm - làm sao nuôi nổi bốn đứa con ăn học? Bây giờ, hai đứa con lớn, theo nghề của cha - mỗi đứa trông coi một chiếc tàu đánh cá; thằng con thứ ba tốt nghiệp kỹ sư cơ khí - mở hãng sửa tàu; thằng út học ra bác sĩ.

Trông bốn đứa con của ông bà Năm làm nên sự nghiệp, tôi nghĩ đến chuyện "tứ quý", "ngũ long". Ông bà mình ngày xưa thường bảo: vợ chồng đứa nào sinh năm đứa con gái liên tiếp - gọi là ngũ long, hay bốn đứa con trai liên tiếp - gọi là tứ quý thì sẽ làm ăn nên nổi. Nay ở Mỹ mà khuyên con cháu như thế, chắc chúng nó sẽ lắc đầu... "

Mùa hè năm rồi, gia đình tôi và gia đình ông giáo Lộc xuống Louisiana dự lễ mừng thượng thọ tám mươi của ông Năm, do các con ông tổ chức rất xôm tụ.

Trong tiệc vui, tôi hỏi ông Năm:

- Bây giờ chính quyền Việt Nam không còn coi những người bỏ nước ra là phản quốc nữa mà coi như "khúc ruột ngàn dặm". Họ còn khuyến khích những người đang ở nước ngoài về thăm quê hương, hoặc đem tiền về đầu tư làm ăn — không làm khó dễ nữa… Vậy ông có tính về thăm quê hương một chuyến "trối già" không?

Ông Năm không "gật!", không "lắc!"Chỉ nói một câu nghe như lạc đề, nhưng ngẫm ra thấy thấm:

- "Khúc ruột ngàn dặm" mới nghe thấy "mùi", nghe lâu thấy "đểu", nghe hoài thấy "thúi" vì khúc ruột có thơm bao giờ? Vậy chớ vội nghe "những gì Cộng sản nói …"

Ông Năm nói tiếp:

- Bây giờ tôi mới hiểu tại sao trước đây dân ta liều chết bỏ quê hương có "chùm khế ngọt" để tìm đến cái xứ mà mấy ông Việt Cộng thời đó bảo rằng : "cái nước tư bản sắp giãy chết" này.

Tôi cảm thấy ông Năm vẫn còn ấm ức: vừa bị mất của vừa phải đi tù cải tạo mấy năm trời, sau ngày "giải phóng". Bấy lâu nay, có lẽ nó chìm trong ký ức , bây giờ trỗi dậy, khiến ông Năm có những lời cay cú trong tiệc vui.

Để hạ nhiệt, tôi nhắc cái thú chăn dê trong trại cải tạo mà ông đã từng khoe với tôi là rất ly kỳ và hấp dẫn … Tôi bảo:

- Ông còn nợ tôi câu chuyện về con “dê chúa”.

Ông Năm cười khì khì:

- Chuyện đó sẽ kể khi nào chỉ có hai ta.

Ông Năm vui trở lại với niềm hạnh phúc đang có …

(Tháng 4- 2025)

ĐIẾC SƯỚNG HƠN

Lão Tư Lì năm nay bước vào tuổi tám mươi. Đời lão lắm gian truân, nhưng cũng có nhiều may mắn. Sau ngày 30-4-1975, đời lão đã "tàn trong ngõ hẹp" — tưởng rằng lão đã bỏ mạng trên núi rừng Việt Bắc trong những ngày bị lưu đày trong các trại "tập trung cải tạo" của cộng sản.

Nhưng lão đã trở về sau bảy năm lao lý.

Lão trở về với tấm thân gầy guộc, ngoài vợ và hai đứa con thơ, lão chẳng còn gì! Nhưng lão phải sống để đền đáp cái ân tình của người vợ thủy chung đã đợi chờ cho đến ngày lão ra tù, để cùng nàng nuôi dạy hai đứa con thơ. Lão đã trải qua những ngày cơ cực, bươn chải kiếm sống, nuôi con như những người cùng khổ nhất trong xã hội lúc bấy giờ.

Lão phải sống! Nhưng lão biết với cái lý lịch ba đời nhà lão - chẳng những lão sẽ khổ nhục suốt đời mà con cái lão rồi cũng chẳng ngóc đầu lên được dưới chế độ cộng sản.

Thời điểm ấy, nhiều người ở trong hoàn cảnh như lão muốn thoát khỏi chế độ cộng sản để tìm cuộc sống tự do và tương lai cho con cháu. Phong trào vượt biên, vượt biển bùng phát. Sự kiện này đã thôi thúc lão tìm đường vượt biên! Lão biết ra đi là "tìm sự sống trong cái chết".Nhưng lão liều! Thà chết còn hơn sống mà không có tự do. Lão vay mượn đó đây để có đủ tiền cho lão và đứa con trai sáu tuổi ra đi.

Nhưng chuyện vượt biên của lão không thành công. Chuyến đó, chủ ghe đòi: người lớn đóng ba cây vàng, trẻ nhỏ dưới mười tuổi đóng một nửa - thằng con sáu tuổi của lão đóng một cây rưỡi. Lão và thằng con trai đến điểm hẹn (ém quân) chờ đến giờ, có người đến đưa xuống taxi (tàu nhỏ). Nhưng người hướng dẫn, gọi là "đề lô", không đến chỗ "ém quân", dẫn cha con lão ra tàu nhỏ, mà thay vào đó, hai người lớn để kiếm thêm một cây rưỡi vàng, làm cha con lão lỡ chuyến — lão quay về! Vài ngày sau, biết tin: những người xuống taxi hôm ấy đều bị công an "tóm". Thế là may mắn cho lão — thoát tù! Từ đó, lão không còn tính chuyện vượt biên.

Nhớ lại, khi ở tù đến năm thứ tư, bẵng đi một thời gian dài, lão không được tin nhà — lão lo lắng không biết có chuyện gì xui rủi xảy ra cho vợ con lão. Sau đó, vợ một người bạn tù ra thăm chồng cho biết tin: "Vợ lão dẫn hai đứa con đi vượt biên đã hơn mười tháng nay."

Bấy giờ, nhiều đêm lão thao thức với tâm trạng buồn vui lẫn lộn. Vui khi nghĩ vợ con lão đã thoát cảnh lầm than và tương lai con cái lão sẽ tươi sáng hơn. Nhưng lão buồn khi tưởng tượng cảnh vợ lão sẽ "theo thằng John, thằng Jack...nào đó" - quên lão! Lão ngậm ngùi ... nhưng rồi tự an ủi: Như thế còn may mắn hơn là đi theo "nón cối" như vợ của vài người bạn tù cùng cảnh ngộ.

Đến một hôm, lão đang ngồi tư lự, sau bữa ăn chiều với chén bo bo, chan nước muối, một anh tù tự giác ghé tai nói nhỏ: "Vợ anh vừa đến lúc bốn giờ - đang ở ngoài nhà thăm nuôi." Lão cười tỏ vẻ không tin.

Nhưng sáng hôm sau, trong lúc xếp hàng đi lao động, lão được gọi tên ra khỏi hàng, đứng đợi ở góc sân. Khi các đội lao động ra khỏi cổng trại, một tên vệ binh đến dẫn lão ra nhà thăm nuôi. Trên đường đến nhà thăm nuôi, lão nghĩ: " Có lẽ gia đình nhờ một người nào đó đi thăm nuôi." Khi đến nơi, thấy vợ đang đứng chờ trước cửa nhà "tiếp tân", lão xúc động! Không ngờ lại được gặp nhau.

Trong hơn nửa giờ thăm gặp, hai vợ chồng lão phải nói "tiếng lóng" trước mặt tên cán bộ ngồi ở đầu bàn. Lão hỏi: "Anh nghe chị Thìn báo tin: "Em đưa các con về vùng kinh tế mới với ông bà ngoại." - "Mấy tháng trước, em dẫn hai con về quê ngoại, nhưng xe tàu trở ngại, em quay về..." Vợ lão trả lời ngắn gọn, cho lão hiểu chuyện vượt biên không thành công.

Sau này, khi được về với gia đình, vợ lão kể chi tiết những gian truân trong chuyến vượt biên năm ấy: "Vợ lão dẫn hai con, theo người mối lái xuống Cần Thơ. Họ "ém" trong một căn nhỏ ven sông, chờ đến giờ sẽ cho xuống tàu nhỏ để đưa ra tàu lớn. Nhưng đêm đó công an bao vây, bắt trọn ổ đám người vượt biên "ém" trong các nhà gần đó (khoảng ba mươi người) đưa về trại giam. Vài ngày sau, người mối lái vào trại giam đưa hai đứa con về Sài Gòn cho bà chị nuôi giúp, còn vợ lão ở lại "nếm" cơm tù cộng sản hơn sáu tháng mới được thả. Ra tù, vợ lão mất hết, phải sống nhờ vào sự giúp đỡ của chị, em cật ruột.

Lão vượt biên không thành, vợ lão vượt biên không xong. Thế là lão biết số trời đã định: từ nay vợ chồng lão sẽ không còn phân ly.

Lão tin vào định mệnh. Cho nên đời lão đã trải qua nhiều thử thách và cảnh ngộ đau thương, lão cam chịu… ít khi than thở. Trải nghiệm cuộc đời, lão "ngộ" được cái lẽ vô thường trong kiếp nhân sinh. Lão cũng thấm nhuần câu chuyện "Tái ông thất mã" — trong cái rủi có cái may. Cho nên, khi gặp may mắn, lão không tự mãn; lúc xui rủi, lão không tuyệt vọng. Những người quen biết đặt cho lão cái tên là Tư Lì.

Những khi cơ khổ, lão nhớ đến mấy câu thơ trong bài Vịnh Cảnh Nghèo của cụ Nguyễn Công Trứ: "*…Cơ thường đông hết hẳn sang xuân/ Trời đâu riêng khó cho ta mãi/ Vinh nhục dù ai cũng một lần.*" để nuôi hy vọng.

Những năm sau 1975, nhiều người ở miền Nam không thể sống nổi dưới chế độ hà khắc của cộng sản — phải trốn chạy bằng mọi cách - bất chấp hiểm nguy! Nhiều thảm cảnh đã xảy ra trên biển cả, làm động lòng lương tâm nhân loại. Do vậy, nhiều nước chấp nhận cho định cư những người có thân nhân nước ngoài bảo lãnh qua chương trình ODP (ra đi có trật tự) để giảm bớt nỗi đau thương. Sau đó, có thêm chương trình HO đã cứu vớt nhiều gia đình cựu quân nhân Quân lực Việt Nam Cộng Hòa thoát cảnh lầm than.

Lương tâm và tình nhân loại đã đem đến cho gia đình lão niềm hy vọng.

Một ngày đẹp trời, gia đình lão xách va-li lên phi cơ về miền đất hứa. Lúc ngồi đợi máy bay ở phi trường Tân Sơn Nhất, lão còn lo sợ công an đến bắt, quay về. Đến khi phi cơ cất cánh, lão mới an lòng - đời lão từ đây coi như hết cơn bỉ cực.

Qua khung cửa sổ hẹp của máy bay, lão nhìn xuống thành phố Sài Gòn - những đường phố lướt qua dưới ánh nắng ban mai trong trẻo, rồi những sông rạch uốn lượn, dấu mình trong các làng mạc ven đô, rồi lặn vào các khu rừng thấp…rồi dần dần lộ ra trên những cánh đồng lúa trải dài như những nét kẽ màu trắng trên tấm thảm nhung xanh. Máy bay nghiêng cánh, lên cao - Sài Gòn nhỏ dần, rồi chỉ còn chấm đen. Mất hút! Bây giờ, chung quanh là trời xanh lồng lộng. Bên dưới là biển cả bao la. Lão thấy lòng se thắt!

Bao nhiêu năm bị đọa đày trên quê hương khốn khổ ấy, lão muốn trốn chạy. Giờ đây, trên đường lưu vong ly biệt - căn nhà cũ, con đường xưa, lũy tre nơi thôn làng quê ngoại, cùng với những kỷ niệm thân thương thời thơ ấu, phút chốc hiện ra,khiến lão rưng rưng …Hình ảnh quê hương khó có thể phai mờ trong ký ức.

Đến nơi đất khách, quê người, cũng như bao nhiêu gia đình tỵ nạn khác, gia đình lão được hội nhập vào xã hội văn minh Hoa Kỳ, nhờ sự giúp đỡ tận tình của người dân bản xứ. Đôi khi lão tự hỏi: "Tại sao những người cùng tổ tiên, nòi giống lại tìm cách đọa đày nhau, còn ở đây với những người xa lạ, họ lại cưu mang gia đình lão với tất cả tấm lòng nhân ái và hào sảng?"

Mấy mươi năm sống trên nước Mỹ, con cái lão được học hành tử tế, thành đạt. Lão có việc làm, được sống trong tự do, no ấm… Đến năm sáu mươi hai tuổi, lão xin về hưu sớm để an hưởng tuổi già. Lão nghĩ theo quan niệm xưa: "sáu mươi năm cuộc đời" - bây giờ đến tuổi sáu hai, lão cho như vậy đã đủ cho một đời người. Nhưng tuổi thọ của con người ngày nay tăng lên - tám mươi chưa phải là già. Nhiều người đã ví von như thế khiến lão an lòng, vui sống…

Được sống đến tám mươi tuổi, lão bảo đó là "bonus"- quà tặng trời cho, nhưng lão không tránh khỏi tiến trình "Sinh, Lão, Bệnh, Tử". Năm bảy mươi tuổi, thính giác bị lão hóa — lão bắt đầu bị điếc!

Nhưng lão lì, không mang máy trợ thính, chấp nhận bệnh điếc như một ân sủng. Lão lý luận: "Già phải mang bệnh - điếc là bệnh dễ chịu nhất để bớt nghe những chuyện thị phi - cho tâm hồn thanh thản…

Lão nhớ, hồi ở trại tù K1/Tân Lập - Vĩnh Phú, các niên trưởng, mang cấp bậc trung tá, đại tá, đa số đều mang bệnh điếc. Điếc giả, điếc thiệt… không ai biết được. Nhưng "điếc" mang lại sự an toàn. An toàn là thế này: Các đàn em khi gặp lại các niên trưởng thường rỉ tai to nhỏ, toàn những chuyện "giật gân, phản động". Bọn "ăn ten" thấy vậy, báo cáo với cán bộ. Thế là các "cụ" bị kêu lên làm việc, khai báo những gì đã nghe. Sự thật chỉ là những tin đồn … nhưng các "cụ" phải khai và phải nói sao cho khéo để đỡ đòn cho đàn em. Thế thì mệt quá! Thôi thì cứ giả điếc (có cụ điếc thiệt) để các đàn em khi gặp phải chào to, nói lớn… mà nói lớn thì đâu dám tiết lộ những chuyện bí mật phản động. Thế là quý cụ yên thân.

Khi lão điếc ở mức độ 50%, lão bớt nghe chuyện đời thị phi, rối rắm. Ở nhà, những lúc đang say mê xem phim hay đọc chuyện, vợ kêu rửa chén, lặt rau , lão không nghe, bà vợ bực mình càm ràm…rồi làm hết mọi thứ. Lão cứ ung dung… Nhưng "thái quá thì bất cập!" Càng già, bệnh điếc càng gia tăng, khiến lão ngơ ngác như người ở "cõi trên". Vợ con thấy vậy, khuyên lão nên đeo máy trợ thính, nhưng lão "lì" không chịu mang. Con gái lão giải thích: "Những người bị điếc mà không đeo trợ thính, lâu ngày sẽ sinh ra bệnh mất trí nhớ (alzheimer)."

Trong đời, lão sợ nhất là bị bệnh đột quỵ (stroke), thứ hai là bệnh lú lẫn (alzheimer). Cho nên lão nghe theo lời khuyên của con gái, ra Costco mua một cái máy trợ thính.

Từ ngày mang máy trợ thính, lão bị mất ngủ.

Mỗi lần nghe những tên bình luận thời sự lếu láo trên radio, TV, YouTube, thiếu khách quan hay nghe những người lắm chuyện khoác lác, khoe khoang…, lão bực mình.

Ở nhà, mỗi khi bà vợ già càm ràm điều gì, lão nghe hết đầu đuôi…Thực ra, lão chẳng làm điều gì nên tội, chỉ có việc: mặc quần hay quên kéo zipper, làm bà xấu hổ; bày biện lung tung làm bà mất công dọn dẹp; mỗi lần đi đâu bà phải tìm chìa khóa xe, cái ví cho lão… Chừng ấy chuyện mà vợ lão cứ càm ràm… lão không giận và coi đó như cách "mắng yêu của tuổi già". Nhưng mỗi lần càm ràm, bà vợ thường nói câu kết: "Chẳng được tích sự gì." Khiến lão giận! Trong đời, lão ghét nhất những ai chê lão "vô tích sự". Mắng thế nào cũng không làm lão tức bằng việc chê lão "chẳng được tích sự gì".

Khi chưa có máy trợ thính, lão nghe tiếng được, tiếng mất - chuyện đời coi như gió thoảng, mây trôi…lão không bận tâm, chấp nhứt. Đêm về, lão ngon giấc. Nay có cái máy trợ thính, lão nghe rõ sự đời lắm chuyện thị phi… Lão bực mình với những chuyện bao đồng, rồi giận luôn bà vợ già hay chê lão "vô tích sự"… Khiến lão nhiều đêm mất ngủ!

Thế là, lão tuyên bố: "Điếc sướng hơn!"

(Tháng 3-2023)

KỂ CHUYỆN NHỮNG DÒNG SÔNG

Dòng sông! Nó hiện hữu trong thiên nhiên từ khi khai thiên lập địa như muôn thứ đã có trên quả đất này - tự nó ngàn đời không thay đổi - gom nước từ đầu nguồn rồi khơi dòng chảy ra biển cả. Con người đặt cho nó cái tên là "dòng sông".

Khi thêm vài chữ kèm theo với dòng sông như: dòng sông *êm đềm, thơ mộng* hay là dòng sông *oan nghiệt, ô nhục*... Các thi sĩ, văn sĩ, nhạc sĩ, họa sĩ dựa vào đó mà "thổi vào" dòng sông "cái linh hồn" và làm ra những tác phẩm rung động lòng người.

Nhưng có một chữ đi kèm với dòng sông - chữ "định mệnh" - đã biến dòng sông thành chỗ riêng tư. Dòng sông *định mệnh* chính nó đã ấp ủ và nuôi dưỡng con người, hay một cơ duyên nào đó đưa đẩy con người đến với nó. "Dòng sông định mệnh" – nơi con người đã từng gắn bó với nó và cho họ những cảm xúc dạt dào. Và chính những con người đó mới nói lên hay tạo được tác phẩm tuyệt vời.

Các văn nhân, thi sĩ khó lòng nói thay hay chế tác hư cấu.

Trong đời, ai cũng có những kỷ niệm về một dòng sông. Có những dòng sông lưu trong ký ức, nhưng rất ít được gọi là "dòng sông định mệnh".

Với tôi, có ba dòng sông lưu trong ký ức và hai dòng sông tôi đã sống chết với chúng do định mệnh an bài. Tôi gọi đó là "dòng sông định mệnh".

Khi thầy, cô giáo dạy tôi tập đọc và học thuộc lòng những bài văn của các nhà văn Thanh Tịnh, Nguyễn Tuân miêu tả dòng sông Hương ở Huế - êm đềm, thơ mộng - dòng nước trong veo, phẳng lặng như tờ… Hình ảnh đó đã đi vào ký ức của tôi từ thuở đầu đời.

Khi lên trung học, học sinh phải học hai ngoại ngữ: Pháp văn và Anh văn. Sách giáo khoa thời bấy giờ có Cours de Langues (gồm 4 quyển) cho Pháp văn; English For Today (gồm 4 quyển) cho Anh văn. Nhờ mấy quyển sách này mà tôi biết dòng sông Seine chảy qua thành phố Paris, nước Pháp, và dòng sông Potomac ôm ấp thủ đô Washington, D.C. của Mỹ. Thời đó, nhìn trên bản đồ, thấy hai dòng sông này cách xa vạn dặm, tôi như đứa trẻ nhìn trăng, thấy Chú Cuội ngồi dưới gốc cây đa và không nghĩ có một ngày mình sẽ đặt chân đến những nơi này.

Nhưng hai dòng sông đó đã đi vào ký ức, vì tôi cảm nhận được sự nên thơ và lãng mạn của chúng qua các bài văn. Mấy mươi năm sau, không ngờ, có một dòng sông đã trở thành "Dòng Sông Định Mệnh" của đời tôi. Đó là dòng sông Potomac.

Còn một dòng sông đã đi vào ký ức khi tôi có ý thức về chính trị. Đó là dòng sông Bến Hải - một dòng sông hiền hòa bỗng trở thành "dòng sông oan nghiệt" - nó chia đôi đất nước tôi và lịch sử Việt Nam ghi thêm một trang ô nhục - khiến tôi ngậm ngùi!

Đã nói về ba dòng sông đã đi vào ký ức. Bây giờ, tôi kể chuyện hai dòng sông định mệnh: dòng sông Đà Rằng ở quê tôi và dòng sông Potomac trên đất khách.

Không biết tự bao giờ, khi tôi được sinh ra, đã

có con sông Đà Rằng. Dân quê ở thượng nguồn gọi nó là con sông Ba, ở hạ lưu người ta gọi là sông Đà Rằng và sách địa lý cũng ghi như thế.

Tôi gắn bó với dòng sông Đà Rằng trên hai mươi năm và có "một trời" kỷ niệm…

Kể sao cho hết cái thích thú của những lần tắm sông cùng lũ nhóc trong làng vào những buổi trưa hè… Mùa hè nước cạn, trong veo… phơi ra bờ cát mịn. Lũ trẻ chúng tôi tha hồ bơi lội, có lúc ra giữa lòng sông. Khi nắng lên cao, lũ trẻ men theo bờ cát vào soi (1) nhổ những cây rau đắng mọc dại ven bờ về cho mẹ phơi khô để nấu chè rau đắng - hương vị nồi chè rau đắng rất đặc biệt - chỉ quê tôi mới có. Khi nào có dịp ghé quê tôi, tôi sẽ mời bạn thưởng thức chén chè rau đắng.

Đó là chuyện hiền hòa, dễ thương của dòng sông Đà Rằng vào mùa hạ.

Nhưng sang mùa đông, nó "cuồng nộ" đến phát sợ — nước đục ngầu từ nguồn đổ về cuồn cuộn, chảy xiết… cuốn trôi mọi thứ ven bờ. Nhưng sau cơn "cuồng nộ", dòng sông phủ lên những cánh đồng đất mịn phù sa màu mỡ, giúp cho dân làng có một vụ mùa bội thu năm tới.

Còn tôi có cái thú vui vào mùa bão lũ là theo cha đặt lờ bắt cá. Các loại cá như cá rô, cá trắng, cá tràu (cá lóc) ngược dòng nước lênh láng khắp cánh đồng tìm nơi đẻ trứng. Chúng nó dại khờ chui vào những cái lờ bóng bẩy mà cha tôi đặt chỗ nước chảy. Ca dao có câu: *"Cá trong lờ đỏ hoe con mắt/ Cá ngoài lờ ngúc ngoắc muốn vô"*. Tôi không biết diễn tả làm sao cho hết cái "khoái" khi đi "giở lờ" (nhấc cái lờ khỏi mặt nước) - năm bảy con cá rô đỏ hoe con mắt - rùng rùng trong lờ! Cha tôi cười, còn tôi reo lên khoái chí, mở nắp giỏ cho cha đổ cá vào.

Tôi sống, tôi vui với dòng sông Đà Rằng trong thời niên thiếu. Năm hai mươi tuổi, tôi xa nó để vào Sài Gòn tiếp tục việc học hành, rồi lên Đà Lạt gia nhập Quân đội Việt Nam Cộng Hòa.

Từ đó, đời tôi nổi trôi theo vận nước với bao gian truân và nghiệt ngã - mười năm lính, bảy năm tù cải tạo làm hao gầy trí lực. Dòng sông Đà Rằng chỉ còn trong hoài niệm. Nhưng khi ai hỏi: "Mi ở xứ mô?" - tôi ví von rằng: "Tao dân Núi Nhạn, Sông Đà." (2)

Năm 1975, lịch sử sang trang, tưởng rằng tôi sẽ được trở về với dòng sông cũ, bến đò xưa… Tôi sẽ đứng trên chiếc cầu dài nhất miền Trung, ngắm dòng sông quen thuộc, trông những cồn cát ven sông phủ lên màu xanh của soi dưa, ruộng mía... Xa bờ là xóm làng, dân cư đông đúc, và tôi tưởng rằng tôi sẽ được sống với hình ảnh êm đềm nơi quê hương yêu dấu.

Nhưng than ôi! Tôi đã bị lưu đày nơi rừng sâu, núi thẳm... rồi biệt xứ ở vùng thượng du rồi trung du Bắc Việt gần bảy năm trời. Ngày được thả về, đời tôi coi như "tàn trong ngõ hẹp..."

Đời chỉ "tàn" chứ chưa "tan" trong ngõ hẹp! Nên giờ đây tôi còn có dịp viết những dòng tâm cảm gởi quý bạn đọc chơi.

Năm 1986, gia đình tôi được người em vợ bảo lãnh sang Canada, sau đó tôi xin qua Mỹ - định cư ở Virginia - tính đến nay đã hơn bốn mươi năm.

Trước khi rời Việt Nam để sang Canada, tôi về quê thăm mẹ tôi và ra nhìn con sông Đà lần cuối. Tôi có già đi, nhưng dòng sông vẫn thế - nó không già đi hay trẻ lại - nước vẫn lững lờ trôi... Không biết nó có buồn khi tôi xa nó không? Nhưng lòng tôi cảm thấy ngậm ngùi!

Ai cũng biết lý do tại sao sau năm 1975, nhiều người miền Nam bất chấp hiểm nguy, liều thân sống chết: vượt biên, vượt biển hay tìm mọi cách thoát ra nước ngoài, mặc dù trong lòng vẫn đau đáu với quê hương.

Từ ngày được định cư ở Virginia, ngoài việc tìm sinh kế nuôi sống bản thân và gia đình, tôi thường tham gia sinh hoạt cộng đồng để tìm nguồn an ủi và hơi ấm đồng hương. Khi cuộc sống căng thẳng, tôi tìm thư giãn ở những nơi có cảnh đẹp sông, hồ… để chụp ảnh. Và tôi đã bắt gặp dòng sông Potomac.

Khi mới đến Virginia, còn nhiều bỡ ngỡ,một người bạn thân đã định cư ở đây từ năm 1975, "đãi" gia đình tôi một chuyến "du ngoạn" trên sông Potomac bằng du thuyền. Du thuyền Spirit khởi hành từ National Harbor (DC) ngược dòng sông Potomac đến ngọn đồi thoai thoải Mount Vernon, một khu trang trại rộng lớn, có ngôi nhà trắng, mái ngói đỏ nổi bật ở lưng đồi nhìn xuống dòng sông thơ mộng… hiện tại đã trở thành di tích lịch sử, nhưng trước đây là nhà ở của George Washington, vị Tổng Thống đầu tiên của Hoa Kỳ đã được lịch sử lưu danh là "Cha già dân tộc".

Du thuyền rời bến khoảng nửa giờ. Tôi ngây ngất với cảnh đẹp hai bên bờ sông - những cây hoa anh đào khoe sắc, in bóng lung linh trên dòng nước trong xanh... xa xa là những ngôi nhà cổ kính núp dưới bóng cây cổ thụ cho ta một cái nhìn thoáng đãng và không gian tươi mát. Quay nhìn phía sau là cây cầu vòm đá cổ kính, xa mờ là những tòa kiến trúc đầy kiêu hãnh như Đài tưởng niệm Washington (Tháp Bút Chì), Tòa nhà Quốc hội...

Ôi! Chưa đầy ba trăm năm lập quốc mà Hoa Kỳ đã tạo được những kỳ tích phi thường.

Khi đang say mê nhìn cảnh đẹp ven sông, bỗng trong đầu tôi thoáng qua ý nghĩ về lai lịch của dòng sông Potomac. Nó là một chứng nhân lịch sử - từng in dấu chân của những tổ phụ lập quốc Hoa Kỳ. Nước của dòng sông này đã từng hòa với máu của những anh hùng trong cuộc chiến giành độc lập khỏi Đế quốc Anh để đất nước Hoa Kỳ có ngày Độc lập: 4-7-1776. Và nó cũng từng là lằn ranh sinh tử của những người lính Bắc-Nam trong cuộc nội chiến (1861-1865).

Thế nhưng giờ đây, dòng sông Potomac hiền hòa ôm ấp mọi cư dân của đất nước, không phân biệt màu da hay chủng tộc. Nó trở thành biểu tượng của sự hòa hợp và là một phần linh hồn của Tổ quốc Hiệp Chúng Quốc Hoa Kỳ.

Không chỉ mình tôi khám phá ra cái kỳ diệu của

dòng sông Potomac mà còn có những người đồng cảm. Hãy nghe thi sĩ Phạm Cao Hoàng làm thơ:

"Khi dừng lại bên dòng Potomac
Em bên tôi vẫn rất dịu dàng
Gió lồng lộng cả một trời đông bắc
Tóc em bay trong nắng thu vàng.
Và như thế mình đi và đã đến
Mình đã tìm và gặp được dòng sông
Tôi ngồi xuống để nghe sông hát
Và đứng lên ôm lấy mặt trời hồng.

Và như thế mình đi và đã đến
Đã bên nhau thủy tận sơn cùng
Tôi nằm xuống để nghe đất thở
Tạ ơn đời độ lượng bao dung.

Khi dừng lại bên dòng Potomac
Tôi và em nhìn lại quê nhà
Buồn hiu hắt thương về chốn cũ
Phía chân trời đã mịt mù xa.

Và đọc một vài đoạn trong bài thơ "Khi qua sông Potomac" của Nguyễn An Bình:

Chiếc cầu nối hai bên bờ Potomac
Cây vẫn xanh màu lá vẫn dịu dàng

Tôi qua đó nghe dòng sông tự hát
Khúc tình ca gởi tặng kẻ lang thang
......
Em ngồi lại cùng tôi bên dòng Potomac
Để cùng nhau nghe sóng kể chuyện lòng
Ôi nước Mỹ đất mênh mông đến vậy
Sao nặng tình thao thức một dòng sông.

Đấy, dòng sông Potomac đầy tình tự và nên thơ… Nếu bạn ở phương xa, có dịp đến thăm Vùng Hoa Thịnh Đốn (thường được hiểu là bao gồm: Thủ đô Washington, D.C. và hai tiểu bang Maryland và Virginia), chớ bỏ qua một chuyến du thuyền trên sông Potomac.

Bạn cũng có thể ngắm cảnh đẹp của dòng sông từ các bãi "đậu xe vọng cảnh" (outlook) dọc bên đường George Washington Memorial Parkway - một trong những con đường đẹp nhất ở Vùng Thủ đô Hoa Thịnh Đốn - bắt đầu từ Beltway I-495, exit 33, chạy đến Mount Vernon, nơi có ngôi nhà của TT. George Washington.

Vào mùa xuân, khoảng đầu tháng tư, hoa anh đào nở rộ - khoe sắc hồng khắp lối; vào cuối mùa thu, lá vàng óng ả suốt dọc con đường.

Lái xe trên con đường này, bạn sẽ cảm thấy như

mình đang lạc vào chốn thiên thai. Không là thi sĩ, bạn cũng có thể làm vài câu thơ…

Nếu bạn thích bộ môn nhiếp ảnh, hãy chọn bên này bờ sông Potomac, gần cầu Key làm nơi đặt máy - lấy dòng sông làm tiền cảnh, ống kính thu hình hướng về: cầu Key, lăng TT. Abraham Lincoln xa hơn là chóp đài tưởng niệm Washington (Tháp bút chì). Thế là bạn sẽ có tấm hình ghi lại được 1/3 phong cảnh biểu tượng cho Thủ đô Hoa Thịnh Đốn. Nếu bạn đến vào dịp Lễ Độc Lập 4-7, chớ quên ra bờ sông chờ chụp cảnh bắn pháo bông. Ôi! Từng chùm pháo hoa phản chiếu trên mặt sông… Bạn sẽ có tấm ảnh nghệ thuật chụp phong cảnh tuyệt vời.

Tôi vừa viết mấy dòng chấm phá cảnh đẹp của dòng sông Potomac. Bây giờ xin nói thêm những điều kỳ diệu ven sông.

Chuyện hình thành và phát triển của cộng đồng người Việt vùng Hoa Thịnh Đốn đã được nhà văn Nguyễn Minh Nữu viết khá chi tiết qua bài "Dòng Sông Potomac" và "Người Việt Ở Các Thành Phố Ven Sông Potomac" được phổ biến khá rộng rãi trên mạng.

Ở đây, tôi chỉ thêm vào tình người và sự đóng góp tài năng của cư dân nơi này đã làm "vẻ vang dân tộc Việt".

Mặc dù dân số đông thứ ba sau California và Texas - khoảng trên một trăm ngàn người - nhưng không thiếu "anh hào - tao nhân - mặc khách" đã được vinh danh như: khoa học gia Dương Nguyệt Ánh, chính trị gia Hùng Cao; doanh nhân thành đạt chắc có nhiều, nhưng còn ẩn danh - "giả dạng thường dân". Chỉ có triệu phú Lê Thiệp - chủ tiệm phở 75 - lộ diện rõ ràng. Còn văn nhân, thi sĩ thì quá nhiều kể ra không xuể.

Đặc biệt, mới đây - ngày 25 tháng Tư năm 2025, Đại học George Mason ở VA đã đặt tên hai người gốc Việt cho trường dạy Kỹ thuật Điện Toán. Đó là vợ chồng ông bà Nguyễn Long và Kemmely Dương. Hai ông bà này đã tài trợ hai chục triệu đô la cho Đại học George Mason.

Tình người ở đây ôn hòa, đằm thắm… ít có phe đảng chống đối nhau ra mặt như ở Cali. Tệ nạn xã hội có xảy ra nhưng không nhiều như ở các cộng đồng dân tộc khác. Việc học hành và thành đạt của con em người Việt ở đây đạt tỷ lệ khá cao. Trường đại học rất nhiều nhưng con em người Việt thường chọn các trường : George Mason Univ., University of Maryland, Howard University, Virginia Tech,

Marymount University, Johns Hopkins University, Georgetown Univ., George Washington Univ…

Đặc biệt, tôi không thấy có sự kỳ thị chủng tộc trong học đường. Đó là điều tôi an tâm và vui sống ở Vùng Thủ đô Hoa Thịnh Đốn suốt bốn mươi năm nay.

Bốn mươi năm được sống trong bình an, tự do và hạnh phúc, nhìn thấy tương lai của con cháu rộng mở. Đó là ân huệ của cuộc đời.

Nhưng tôi không thể quên cội nguồn dân tộc. Tôi luôn ray rứt nghĩ về thân phận con người và vận nước nổi trôi.

Nếu như không có ngày 30-4-1975 oan nghiệt, chắc chắn tôi đã không có mặt nơi đây. Tôi đã sống với quê hương yêu dấu, với truyền thống tốt đẹp và hào hùng của dân tộc Việt Nam.

Nếu như ngày ấy, những người lãnh đạo guồng máy chính trị ở Việt Nam sáng suốt và có tấm lòng nhân đạo thì sẽ không có cảnh gần năm trăm ngàn người chết trên biển cả, trong rừng sâu trên đường vượt biên, vượt biển - tìm sự sống trong cái chết! Và cũng không có trên ba triệu người Việt lìa bỏ quê hương, sống lưu lạc khắp năm châu, trong đó có tôi.

Đôi khi tôi đọc những sử liệu viết về cách giải quyết chiến tranh và các vấn đề hậu chiến trong cuộc nội chiến Hoa Kỳ (1861-1865) giữa những người quân tử - chỉ vài chi tiết nhỏ nhưng mang tính nhân văn, làm tôi ngưỡng mộ.

Chuyện rằng: " Khi tướng Robert E. Lee, Tư lịnh Liên quân miền Nam, quyết định đầu hàng, ông viết lá thư riêng gởi cho tướng Ulysses S. Grant, Tư lịnh Liên quân miền Bắc, yêu cầu thu xếp cuộc họp mặt. Tướng Grant nhận được thư, hết sức vui mừng và bỗng nhiên thấy hết cơn bệnh nhức đầu kinh niên đã hành hạ ông.

Trưa ngày 9-4-1865, tướng Lee cùng một đại tá tùy viên cỡi ngựa vượt qua phòng tuyến đến điểm hẹn tại làng Appomattox Court House, VA. Hình ảnh ghi lại: Tướng Lee đi qua đoàn quân nhạc của lính miền Bắc thổi kèn chào đón.

Vị Tư lệnh miền Bắc thắng trận đã ra lệnh nghiêm cấm các sĩ quan và binh sĩ trực thuộc không được vô lễ với vị tướng Tư lệnh miền Nam bại trận. Và khi hay tin miền Nam đầu hàng, quân sĩ miền Bắc định bắn đại bác chào mừng. Tướng Grant ra lệnh ngưng ngay và huấn thị: "*Chiến tranh đã kết thúc, giờ đây họ là đồng bào của chúng ta, chúng ta không nên reo mừng trên nỗi đau khổ của họ. Hai bên không còn là kẻ thù."*

Khi đắc cử tổng thống thứ 18 của Hoa Kỳ, tướng Grant tâm sự: *"Lúc ấy, tôi rất ngại ngùng và hổ thẹn khi nói đến chữ đầu hàng với tướng Lee."* Câu chuyện được kể tiếp: Khi tướng Grant ngại ngùng mở lời, thì tướng Lee hối thúc. Tướng Grant lấy bút viết các điều thỏa ước: *"Quân lính miền Nam phải giải giới, tước bỏ khí giới và quân dụng; không bị coi là phản quốc và được trở về nguyên quán sinh sống như người dân bình thường."*

Tướng Grant trao cho Tướng Lee xem điều khoản thỏa ước. Mặt tướng Lee tươi hẳn lên và phát biểu: *" Như vậy là tốt cho mọi người, nhưng thêm hai yêu cầu: Cho phép binh lính miền Nam mang lừa, ngựa về để xử dụng trong nông trại vì đây là tài sản riêng của họ đã mang theo khi gia nhập quân đội và xin cung cấp lương thực cho hơn một ngàn tù binh miền Bắc tôi đang giam giữ và các binh sĩ của tôi cũng đang đói."*

Tướng Grant đồng ý ngay và ra lệnh xuất 25.000 khẩu phần ăn. Tướng Grant hỏi: *"Như vậy đủ chưa?"* Tướng Lee trả lời: *"Thưa Đại tướng, như thế là quá đủ."*

Nói xong, Tướng Lee đứng dậy bắt tay Tướng Grant, chào mọi người rồi bước ra khỏi phòng họp. Bên ngoài, các sĩ quan, binh sĩ miền Bắc đứng nghiêm đưa tay chào kính cẩn.

Sau này,khi nói đến cuộc nội chiến Hoa Kỳ và bản thỏa ước chấm dứt chiến tranh người ta thường bảo: *"Văn bản đầu hàng là một thỏa hiệp của những người quân tử - The Gentlement's Agreement"*

Đây là niềm hãnh diện cho con dân Hoa Kỳ mỗi khi nhắc đến cách hành xử của cha ông họ trong cuộc nội chiến và là bài học cho hậu thế về cách làm người văn minh, quân tử.

Thêm một tấm gương của người quân tử - Thống tướng Douglas MacArthur của Hoa Kỳ. Sau khi Nhật đầu hàng Đồng Minh, ông được bổ nhiệm làm Tư lệnh tối cao của lực lượng Đồng Minh (SCAP) (3) và trở thành người có quyền lực cao nhất tại Nhật lúc bấy giờ. Với tinh thần thượng võ, MacArthur đã cho binh sĩ các cấp của Nhật Bản về với gia đình - không bị tù tội. Nhật Hoàng Hirohito cũng được miễn tội và thường xuyên được trao đổi ý kiến. Đồng thời, ông thúc đẩy Hoa Kỳ cứu đói cho dân Nhật. Douglas MacArthur được người Nhật ghi ơn. Khi Mac Arthur trở lại nước Mỹ, dân Nhật đã xếp hàng tiễn đưa ông lên máy bay với dòng lệ kính yêu. Ông được coi là một trong 12 người có công xây dựng nước Nhật phú cường như ngày nay.

Bây giờ nhìn lại cách hành xử của người cộng sản Việt Nam khi chấm dứt cuộc chiến tranh huynh đệ tương tàn và giải quyết các vấn đề hậu chiến sau khi chiếm được Miền Nam - viết ra quá dài dòng và thêm xấu hổ cho dân tộc tôi, vì có một lớp người thiển cận, độc ác, tham lam, hẹp hòi - không còn nhân tính đã xuất hiện trong một giai đoạn lịch sử đen tối của đất nước.

Không biết những thế hệ sau này nghĩ sao khi đọc lại những trang sử Việt Nam trong thời kỳ này?

Với tôi, đây là trang sử ô nhục nhất trong mọi thời đại.

Viết đến đây, tôi thấy bùi ngùi cho số phận. Với tuổi đời: "Tương lai ngồi đợi hoàng hôn xuống..."(4) Tôi biết khó lòng gởi nắm xương tàn bên mồ mả cha ông, khi về cõi...Nên tôi căn dặn mấy đứa con: Chớ bận tâm đưa hài cốt của cha về với nghĩa trang gia tộc. Hãy hỏa thiêu và rải tro cốt của cha trên dòng sông Potomac. Hồn của cha sẽ lờ lững trôi theo "dòng sông định mệnh" này.

(tháng 6-2025)

(1) Soi là bãi cát ven sông - người ta trồng dưa hấu, mướp, bí ngô.

(2) Núi Nhạn Tháp và sông Đà Rằng là biểu tượng cho thành phố Tuy Hòa.

(3) SCAP = Supreme Commander for the Allied Powers.

(4) Thơ Tú Kếu.

KHAI BÚT ĐẦU NĂM

Khai bút đầu năm nay, tôi viết chữ "Tình". Những năm về trước, tôi viết chữ Tài, chữ Lộc, chữ Phước, chữ Thọ. Năm nay, bỗng dưng trong đầu nảy ra cái chữ "Tình".

Chữ Tài, chữ Lộc, chữ Phước, chữ Thọ tự nó cho thấy được điều mong ước. Nhưng chữ Tình, thấy nó mông lung nếu đứng một mình, phải thêm một vài chữ theo sau mới xác định được mong muốn và mơ ước của mình.

Tôi suy nghĩ và hồi tưởng...

Thời trai trẻ có: tình yêu lứa đôi, tình bạn tâm giao... rồi thêm tình đồng đội, tình huynh đệ chi binh. Khi lưu lạc trên đất khách thì có thêm tình đồng hương. Khi cảm thương những kẻ khốn cùng là tình nhân loại…

Bước qua tuổi tám mươi - "lão lai tài tận - lực bất tòng tâm." Những thứ tình kia mờ nhạt, chỉ còn cái nhìn tiêu cực như nhà thơ Nguyễn Hữu Tư tự thán:

"Đã qua cái thuở sông hồ.
Chỉ còn ngồi đợi chuyến đò âm-dương"

Tuy vậy, trong tôi vẫn còn lưu luyến cái tình già.

Thế là "Tình Già" được chọn để khai bút đầu năm.

Nói đến tình già là nhớ ngay đến bài thơ Tình Già của cụ Phan Khôi (1887-1959).

Ngày 10 tháng 3 năm 1932, báo Phụ Nữ Tân Văn đăng một bài mà thời ấy có người phê bình rằng: "Thơ chẳng ra thơ, văn chẳng ra văn…"

Sau đó, Tuần Báo Phong Hóa đăng lại bài này vào số báo Tết năm Quý Dậu- tức ngày 24 tháng 1 năm 1933.

Lúc này, người ta mới công nhận phong trào Thơ mới bắt đầu xuất hiện - đánh dấu một chuyển hướng mạnh mẽ trong thi ca Việt Nam - phá vỡ các quy tắc thơ cổ và tiếp thu văn hóa Tây phương.

Phong trào Thơ Mới (thơ tự do) ra đời ở Việt Nam vào đầu thập niên 1930 - khơi dòng cho tiếng thơ ra khỏi khuôn phép cũ về niêm luật gò bó, chữ nghĩa trau chuốt cho vừa tai người xưa. Nó cất lên giọng nói đời thường của con người đang sống, đang yêu, đang già đi cùng kỷ niệm…và nó biểu lộ sự rung động của con tim trong mỗi cá nhân rất trung thực và riêng tư…

Nhiều người cho rằng "Tình Già" là bài thơ mới xuất hiện đầu tiên. Nếu xét về thời gian thì không hẳn là như thế, vì trước "Tình Già" đã có những bài thơ phá cách của Tản Đà — lưng chừng giữa thơ cũ và thơ mới.

Nhưng "Tình Già" quả thực là bài thơ đầu tiên có ý thức rõ ràng về Thơ mới.

Chính tác giả Phan Khôi đã xác nhận: "Cố tình phá niêm luật - dùng lời ăn tiếng nói đời thường và tuyên bố công khai đây là "Thơ Mới."

Có một điều nhận thấy ở đây là cụ Tản Đà sinh năm 1889, cụ Phan Khôi sinh năm 1887 - cách nhau hai năm - coi như cùng thời. Cụ Tản Đà làm thơ "phá cách" do cảm hứng và khí chất, còn cụ Phan Khôi làm thơ mới bằng cách "đoạn tuyệt" có ý thức và lý luận.

Hai con đường khác nhau nhưng cùng đưa thơ cũ sang thơ mới.

Những bài thơ phá cách của Tản Đà xuất hiện từ đầu 1920 - trước thời kỳ Thơ mới khoảng mười đến mười lăm năm, còn bài thơ Tình Già của Phan Khôi ra đời năm 1932 - cách nhau hơn mười năm. Không hiểu thơ phá cách của cụ Tản Đà có ảnh hưởng đến lối làm thơ mới của cụ Phan Khôi hay không?

Nhưng khi nói đến thơ mới, người ta nhắc ngay đến bài thơ "Tình Già" của cụ Phan Khôi, ít nhắc đến Tản Đà và về sau có nhiều nhà thơ làm những bài thơ mới rất hay như: Thế Lữ với bài Hổ Nhớ Rừng; Lưu Trọng Lư với bài Tiếng Thu; Vũ Đình Liên với bài Ông Đồ; có Xuân Diệu với những bài thơ tình như Yêu, Tình Thứ Nhất; có Hàn Mặc Tử với Lưu Luyến, Đây Thôn Vĩ Dạ …v…v…

Tiếp theo có Vũ Hoàng Chương, Trần Dần, Đình Hùng… và càng về sau, phong trào Thơ mới càng phát triển mạnh, nhất là sau khi đất nước chia đôi, ở miền Nam từ năm 1954 đến 1975,rất nhiều thi sĩ trẻ đã để lại những bài thơ mới làm xao xuyến lòng người…

Thế mà, trải qua non thế kỷ, nói chính xác là 94 năm từ khi phong trào Thơ mới xuất hiện năm 1932, có biết bao bài thơ mới rất lạ, rất hay làm rung động con tim của nhiều thế hệ. Nhưng giữa "rừng thơ mới" với bao tinh hoa và thay đổi ấy, "Tình Già" của Phan Khôi vẫn còn nguyên chỗ đứng của mình, như một cột mốc mở đầu, được nhắc đến với tất cả sự trân trọng trong văn học sử nước nhà.

Tuổi già, rảnh rỗi, ngồi buồn… tôi lướt một vòng trên "mạng", thử tìm có bài thơ nào trong thời hiện đại mô tả tình già rung động, xót xa và hay hơn bài "Tình Già" của cụ Phan Khôi. Cuối cùng, tôi bắt gặp một bài thơ ưng ý. Đó là bài thơ "Đôi Dép" của Nguyễn Trung Kiên - sáng tác năm 1995, in lần đầu trên tạp chí Thế Giới Mới, ngày 15-12-1997.

Bài thơ Đôi Dép của Nguyễn Trung Kiên hay không phải do câu chữ trau chuốt, cầu kỳ mà nó diễn tả đúng cái lặng lẽ, xót xa và nhân hậu của cuộc tình đi đến cuối đời - không mơ mộng, không thề thốt, chỉ có kỷ niệm, thời gian và sự cam chịu - rất người!

Bài thơ Tình Già của cụ Phan Khôi nổi tiếng cũng không phải câu chữ cầu kỳ mà hay ở cái giọng nói thản nhiên - thật lòng, thật đời, thật buồn của một người đã sống đủ lâu để không cần làm dáng với cảm xúc. Một mối tình không thành nhưng không tan biến cho đến lúc "hai cái đầu đều bạc" được kể lể với giọng bình thản nhưng đụng đáy con tim — rất thấm!

Hai mươi bốn năm xưa,
một đêm vừa gió lại vừa mưa,
Dưới ngọn đèn mờ, trong gian nhà nhỏ,
hai cái đầu xanh kề nhau than thở:

- "Ôi đôi ta, tình thương nhau thì vẫn nặng,
mà lấy nhau hẳn đà không đặng:
Để đến nỗi tình trước phụ sau,
Chỉ bằng sớm liệu mà buông nhau!"

- "Hay nói mới bạc làm sao chớ!
Buông nhau làm sao cho nỡ?
Thương được chừng nào hay chừng ấy,
Chẳng qua ông Trời bắt đôi ta phải vậy!
Ta là nhân ngãi, đâu phải vợ chồng,
mà tính chuyện thủy chung!"

Hai mươi bốn năm sau,
tình cờ đất khách gặp nhau:
Đôi cái đầu đều bạc. Nếu chẳng quen lung,
Đố có nhìn ra được?
Ôn chuyện cũ mà thôi. Liếc đưa nhau đi rồi,

Con mắt còn có đuôi.

Tác giả: Phan Khôi

Bài thơ Tình Già có thể tách ra từng đoạn để thưởng thức, nhưng bài thơ Đôi Dép — mỗi câu mang một ý — liền lạc với nhau suốt cả bài thơ, tạo nên cái rung động miên man cho người đọc, nên tôi ghi lại toàn bài thơ Đôi Dép của Nguyễn Trung Kiên để không cắt nguồn cảm xúc.

"Bài thơ đầu anh viết tặng em.
Là bài thơ anh kể về đôi dép
Khi nỗi nhớ ở trong lòng da diết
Những vật tầm thường cũng viết thành thơ

Hai chiếc dép kia gặp gỡ tự bao giờ
Có yêu nhau đâu mà chẳng rời nửa bước
Cùng gánh vác những nẻo đường xuôi ngược
Lên thảm nhung, xuống cát bụi, cùng nhau

Cùng bước, cùng mòn, không kẻ thấp người cao
Cùng chia sẻ sức người đời chà đạp
Dẫu vinh, nhục không đi cùng người khác
Số phận chiếc này phụ thuộc vào chiếc kia.

Nếu ngày nào một chiếc dép mất đi

Mọi thay thế đều trở nên khập khiễng
Giống nhau lắm nhưng người đi sẽ biết
Hai chiếc này chẳng phải một đôi đâu
Cũng như mình trong những lúc vắng nhau
Bước hụt hẫng cứ nghiêng về một phía
Dẫu bên cạnh đã có người thay thế
Mà trong lòng nỗi nhớ cứ chênh vênh

Đôi dép vô tri khắng khít bước song hành
Chẳng thề nguyện mà không hề giả dối
Chẳng hứa hẹn mà không hề phản bội
Lối đi nào cũng có mặt cả đôi.

Không thể thiếu nhau trên những bước đường đời
Dẫu mỗi chiếc ở một bên phải - trái
Như tôi yêu em ở những điều ngược lại
Gắn bó đời nhau vì một lối đi chung.

Hai mảnh đời thầm lặng bước song song
Sẽ dừng lại khi chỉ còn một chiếc
Chỉ còn một là không còn gì hết
Nếu không tìm được chiếc thứ hai kia."

Hai bài thơ cách nhau gần thế kỷ, tuy khác nhau về thời đại, lại gặp nhau ở chỗ làm cho lòng người xao xuyến... Bài thơ "Đôi Dép"nói lên cái tình yêu thủy chung, cái nghĩa tào khang gắn bó, còn "Tình Già" mang vẻ lãng mạn đã được tiết chế bằng sự điềm tĩnh của một người từng trải.

Tôi tìm hiểu cơ duyên nào đã khiến hai tác giả viết nên hai bài thơ tình già để đời này thì được biết:Bài thơ Đôi Dép của Nguyễn Trung Kiên ra đời từ một chuyện vui nói về đôi dép trong sinh hoạt thơ văn thời sinh viên. Từ hình ảnh giản dị ấy, tác giả liên tưởng đến tình yêu thủy chung, sự đồng hành lặng lẽ của hai con người trên bước đường đời.Lúc đó, tác giả ở tuổi hai mươi hai.

Còn bài thơ Tình Già của cụ Phan Khôi không phải là tiếng nói bột phát, mà được cất lên sau một thời gian ấp ủ, như một sự cố tình diễn đạt đời sống rất thật, rất người... qua thơ mới.

Nhẩm tính, cụ Phan Khôi sinh năm 1887, cụ viết bài thơ Tình Già vào năm 1932 - như vậy, lúc đó cụ vào tuổi 45. Cụ ấp ủ cuộc tình lưu lạc, đến 24 năm sau mới viết thành thơ. Như vậy, chuyện tình éo le xảy ra lúc cụ Phan mới 21 tuổi.

Giai thoại chuyện tình được bà Phan Thị Mỹ Khanh, con gái cụ Phan Khôi, kể lại qua di cảo "Phan Khôi Tự Truyện" :Năm 1908, cha tôi bị cầm tù ở Hội

An ba năm vì tham gia các phong trào kháng sưu thuế ở Trung Kỳ.Một ngày, được viên võ quan coi tù điều về nhà riêng để viết liễn và câu đối. Ở đây, ngoài viên võ quan còn có vợ là một thiếu phụ rất đẹp và còn trẻ lắm. Khi cha tôi viết, bà rót rượu mời cha tôi uống để có cảm hứng. Cha tôi thấy dễ chịu, vung ngọn bút như phượng múa, rồng bay. Người thiếu phụ cứ đưa mắt theo ngọn bút. Sau bữa ấy, người thiếu phụ cảm mến người viết chữ, nên nhờ một người tù mang gói nhỏ gồm trầu cau nói là của bà Ch. gởi ông.

Sau đó người tù này tiết lộ mối tình ngang trái: Lâu nay tôi phục dịch hằng ngày trong nhà ông võ quan coi tù và tôi được vợ ông Ch. tin cậy, nên bà đem tình riêng ngỏ với tôi nhiều lần rằng: Bà thấy thầy thì thương lắm, nên gởi vật nhỏ mọn làm tin - mong ngày khác thầy cho bà gặp để nói chuyện…

Đến đây, trong đầu tôi bỗng nảy ra sự so sánh giữa cái "tình già" thời xưa của cụ Phan Khôi và cái "tình già" ngày nay của thế hệ tám mươi trên đất Mỹ.

Thời cụ Phan, 45 tuổi, đã cho là già. Bây giờ ở Mỹ, 45 tuổi được coi là còn trẻ,cái tuổi đang hăng say xây dựng sự nghiệp.Phải qua tuổi tám mươi mới gọi là già.

Thời cụ Phan Khôi còn bị lễ giáo ràng buộc - yêu nhau lắm mà không dám nhìn "cho no con mắt..." đến nỗi khi gặp lại cố nhân mà than rằng: *"Nếu chẳng quen lung, chớ nhìn ra được..."* và dù tình cũ nghĩa xưa có gợi lại trong lòng, vẫn phải dừng lại trong giới hạn: " *Ôn chuyện cũ mà thôi - liếc mắt đưa nhau đi rồi - con mắt có đuôi..*".

Tôi không hiểu thấu câu " *liếc mắt đưa nhau đi rồi - con mắt có đuôi*" - "con mắt có đuôi" là làm sao? Có phải đó là cách nói dân gian để chỉ ánh mắt liếc nhẹ mà còn vương lại, như có cái "đuôi" kéo theo sau - một cái liếc không dứt khoát, rất kín đáo để nhận ra nhau, nhớ nhau và tự nhủ: "vẫn còn thương!"

Nghĩ như vậy, không biết có đúng ý cụ Phan không?

Nhưng thôi! Mỗi cảnh, mỗi thời có cái khác nhau. Chỉ biết "tình già" ngày nay của các cụ ở tuổi tám mươi trên đất Mỹ được tự do hơn, phóng khoáng hơn, nhưng trong lòng vẫn mang một nỗi niềm lưu lạc cô đơn và ray rứt - khó lòng bày tỏ cùng ai.

Trước năm 1975, biết bao cuộc tình thơ mộng - hẹn thề "nối tóc xe tơ". Nhưng cuộc chiến tranh tàn khốc quá, đành phải nén lòng để kỷ niệm nên thơ đi vào ký ức.

Sau năm 1975, tiếng súng không còn, nhưng vỡ oà bi thảm: lưu lạc, ngăn cách, chia ly, đứt gánh … Chàng còn ở lại chiến truờng thì nàng đã lên đường di tản, hay chàng ở trong trại tập trung cải tạo, nàng ở nhà tần tảo thăm nuôi cho đến ngày chàng ra tù, hoặc chàng vượt biên, nàng ở lại quê nhà, ngóng trông ngày sum họp…

Rồi mấy mươi năm sau, gặp nhau trên đất khách - hai mái đầu đã bạc - ngỡ ngàng chẳng biết nói sao cho phải, vì chàng và nàng đã có cuộc sống riêng tư, nhưng những kỷ niệm nên thơ bấy lâu chìm trong ký ức, bây giờ trổi dậy, làm cho cả hai cảm thấy ngậm ngùi… đành cho nước mắt chảy ngược về tim.

Xem ra, chuyện "tình già" của cụ Phan Khôi không đủ lớn để khóc, cũng không nhỏ để quên. Nhưng những chuyện "tình già" của các cụ tám mươi nhà ta trên đất Mỹ đầy thương cảm và xúc động… có thể làm cho nhiều người rơi lệ…

Ấy vậy, mà mấy mươi năm qua chưa có bài thơ "tình già" nào xuất hiện làm rung động lòng người hơn bài thơ "Tình Già" của cụ Phan Khôi.

Viết thế có thể chủ quan hay thiếu sót. Nếu ai bắt gặp bài thơ "tình già" nào hay hơn "Tình Già" của cụ Phan Khôi thì nêu lên để chúng ta cùng suy ngẫm và so sánh.

(tháng 2-2026)

LÀM "LƠ" XE BUS

Năm nay, hoa anh đào ở vùng Thủ đô Hoa Thịnh Đốn nở sớm - thường thì đầu tháng Tư mới nở rộ - nhưng vì thời tiết ấm hơn mọi năm, nên giữa tháng Ba hoa anh đào đã nở khắp nơi.

Dân chúng trong vùng cũng như khách du lịch nô nức đổ về Thủ đô Hoa Thịnh Đốn xem hoa, chụp ảnh — nơi có hơn bốn ngàn cây hoa anh đào được trồng khắp nơi, đặc biệt chung quanh hồ Tidal Basin, nhiều cây hoa anh đào cổ thụ ngả bóng trên mặt nước hồ phẳng lặng — trông đẹp tuyệt vời …

Ông Tư rủ hai ông bạn già cùng xóm ra đây chụp hình.

Trước đây, năm nào cũng thế, cứ đến ngày hoa đào nở rộ, người ta thấy bốn ông già "tay xách nách mang" các đồ nghề chụp ảnh: cái máy chụp hình to đùng gắn ống kính dài thoòng đeo lủng lẳng trước ngực, tay cầm chân chống (tripod) dài cả thước; trang phục cũng rất lạ mắt: đầu đội nón tai bèo màu vàng nhạt, khoác cái jacket nhiều túi - căng phồng các phụ tùng chụp ảnh như dây bấm mềm (remote), hộp pin, thẻ nhớ (SD card), loa ống kính (lens hood), kính lọc (filter) …v…v… mặc quần bốn túi, mang giày Adidas trông rất "ngầu".

Đám trẻ trong khu phố ngưỡng mộ, nói rằng: "Trông thật pro!" Người lớn thì bảo: "Trông rất chuyên nghiệp!" Và gán cho bốn ông cái tên rất kêu là "nhiếp ảnh gia."

Năm rồi, một ông "đứt bóng" — bỏ cuộc rong chơi…

Bây giờ, còn lại ba ông, vẫn tiếp tục thú vui nhiếp ảnh. Ba ông đều biết thiên hạ gọi "nhiếp ảnh gia" là để khích lệ và an ủi tuổi già. Vì từ hồi nào đến giờ, các ông chỉ đi chụp hình đám ma là nhiều, còn các lễ lạc quan trọng như đám cưới, đám hỏi, chẳng ai nhờ.

Đó là sự thật phũ phàng!

Từ ngày theo đuổi thú vui chụp ảnh, chỉ chụp hình đám ma đem lại cho các ông chút an ủi, còn cái "tâm sự buồn" ít ai hiểu thấu và các ông cũng không thổ lộ cùng ai.

Ngày ba ông được định cư ở Mỹ, tuổi đời đã quá bốn mươi. Sau bao năm trong lao tù cộng sản - sức mòn lực kiệt - nhưng phải cố gắng vươn lên để xây dựng lại cuộc sống gia đình, nuôi con ăn học. Khi các con thành đạt thì cũng đã đến tuổi về hưu. Nghe lời khuyên của các bậc cao nhân: "Người lớn tuổi nên tìm một sở thích riêng (hobby) để khuây khỏa tuổi già." Nhưng còn có một động lực thúc đẩy ba ông già hăng hái rủ nhau ghi tên học chụp hình do Hội Nhiếp ảnh Việt Nam vùng Hoa Thịnh Đốn (Vietnamese Photographic Society) tổ chức là vì các bà nhà thích được chụp hình chân dung đẹp.

Sau ba năm miệt mài học tập, lấy được bằng tốt nghiệp, rồi sau đó vào Hội Viên, tiếp tục đi săn ảnh để luyện tay nghề... Vậy mà ở nhà chụp hình cho vợ thì bị "chê ỏng, chê eo..." Hỏi ra thì ông nào cũng thế! Chụp hình cho mấy bà hàng xóm trong những dịp biểu tình, hội hè vui chơi dã ngoại thì được khen rối rít và luôn đông khách vì các bà được chụp hình không phải trả tiền. Cũng may thời đại khoa học tiên tiến, chụp hình digital, không tốn công, tốn của bao nhiêu, các ông cứ bấm thả giàn rồi gởi (AirDrop) vào Cell Phone cho các bà là xong (thời trước chụp hình film rất tốn tiền và mất công).

Đó là nỗi buồn thứ nhất ít tỏ cùng ai. Nỗi buồn thứ hai là đi "săn hình". Trong mấy năm gần đây, tuổi già, sức yếu không còn nhanh nhẹn như trước. Đi cùng nhóm thì vui, nhưng gây trở ngại cho những người trẻ vì phải đợi chờ các ông - "bỏ thì thương, vương thì tội!" Biết thế, mấy ông già tạo nhóm riêng - tuy hơi tủi thân già, nhưng cũng đành chịu vậy...

Bây giờ, còn lại ba ông có một mối tương giao đặc biệt, nên thường đi chụp hình chung với nhau - không gây phiền phức cho ai.

Năm nay, ba ông đi chung xe vào DC (Thủ đô

HTD) chụp ảnh hoa anh đào. Mặc dù ra đi thật sớm, đường vẫn kẹt xe, bãi đậu không còn chỗ, ông Tư lái xe chạy lòng vòng… May quá, còn mấy chỗ trống bên đường Constitution Ave, ông Tư tấp xe vào.

Ba ông già hớn hở xuống xe, đi bộ một đoạn đường ngắn là đến hồ Tidal Basin. Một ông hí hửng bảo:

- Hôm nay, tụi mình gặp hên, tìm được chỗ đậu xe tốt quá!

Nhưng than ôi! Chụp hình xong, trở ra xe, thấy một tấm giấy phạt gắn dưới cái gạt nước - 40 đô la - bởi vì đoạn đường đó có bảng cấm đậu xe từ 7:00 AM đến 11:00 AM mà các ông không để ý.

Ông Tư lấy tờ giấy phạt bỏ vào túi, không có vẻ gì khó chịu, chỉ nói: "Coi như trả tiền dạo mát xem hoa." Rồi quay sang phía hai ông bạn già, tươi cười hỏi:

- Hôm nay, chúng ta dạo mát xem hoa tốn tí tiền, nhưng tôi đố hai ông: ở đâu và làm công việc gì mà vừa dạo mát xem hoa, lại kiếm được tiền?

Suy nghĩ một hồi, một ông trả lời:

- Chỉ ở bên xứ Congo.

Ý nói đó là chuyện khôi hài - còn lâu mới có. Vì ở nước Cộng hòa Dân chủ Congo (Congo Kinshasa) 50 năm mới tổ chức Tết một lần, nên chuyện gì không thường xuyên xảy ra, khó có, người Việt hay hóm hỉnh bảo: "Đợi đến Tết Congo."

Ông Tư biết ý, chậm rãi nói:

- Việc có thật, chính tôi đã làm nhiều năm và ở ngay trên đất Mỹ này, chứ không đâu xa.

- Ông kể cụ thể, xem có thể tin được không nào. Một ông già yêu cầu.

Ông Tư nói: - Anh em mình sang đây, nhiều người đi cày hai job - đêm chẳng thấy trăng sao, ngày chẳng thấy mặt trời... Đó là chuyện thường thấy, nói làm gì? Nhưng ở xứ Mỹ có một số công việc ít ai để ý mà lại là "job thơm" nên mới hỏi các ông. Nếu chưa biết, tôi sẽ kể nghe chơi.

Ông Tư lấy chai nước lọc uống vài ngụm, rồi chui vào xe, nổ máy. Hai ông già kia cùng lên xe, chờ nghe ông Tư kể chuyện "job thơm."

Trên đường về, ông Tư bắt đầu câu chuyện: "Chúng ta ai cũng trải qua bước đầu bỡ ngỡ trên xứ lạ, quê người - thường thì đi làm thợ "đụng"- đụng việc gì làm việc đó một thời gian, rồi mới tìm được công việc ổn định. Tôi không ngoại lệ.

Thi sĩ Vũ Hoàng Chương đã than: *"Lũ chúng ta sinh nhầm thế kỷ..."* nên khổ nhục thì nhiều, sung sướng chẳng được bao nhiêu. Nhưng tùy theo cơ duyên đưa đẩy và số mệnh an bài, mỗi người một cảnh - người việc này, kẻ việc kia - sướng khổ, giàu nghèo tuy có khác nhau,nhưng xem ra đa số đều bằng lòng với cuộc sống tự do, yên ấm trên quê hương thứ hai này.

Nhớ lại những ngày đầu tìm việc mà tủi cho thân phận. Tuy không phải đứng đường chờ người ta đến gọi đi làm như mấy anh Mễ bây giờ, mà tìm việc trong các lớp học ESL. Những người đang học ESL hay mách nhau các công việc lao động phổ thông - cứ vài hôm vắng mặt một người. Hỏi ra mới biết anh nọ xin được một chân rửa chén trong nhà hàng, chị kia tìm được chỗ phụ bếp, lau nhà. Tôi chỉ mong tìm được một việc như vậy. Họ chỉ chỗ tôi đến xin việc. Nhưng than ôi! Không chỗ nào nhận - có lẽ các ông bà chủ nhìn bộ điệu của tôi sẽ không kham nổi công việc. Tôi buồn và tự nhủ: "Mới ngoài bốn mươi mà bị đời cho phế thải rồi sao?"

Nhưng số tôi "tiền hung hậu kiết". Tôi lang thang tìm việc mãi không ra, rồi một buổi chiều đi ngang qua một tiệm Dry Cleaners (ở Việt Nam bây giờ gọi là giặt khô), thấy treo bảng "Help Wanted", tôi đánh bạo vào xin thử.

Ông chủ người Do Thái hỏi năm điều, bảy chuyện… Tôi thành thật khai báo: "Tôi chẳng có nghề nghiệp chuyên môn nào cả, nhất là chẳng biết tí gì về nghề này, nhưng tôi có thể làm bất cứ việc gì sau khi được hướng dẫn." Ông ta gật gù đưa cho tôi tờ đơn xin việc, bảo: "Điền vào, tôi nhận anh, ngày mai đến làm việc."

Ôi! Buổi chiều hôm ấy - trên đường về nhà, tôi cảm thấy lâng lâng sung sướng…

Hai ông bạn già ngồi nghe dông dài mà chưa thấy chỗ nào dạo mát xem hoa… Chán quá! Một ông phát biểu:

- Vào làm tiệm Dry Cleaners nóng bỏ mẹ, tôi đã làm việc này mấy năm, đâu có chỗ nào "dạo mát, xem hoa?"

- Bình tĩnh, chưa tới — chuyện phải có đầu, có đuôi chứ.

Ông Tư kể tiếp: - Gần một năm làm cho tiệm Dry Cleaners, tôi quen việc, chỗ nào cần, họ gọi — coi tôi như một người để sai vặt. Tôi không thắc mắc, vì nghĩ: "ăn cơm chúa phải múa tối ngày - xay lúa thì khỏi bồng em."

Một hôm, ông già Do Thái gọi tôi ra chỗ riêng bảo: "Mày biết không, tổ tiên người Do Thái tụi tao lưu lạc đến xứ Mỹ này, khởi đầu với ba cái nghề chính là cho vay tiền, mở tiệm cầm đồ và làm giặt ủi (Dry Cleaners). Sau thời gian cần kiệm, tích lũy, đám cho vay tiền và tiệm cầm đồ ra mở ngân hàng (nhà Bank). Chỉ còn lại cái nghề Dry Cleaning là cha truyền con nối, nhưng khi giàu có, họ kinh doanh lĩnh vực khác đỡ vất vả hơn. Họ bán tiệm và chỉ nghề cho người Đại Hàn và Philippines. Trong vùng này chỉ còn mình tao theo nghề này, nhưng tao sẽ bán tiệm, về hưu. Tao thấy thương thân phận lưu vong của mày, giống như tổ tiên tao đã từng lưu lạc sang đây. Tao muốn sang cái tiệm này cho mày và sẽ chỉ nghề để mày sinh sống. Giá thị trường bây giờ khoảng hai trăm ngàn. Tao hô lên là đám Đại Hàn sẽ chớp ngay. Nhưng tao sẽ ưu tiên cho mày nếu mày muốn."

Trước lời đề nghị bất ngờ của ông ta, tôi ú ớ.Vì hai trăm ngàn quá lớn, đào đâu ra. Tôi trả lời: "Cảm ơn lòng tốt của ông, nhưng làm gì tôi có số tiền lớn như vậy?" "Đừng quá lo, không phải trả một lúc hai trăm ngàn đâu, mà chỉ cần có hai mươi phần trăm đặt cọc (down payment), còn lại tao sẽ chỉ cách vay ngân hàng, rồi trả dần hằng tháng. Với thu nhập của tiệm, chỉ vài năm là hết nợ - sau đó mày sẽ rủng rỉnh."

Linh tính báo cho tôi biết đây là dịp may, nên tôi mạnh dạn trả lời: "Ông cho tôi vài ngày đi mượn tiền, nếu có đủ, tôi sẽ mua." Ông ta đồng ý.

Về nhà, tôi trình bày sự việc. Anh em, bạn bè mỗi người cho mượn một ít. Tôi có đủ tiền đặt cọc.

Thế là từ một thằng với hai bàn tay trắng trở thành ông chủ có gần mười công nhân làm việc. Ngẫm ra mới thấy mọi sự xảy ra trong đời đều có cơ duyên.

Đúng như ông già Do Thái nói, chỉ gần hai năm tôi trả dứt nợ và rủng rỉnh được mấy năm.

Sau đó, tiệm bắt đầu đi xuống vì hàng may mặc bằng vải cotton của Trung Quốc tràn ngập với giá rẻ rề và không cần dry cleaning... lại thêm dân làm văn phòng (cổ trắng) đi làm không bắt buộc phải mặc "complete" như trước mà có thể mặc quần jean, áo pull vào sở làm. Trước đây, mỗi tuần phải đem giặt ủi bộ "suit" một lần, thì nay cả tháng họ mới đem đồ bỏ giặt. Vì hai lý do đó, tôi quyết định sang tiệm gấp dù lỗ vài chục ngàn. Lúc đó tôi qua tuổi sáu mươi.

Nhớ lại thế hệ cha ông ngày trước, bước vào tuổi sáu mươi đã cho là già và nghĩ đến chuyện vui thú điền viên. Quan niệm ấy đã ảnh hưởng đến suy nghĩ của tôi và mỗi khi nghe Hùng Cường ca bài "Sáu Mươi Năm Cuộc Đời" của Y Vân: "*Anh ơi! Có bao nhiêu sáu mươi năm cuộc đời? Hai mươi năm đầu, sung sướng không bao lâu. Hai mươi năm sau, sầu vương cao vời vợi. Hai mươi năm cuối là bao. Ơ là thế, đời sống không được bao…*" là tôi không còn muốn bon chen.

Tôi quyết định về hưu sớm lúc sáu mươi hai tuổi để vui chơi với đời. Ngồi nhẩm tính với số tiền tiết kiệm để trong ngân hàng, tôi có thể sống phây phả đến tám mươi, vẫn còn dư.

Nhưng cuộc sống ở Mỹ không đơn giản — thật nghèo thì có Cơ quan An sinh Xã hội giúp đỡ hoặc thật giàu thì lấy của che thân — còn cái đám không giàu mà cũng chẳng nghèo thì phải tính toán lo toan.

Nạn lạm phát và giá cả hàng tiêu dùng cứ tiếp tục leo thang. Nếu nhớ không nhầm, khi tôi đến Mỹ năm 1986, giá xăng chỉ 99 cents một gallon, năm tôi về hưu 2007 lên gần 2 dollars; bao thuốc lá khoảng

60 cents, lên trên 4 dollars; một cái hamburger khoảng 1 dollar, bây giờ tăng gấp đôi (đó là giá cả tôi nhớ vào năm 2007, hiện tại còn cao hơn) . Nhưng cái nhức nhối là bảo hiểm sức khỏe tăng giá hằng năm. Tôi về hưu non, nên phải mua bảo hiểm sức khỏe - mỗi tháng tám trăm đô la (cách đó mấy năm chỉ trả bốn trăm đô la). Nhẩm tính số tiền có trong ngân hàng, chỉ còn đủ cho tôi sống đến bảy mươi tuổi là cùng.

Kẹt một nỗi là ở Mỹ, người ta bảo "tám mươi chưa phải là già."

Ở Việt Nam, đến tuổi sáu mươi cho là thọ, bảy mươi cho là hiếm (thất thập cổ lai hy). Nếu tôi sống đến tám mươi tuổi, thì phải "ăn mày" ít nhất mười năm — không ăn mày xã hội thì cũng ăn mày con cái. Thực tâm tôi không muốn điều đó xảy ra.

Một hôm gặp người bạn cũ đang làm nghề thầy giáo, tôi tâm sự nỗi lo âu. Anh ta bảo: "Vậy xin vào làm việc ở trường học để được cái bảo hiểm sức khỏe - tốt lắm!" Tôi hỏi: "Làm phu trường ấy à?" Lúc đó trong đầu tôi hiện ra hình ảnh ông phu trường già, ngày ngày cầm chổi quét rác quanh sân và đóng mở cổng trường… Tôi nản quá! Nên mới hỏi thế.

Anh bạn tinh ý đoán biết suy nghĩ của tôi, cười

và bảo: "Trường học bên Mỹ này, ngoài thầy giáo, còn có nhiều công việc phục vụ cho học sinh chứ không như ở Việt Nam mình, chỉ có một ông phu trường lo quét dọn, trông coi tổng quát và chuyên rình bắt học trò leo rào trốn học." "Vậy những công việc cụ thể như thế nào?" "Như đứng cầm bảng chỉ dẫn cho học sinh qua đường giống như cảnh sát giao thông, phục vụ bữa ăn trưa cho học sinh, làm tạp dịch như lau sàn nhà, dọn dẹp nhà vệ sinh, coi an ninh tổng quát, làm tài xế xe bus hay phụ tài xế giúp các học sinh khuyết tật lên xuống xe bus, làm công việc bảo trì như thay bóng đèn, sửa lại cái bàn, cái ghế không cần tay nghề cao - ai làm cũng được."

Sau khi nêu lên một số công việc, ông bạn gợi ý: "Công việc thì nhiều, nhưng xem ra chỉ có việc phụ tài xế xe bus, tiếng Anh gọi Bus Attendant là thích hợp với tuổi già - vừa dạo mát xem hoa, vừa kiếm tí tiền, lại có thêm cái bảo hiểm sức khỏe của nhà nước tốt số một, không có hãng bảo hiểm tư nhân nào qua mặt được."

Thế là tôi nhờ ông bạn điền đơn xin việc trên máy computer (online). Hai tuần sau, tôi được gọi đến phỏng vấn, làm một số thủ tục và được huấn luyện để làm cái nghề "dạo mát xem hoa" như ông bạn tôi đã nói. Tôi đã gắn bó với công việc này hơn mười hai năm mới thực sự về hưu. Tôi thường nói với người thân và bạn bè: đây là cái "job thơm" đã để lại trong tôi rất nhiều kỷ niệm và tôi thường kể cho mọi người nghe về hai kỷ niệm không bao giờ quên:

- Kỷ niệm thứ nhất là ngày đi làm đầu tiên bị thằng học trò giật kính lão.

Chuyện xảy ra thế này: Trên đường đi đón học sinh, bà tài xế bảo tôi: "Chốc nữa sẽ đón thằng Sharlie, học lớp ba, nó mắc bệnh hiếu động nên khi lên xe, ông phải seatbelt cho nó cẩn thận, đừng để nó chạy phá lung tung và ngồi bên cạnh trông chừng." Khi lên xe, trông nó hiền như con mèo, rất dễ thương và để tôi làm nhiệm vụ. Bốc nó xong, xe tiếp tục chạy trên những con đường có nhiều cây anh đào đang độ khoe hoa. Tôi mê mẩn ngắm hoa và quên nhiệm vụ. Bỗng thằng Sharlie nhanh như cắt, giật cái kính lão của tôi, bẻ cái rụp. Bà tài xế nhìn kính chiếu hậu, thấy vậy chẳng chút ngạc nhiên mà tủm tỉm cười và nói: "Tôi quên nhắc ông cất cái kính vào túi, hai ông attendants trước đây đều bị nó bẻ kính. Nghe nói trong trường, thầy cô giáo đứng gần nó mà đeo kính là nó giật bẻ nát. Không hiểu sao thằng này ghét người đeo kính đến thế. Mẹ nó đã bồi thường cho người ta hơn mười cái kính. Bà ta là luật sư, rất tốt và sòng phẳng, rồi ông sẽ có cái kính mới."

- Kỷ niệm thứ hai là bị thằng học trò hỏi "giấy phép hành nghề"

Theo luật lệ của Fairfax County Public Schools, tài xế lái xe cho trường học (school bus drivers) và người phụ tài xế (school bus attendants) phải mang thẻ hành nghề (badge). Hôm ấy, thằng John quậy phá gây ồn ào trên xe bus. Tôi đến bảo nó ngồi yên. Nó nhìn tôi với thái độ thách thức, hỏi: "Ông làm gì ở đây?" Nó hỏi thế là vì hôm đó tôi để cái "thẻ hành nghề" khuất trong túi áo jacket, chứ nó còn lạ gì tôi - nó đã đi về trên chiếc xe bus này với tôi cả ba năm nay. Tôi giận lắm, nhưng kiềm chế được, móc "cái thẻ hành nghề" giơ trước mặt nó, rồi nói: "Như vậy đủ tư cách bảo mày im lặng được chưa?" Nó cúi mặt, nói: "Yes, sir!"

Tôi muốn mắng nó một trận cho hả giận, nhưng tiếng Anh của tôi thuộc loại "ba rọi" - có mắng, nó cũng chẳng hiểu gì - không khéo khiến nó cười và coi thường cái uy của người Attendant.

Biết phận mình, nên tôi rất "kiệm lời" khi nói tiếng Anh. Trong hơn mười hai năm làm attendant, tôi chỉ nói hai câu thông thường: "Quiet please!" khi đám học trò quá ồn ào và "Sit down please!" khi chúng nhao nhao đứng dậy chờ xuống xe khi xe chưa dừng hẳn. Ngoài ra, tôi chỉ cười và ra dấu.

Ấy vậy mà được chúng nó thích và thương… Dịp Lễ Giáng sinh hay nghỉ hè, tôi nhận được những món quà như gói kẹo chocolate, cái gift card của tiệm cà phê Starbucks…từ những bàn tay bé nhỏ với nụ cười và lời cảm ơn rất hồn nhiên, ngây thơ.

Bây giờ đã về hưu, nhưng những hình ảnh thân thương nơi trường học vẫn sống mãi trong lòng tôi, và mới đây, một sự kiện xảy ra khơi lại một kỷ niệm, làm tôi xúc động…

Hôm ấy tôi lái xe trên con đường vắng, vừa quẹo phải, nhìn kính chiếu hậu thấy xe cảnh sát nháy đèn và hụ còi. Tôi biết nó bắt xe của mình. Tôi tấp vào lề — chờ! Một viên cảnh sát cao lớn đến. Tôi hạ kính xe. Hắn bảo: Driver's Licence, please. Tôi móc ví đưa cho nó bằng lái xe. Hắn lấy bằng lái xe, đi về xe cảnh sát. Tôi ngồi chờ, trong lòng có chút lo âu… Hơn năm phút sau, hắn trở lại, hỏi: "Ông có biết bị phạm lỗi gì không?" Tôi trả lời: "Không!" Hắn bảo: "Đoạn đường này tốc độ cho 30 miles; ông chạy đến 50 miles; thứ hai, đến đèn đỏ không ngừng mà quẹo phải ngay trên đường cấm quẹo khi đèn đỏ (No Turn on Red). Vì ba vi phạm này, ông có thể bị rút bằng lái xe. Tôi thốt lên: "Oh my God!"

Hắn nhìn tôi cười cười, rồi hỏi: "Ông nhớ tôi là ai không?" "Không!" Hắn hỏi tiếp: "Ông còn nhớ thằng John — học lớp ba, trường Great Falls Elementary School không?" Tôi bóp trán suy nghĩ. Hình ảnh thằng John hiện ra. Tôi trả lời: "Nhớ ra rồi! Cái thằng hay quậy phá trên xe buýt làm tôi nhức đầu với nó, nhưng tôi lại thương nó nhất. Không biết lớn lên nó làm nghề gì và đang ở đâu?"

Hắn có vẻ cảm động, nhìn tôi, nói: "Nó làm cảnh sát và đang đứng trước mặt ông đây này."

Tự nhiên tôi không còn xem nó là cảnh sát đang bắt tôi - sự ngăn cách biến mất và nói đùa với nó như một người thân: "Mày đó hả, John? Lúc nào mày cũng làm rối rắm đời tao — lúc nhỏ mày hỏi tao cái thẻ hành nghề, bây giờ mày hỏi tao cái driver's license."

Hắn cười, nắm lấy bàn tay xương xẩu của tôi, bóp nhẹ, rồi trả lại bằng lái xe và đưa tờ giấy vàng cho tôi ký với lời ghi "cảnh cáo!"

Nó đưa tay chào theo lối cảnh sát và nói: "Take

good care of yourself, old man!" Rồi quay gót.

Trên đường lái xe về nhà, lòng tôi rộn rã một niềm vui…

Khi còn làm việc, bạn bè thường bảo: "Ông được hưởng lộc già" — đi làm như "đi dạo mát xem hoa", còn được hưởng ba tháng nghỉ hè du lịch đó đây.

Năm 2018, tôi về thăm quê nhà. Bà con hỏi thăm: Bên Mỹ tôi làm việc gì? Tôi ú ớ! Nói làm School Bus Attendant thì họ không hiểu. Tiếng Việt lại không có danh từ tương đương. Tôi mô tả thì xem ra họ không hình dung được cái "Thiên đàng tuổi thơ ở nước Mỹ." Tôi suy nghĩ: công việc mình làm là giúp tài xế lái xe School Bus, gần giống như anh "lơ xe" giúp tài xế lái xe đò ở Việt Nam, nên tôi trả lời: "Làm lơ xe buýt."

Bà con, anh em và các cháu, ai cũng nhìn tôi với vẻ thương hại…

(Tháng 4/ 2024)

LƯƠN LẸO

Hiểu và cảm nhận một ngôn từ tưởng là một nhưng thực sự là hai khía cạnh khác nhau. Hiểu hay nhận thức ý nghĩa của một ngôn từ mang tính hiện thực khách quan; còn cảm nhận và xúc động do một ngôn từ thì lại mang tính trừu tượng chủ quan. Bởi vậy, khi ngâm một bài thơ, đọc một truyện ngắn, người này rưng rưng rơi lệ, kẻ khác lại dửng dưng…

Nhà thơ, nhà văn thông qua nghệ thuật ngôn ngữ, phản ánh cái phong phú, đa dạng của cuộc sống; khơi dậy cảm xúc, tình cảm khác nhau nơi con người… Người ta gọi đó là văn chương.

Phải thấm nhuần văn hóa của một dân tộc mới

thấu hiểu và rung động với biểu cảm của văn chương, chữ nghĩa. Đa số người Việt Nam ở lớp tuổi sáu mươi trở lên, đang sinh sống ở nước ngoài, dù thấm nhuần văn hóa và ngôn ngữ của dân tộc mình, nhưng vì hoàn cảnh phải tiếp xúc với một nền văn hóa mới và sử dụng ngôn ngữ nước sở tại trong công việc và giao tiếp, nên dần dà những chữ bóng bẩy trong văn chương và các thuật ngữ của tiếng Việt ít khi dùng đến.

Mới đây, một anh bạn cùng quê gọi điện thoại nói chuyện về chuyến du lịch vừa rồi ở Argentina. Anh ta tốt nghiệp Kỹ sư Phú Thọ trước năm 1975 ở Sài Gòn; trẻ hơn tôi, anh ta qua Mỹ lúc Sài Gòn đang trong cơn hấp hối. Sống lâu trên đất khách, tưởng rằng tiếng Việt trong anh đã hao hụt — nhưng không, anh ta vẫn còn dùng những "thuật ngữ" của tiếng Việt một cách nhuần nhuyễn - gợi cho tôi một nguồn cảm hứng!

Tôi mê tơi khi nghe anh ta kể về các chuyến du lịch. Những nơi anh ta đến với cái tên lạ hoắc, tôi chưa từng nghe thấy các hãng du lịch quảng cáo. Ấy vậy, sau khi nghe anh ta mô tả, tôi ước mong được đến đó một lần. Nhiều khi tôi tự hỏi: "Tại sao tôi mê anh ta kể chuyện về du lịch?" – Anh ta ăn nói hoạt bát chăng? Không phải! Vì có nhiều hướng dẫn viên du lịch ăn nói cũng rất hay... Vậy nơi anh có cái gì đặc biệt? Cuối cùng tôi tìm ra đáp số: Tôi vốn là người mê du lịch, bây giờ già, điều kiện "ắt có và đủ" để thực hiện một chuyến du lịch không còn dễ dàng như trước. Bởi vậy, ngồi nhà "du lịch hàm thụ" trên YouTube mà gặp được anh bạn nói về du lịch như một nhà khảo cổ, như một nhà nghiên cứu khí tượng và như một ông giáo giảng bài sử địa... thì tôi mê tơi là phải - không có gì thắc mắc!

Cách du lịch của anh bạn tôi khác với lối thông thường – không phải "đi cruise", cũng không đi theo "tour du lịch" mà anh ta tự tìm những địa danh có những di tích lịch sử, hay tìm những nơi phù hợp cho một cuộc nghĩ dưỡng như khí hậu, phong cảnh, ẩm thực, rồi vợ chồng anh bay đến đó, thuê xe đi chơi tận hang cùng ngõ hẹp – không cần hướng dẫn viên du lịch (tour guide) . Nhờ thế anh ta mới tìm được điều độc đáo, kể lại cho bạn bè nghe chơi.

Có lần anh ta nói: "Nếu du lịch miền Bắc Việt Nam, trước tiên anh ta sẽ đến chụp hình các cọc gỗ mà Hưng Đạo Vương Trần Quốc Tuấn đã đặt dưới lòng sông Bạch Đằng, để phục kích và đánh tan đoàn thuyền của Ô Mã Nhi năm 1288. Nếu du lịch

Trung Hoa, anh ta sẽ ưu tiên đến thăm năm ngọn núi lớn — bản doanh của Ngũ Nhạc Kiếm Phái mà Kim Dung đã nêu tên trong truyện kiếm hiệp Tiếu Ngạo Giang Hồ: Hoa Sơn, Thái Sơn, Hành Sơn, Hằng Sơn, Tung Sơn."

Sự chọn lựa của anh ta khá là ngộ nghĩnh, ít người nghĩ tới, và đến nơi nào, anh cũng khám phá những cái độc đáo, ít người tìm ra.

Trong chuyến du lịch vừa rồi ở Argentina, anh ta đến khu phố La Boca. Tưởng rằng sẽ được nghe anh kể về điệu nhảy tango quyến rũ mê li được biểu diễn trước các quán cà phê ven đường hay thịt bò tuyệt hảo và rượu vang đa dạng... Nhưng không! Anh khám phá ra đồ da của Argentina là thượng hạng: quần áo, những bộ salon làm bằng da ở đây vừa đẹp, phẩm chất lại tuyệt vời không đâu sánh kịp.

Tôi bảo: - Hồi nào đến giờ, người ta thường nghĩ đồ da của Ý đẹp và bền nhất thế giới?

- Chỉ đúng phần ngọn, nhưng cái gốc vẫn ở Argentina. Anh ta trả lời rồi giải thích tiếp:

- Từ thế kỷ 18, người châu Âu đến định cư ở Argentina đông nhất là dân Ý. Dân số Argentina hiện nay ước tính trên 46 triệu (dân da trắng chiếm 96,7%, 2,4% thổ dân, 0,5% da vàng, 0,4% da đen) . Dân Argentina gốc Ý chiếm 62,5% (Italo-Argentina). Trên quê hương mới, một số người Ý tiếp tục làm nghề thuộc da theo truyền thống cha truyền con nối cho đến ngày nay. Họ luôn luôn giữ phẩm chất tấm da thuộc ở mức thượng hạng, chứ không lươn lẹo để kiếm lời nhiều, làm mất phẩm chất tấm da thuộc Argentina. Rồi các tay "lang bạt kỳ hồ" - gốc người Ý - đem những tấm da thuộc này về cố quốc, giao cho những người có kỹ năng khéo tay làm ra sản phẩm: áo quần,jacket, ví da, bóp đầm, giày dép và những bộ salon tinh xảo. Thế là cái thương hiệu Italy trở nên nổi tiếng khắp thế giới, phần lớn nhờ những tấm da thuộc ở Argentina.

Anh ta nói người Argentina không **lươn lẹo** và những người Ý "**lang bạt kỳ hồ**" – Hai chữ này gợi cho tôi nguồn cảm hứng và tôi muốn viết ra cái hay của tiếng nước tôi. Việc viết lách rất kỳ lạ: đôi khi có một chút cảm hứng, ta có thể viết "tràng giang đại hải", nhưng có lúc muốn diễn đạt một vấn đề mà không có cảm hứng thì "rặn"mãi không ra nổi một trang.

Cũng như ở đây, nếu anh ta nói: dân Argentina

thật thà, và những tay lái buôn người Ý sống lang thang, nay đây mai đó, thì chẳng có gì để viết. Nhưng anh dùng chữ "**lươn lẹo**" và "**lang bạt kỳ hồ**" - thế mới có chuyện để viết cho bà con đọc chơi.

Theo định nghĩa trong từ điển, lươn lẹo là sự gian trá, lừa dối, xảo trá, lắt léo, không thành thật. Nhưng tiếng lươn lẹo còn ẩn chứa một sự lém lỉnh, tinh tế, thông minh, dịu dàng...Một anh chồng đi chơi hoang, về nhà bị vợ mắng: "Anh gian trá", anh ta sẽ nổi quạu, nhưng nàng bảo: "Anh cứ lươn lẹo hoài", anh ta sẽ cười cầu hòa.

Nhà văn Sơn Nam đã viết một truyện ngắn "Con Rắn Ri Voi" mô tả chuyện một anh nông dân tìm cách căng da rắn ri voi cho đủ kích thước để bán cho một người Tàu — tên Xìn Phóc. Trong trường hợp này, không có chữ nào hay hơn để diễn tả hành động của anh ta bằng chữ "lươn lẹo".

Vắn tắt câu chuyện thế này: "Xìn Phóc, một tay mại bản người Tàu, từ Sanh Ga Bo (Singapore) sang vùng U Minh đặt mua bốn ngàn tấm da rắn ri voi đem về hãng, làm thành da thuộc để làm bóp đầm, dây nịt bán giá rất cao ở các nước Âu Châu. Da rắn rì voi có vảy mịn, bám sát vào da, nổi hột sáng ngời - người châu Âu xem da rắn rì voi là bảo vật.

"Xìn Phóc đặt mua da rắn với giá khá cao, nhưng điều kiện rất gắt gao: bề ngang phải đủ ba tấc, da rắn phải cạo sạch hết mỡ, da rắn không bị thủng lỗ. Nông dân vùng U Minh đua nhau đi bắt rắn. Ban đầu có rắn lớn - lột da đủ kích thước. Nhưng dần dà hết rắn lớn, chỉ còn những con rắn nhỏ, vậy làm sao có da rắn đủ kích thước để bán? Một anh nông dân trong làng tên Sáu Kiến, bí mật tìm cách căng da rắn bằng cách dùng ống bơm xe đạp, buộc lỗ đít rắn lại rồi bơm hơi vô miệng rắn; con rắn phình to như cái ruột xe đạp, căng thẳng no tròn và chẳng bao giờ nổ rồi treo tòn ten. Tới mức nào đó, anh ta lột da rắn - lẽ ra tấm da rắn chỉ có hai tấc, bây giờ trở thành ba tấc, nhờ khí… trời.

"Sáu Kiến nói: Cho thằng má chín (mại bản) Xìn Phóc biết một trận. Nếu bị bơm hơi, da rắn mỏng. Hễ mỏng thì Tây với Đầm xài cái bóp mau rách, dây nịt mau đứt. Tụi nó lại sang đây mua tiếp nữa.

"Nhưng Sáu Kiến đã lầm. Xìn Phóc đã lỗ vốn vì da rắn mỏng quá. Khi đem ngâm chất hóa học, da rắn mỏng như tờ giấy hút thuốc; nhiều chỗ bị đứt. Thay vì làm được dây nịt thì da đó chỉ làm được dây đeo đồng hồ.

"Xìn Phóc bị phá sản, đi mất tích. Mùa rắn năm

sau, bà con lối xóm có lòng mong đợi, nhưng hắn không bao giờ trở lại..."

Sang thành ngữ "**lang bạt kỳ hồ**" – Đây là câu trích dẫn trong Kinh Thi: "lang bạt kì hồ, tài chí kì vĩ. Công tôn thạc phu, xích tích kỉ kỉ".Theo nghĩa chữ nho: lang là con chó sói, bạt là giẫm lên, kỳ là đại danh từ thay thế chữ lang, hồ là cái yếm dưới cổ loài thú. Vậy nghĩa của chữ này là: con sói giẫm lên cái yếm dưới cổ mình để diễn tả tình trạng lúng túng, vướng mắc, không tiến triển... rồi nó trở thành thuật ngữ trong tiếng Việt - thông thường được hiểu là tình trạng lúng túng, không ổn định, lang thang, nay đây mai đó. Nhưng trong cái lang thang đây đó, "lang bạt kỳ hồ" còn phảng phất chút máu giang hồ, lãng tử của một nghệ sĩ... Một anh nông dân, không nhà cửa, không vợ con, đi cày thuê cuốc mướn, lang thang từ làng này qua xóm nọ; hay một anh ăn mày sống nay đây mai đó... người ta không gọi: đó là kẻ lang bạc kỳ hồ.

Ngôn ngữ Việt Nam vô cùng phong phú - mỗi chữ có một nghĩa, nhưng "linh hồn" của nó bao la, tùy người cảm nhận đến mức độ nào.

Ngoài thuật ngữ, tiếng Việt còn có cách nói lái hay đáo để. Ngày nay trong nước, người ta hay nói lái để châm biếm các hiện tượng suy đồi của chế độ, như: thủ tục *đâu tiên - tiền đâu*? Hỏi tình trạng nhân quyền như thế nào, người ta bảo: - Thường gặp ông *Vũ Như Cẩn - vẫn như cũ*. Mấy ông già ở ngoài này, ngày Tết hỏi thăm nhau, các cụ bảo: *Chả thấy gì - chỉ thấy già*.

Ngoài cái nói lái đơn giản như trên, nói lái có thể đặt ra câu đố, như: "Khi đi cưa ngọn, khi về cũng cưa ngọn, là gì?" - là *con ngựa*; cà vô, cà ra, cà nhột là cá gì? - Là cái cột nhà; lăng quăng lít quịt…lăng quăng trứng là cái gì? Là *cái lưng quần trắng*.

Làm thơ nói lái cũng hay đáo để. Giai thoại ông Trạng Quỳnh (1): Thấy kiệu một bà chúa (thời Chúa Trịnh) đi tới, ông bèn vén quần xuống ao sen, lấy chân vọc đám bèo. Khi bà chúa tới gần, bà hỏi: "Trạng làm gì đó?" Trạng Quỳnh trả lời: " Thưa bà: Trời *nắng cực* quá ra *đá bèo* chơi…" Bà chúa đỏ mặt bỏ đi.

Dùng cách nói lái để làm thơ "phản động" thì nhiều lắm. Đơn cử một bài thơ, được phổ biến từ trước 1954 trong vùng Liên Khu 5 do Việt Minh kiểm soát: "*Chú phỉnh* tôi rồi *Chính phủ* ơi / *Chú khiêng* lên hết *Chiến khu* rồi / *Thi đua* chi nữa *thua đi* mãi / *Kháng chiến chi hoài khiến chán* thôi." (vô danh)

Xem ra nói lái đã góp phần làm cho ngôn ngữ nước ta thêm phong phú, đa dạng.

Đọc thơ phú tiếng Việt mà không thấy cái "ẩn dụ" và "sự tích" chứa đựng trong từng chữ, từng câu thì chưa thưởng thức hết cái tinh tế trong ngôn ngữ Việt. Như hai câu thơ của thi bá Vũ Hoàng Chương:"*Nam Kỳ khởi nghĩa tiêu công lý/ đồng khởi vùng lên mất tự do.*" Với người Sài Gòn, biết tên đường Công Lý và Tự Do và đã từng sống dưới hai chế độ tự do dân chủ của miền Nam và chế độ độc tài cộng sản, mới thấy hay, thấy thấm. Những thế hệ sau này chưa chắc sẽ cảm nhận được hết cái thâm thúy của hai câu thơ trên.

Như khi đọc thơ bà Hồ Xuân Hương, chỉ biết cười mà chưa biết khóc, chỉ thấy tục mà chưa thấy thanh thì chưa thưởng thức hết cái tuyệt tác trong thơ của bà. Trong bài Vịnh Cây Quạt, bà tả cây quạt rất giống "cái ấy…": *Một lỗ xâu xâu mấy cũng vừa / Duyên em dính dán tự bao giờ / Chành ra ba góc da còn thiếu / Khép lại đôi bên thịt vẫn thừa.* Rồi bà bảo cây quạt tức là "cái ấy" sẽ làm*: Mát mặt anh hùng khi tắt gió / Che đầu quân tử lúc sa mưa / Nâng niu ướm hỏi người trong trướng / Phì phạch trong lòng đã sướng chưa?* Thật là ngổ ngáo với các đấng mày râu. Họ cười! Nhưng đem bài thơ này hỏi một anh trai tân, chưa thấy "cái ấy" bao giờ, chỉ biết cây quạt giấy thì anh ta sẽ cho là hay. Thật hay!

Đọc thêm thơ bà Hồ Xuân Hương, có lúc ta phải khóc cho thân phận của bà và số phận của những phụ nữ phải đi làm vợ lẽ dưới thời phong kiến.Bà khao khát hạnh phúc lứa đôi, nhưng rơi vào bi kịch. Bà là con của người vợ lẽ, rồi chính đời bà lấy chồng hai lần - cả hai lần đều làm lẽ. Thảm cảnh đó đã dồn nén bà để bao ẩn ức dồn vào bài thơ "Lấy Chồng Chung": *"Chém cha cái kiếp lấy chồng chung / Kẻ đắp chăn bông kẻ lạnh lùng/Năm thì mười họa chăng hay chớ/ Một tháng đôi lần có cũng không/ Cố đấm ăn xôi, xôi lại hẩm/ Cầm bằng làm mướn, mướn không công/ Thân này ví biết dường này nhỉ / Thà trước thôi đành ở vậy xong."*

Nói chuyện thơ văn, chữ nghĩa mà không nhắc đến Truyện Kiều là điều thiếu sót. Truyện Kiều là một tác phẩm lớn trong nền văn học Việt Nam. Nhiều người thuộc lòng Truyện Kiều, ngâm thơ Kiều, xót thương số phận truân chuyên của nàng Kiều, mà không biết "lẩy Kiều" thì chưa thấy hết cái uyên bác, tài tình của Nguyễn Du. Theo tôi, độc đáo nhất của Truyện Kiều là trong cảnh ngộ nào, người ta cũng cảm thấy thân phận mình bàng bạc ở trong đó và có thể "lẩy" vài câu Kiều để gởi gắm tâm tư, tình cảm của mình. Chỉ một vài câu thôi mà có thể phản ánh hết cả nỗi lòng.

Gần đây Truyện Kiều lại đi vào chính trị và ngoại giao. Ba ông Tổng thống Hoa Kỳ đã "lẩy Kiều". Không hiểu các ông "thâm cứu" Truyện Kiều hay có tay Việt Nam nào "cò mồi", mà trong bài diễn văn, các ông đã "lẩy Kiều" rất điệu nghệ.

Lần đầu tiên, ông Bill Clinton, Tổng thống Hoa Kỳ thứ 42, sang thăm VN (tháng 11, năm 2000) đã "lẩy": *Sen tàn cúc lại nở hoa / Sầu dài ngày ngắn đông đà sang xuân* (câu 1795-1796) để nói lên sự "đóng băng" ngoại giao đã qua rồi. Bây giờ cùng thiết lập, xây dựng quan hệ ngoại giao để cùng hưởng mùa xuân tươi đẹp.

Lần thứ hai, ông Joe Biden (lúc đó là Phó TT) đại diện TT Obama, tiếp Tổng Bí thư Đảng Cộng sản Việt Nam Nguyễn Phú Trọng tại Phòng Bầu dục, Tòa Bạch Ốc (tháng 7 năm 2015) đã "lẩy": *Trời còn để có hôm nay/ Tan sương đầu ngõ, vén mây giữa trời* (câu 3121-3122) để bày tỏ sự lạc quan trong quan hệ Việt - Mỹ.

Lần thứ ba, TT thứ 44 Hoa Kỳ Barack Obama

đến thăm VN (tháng *5 năm 2016) cũng "lẩy Kiều": Rằng trăm năm cũng từ đây/ Của tin gọi một chút này làm ghi* (câu 355-356) nói lên sự tin tưởng, cam kết gắn bó cùng nhau.

Thơ Kiều không phải chỉ có những người quyền quý, cao sang mới "lẩy" được, mà bất cứ ai, bất cứ cảnh ngộ nào cũng có thể "lẩy" vài câu. Như khi đọc câu khẩu hiệu của Trung Cộng: "Bốn Tốt và Mười Sáu Chữ Vàng", dân ta có thể "lẩy": *Rằng hay thì thật là hay/ Nghe ra ngậm đắng nuốt cay thế nào* (câu 490). Các ông lãnh đạo Việt Nam sang Trung Quốc nhận chỉ thị, tay bắt mặt mừng, ôm hôn thắm thiết... về nước bị nhân dân ta thán, cũng có thể "lẩy" vài câu biện bạch: *Cùng trong một tiếng tơ đồng/ Người ngoài cười nụ, người trong khóc thầm.*

Bây giờ Việt Nam đang sợ Trung Cộng, không dám đứng hẳn về phía Mỹ, nhưng một mai đàn anh Trung Cộng chơi xấu quá,chịu hết nổi phải nhờ Mỹ giúp. Khi ấy ông TT Hoa Kỳ (có thể là thứ 47 hay 48) sẽ "lẩy" vài câu vừa "chảnh vừa tình" khi đến thăm Việt Nam: *Xót người lưu lạc bấy lâu/ Tưởng thề thốt nặng, nên đau đớn nhiều* (câu 3168-3169). Rồi nói "chảnh": *Bấy lâu đáy bể mò kim/ Là nhiều vàng đá, phải tìm trăng hoa* (3175-3176).

Lúc ấy, các ngài lãnh đạo VN cũng có thể "lẩy" vài câu tâm tình cảm tạ vuốt đuôi: *"Thân tàn gạn đục khơi trong/ Là nhờ quân tử khác lòng người ta."*

Chuyện mấy ông ở phe Quốc gia, một thời hưởng bổng lộc, ăn trên ngồi trước dưới chế độ Việt Nam Cộng Hòa, bây giờ "trở cờ" theo VC để kiếm chút lợi lộc, cuối cùng chẳng được "xơ múi"gì, lại còn bị khinh chê cũng có thể "lẩy" vài câu hờn tủi: *"Bó thân về với triều đình/ Hàng thần lơ láo phận mình ra đâu."*

Lúc đầu, tôi chỉ muốn viết cái hay và thâm thúy của tiếng Việt, nhưng viết xong lại thấy mênh mang dài dòng - chẳng ra một bài bình phẩm văn chương, chữ nghĩa; cũng không ra một chuyện phiếm. Thôi thì cứ coi nó như một bài "tả pín lù" để dỗ giấc ngủ trong đêm khuya…

(Tháng 3 -2023)

(1) Một số người hiểu nhầm: Trạng Trình, Trạng Quỳnh, Cống Quỳnh là một người. Nhưng sử sách ghi chép là ba nhân vật khác nhau - tìm đọc sẽ rõ.

NÓI SAO CHO PHẢI

Chúng tôi ba thằng - quen nhau rồi thân nhau từ tuổi thanh xuân ở chốn quân trường cho đến ngày nay: đầu bạc răng long nơi đất khách, quê người. Bỗng dưng,sau khi xảy ra đại dịch COVID-19 và "dịch" chống phân biệt chủng tộc, có một thằng tuyên bố: không thèm chơi với nhau nữa… Lạ chưa?

Nhớ lại ngày nào: cuộc đời chưa vương vấn bụi trần ai với bao hoài bão. Tuy cá tính mỗi đứa một khác: - Một thằng tính nóng như Trương Phi, hay kỳ co, cố chấp - Một thằng ở dưới đất mà hay nói chuyện trên trời, ăn cơm dương gian mà hay bàn chuyện âm phủ - còn tôi là thằng sớm "ngộ" được cái lẽ vô thường trong kiếp nhân sinh và "thấm" câu chuyện "Tái ông thất mã"- thành, bại, được, thua, trong cõi đời chỉ là phù du…Cho nên tôi giữ được sự thanh thản…và dung hòa các ý kiến cực đoan mỗi lần hai đứa kia cãi nhau dữ dội. Nhờ đó, giữ được tình bạn lâu bền. Nhưng nguyên nhân sâu xa khiến thân nhau và tình bạn ba đứa keo sơn là do cùng chung lý tưởng, cùng chung trường Mẹ và có hoàn cảnh giống nhau.

Những ngày ở quân trường, chỉ có một con đường tiến tới: học tập chuyên cần để được tốt nghiệp (không phải mang thân phận hẩm hiu bị đuổi ra khỏi trường sớm, mang lon trung sĩ). Bảy ngày trong tuần thì hết năm ngày lăn lộn ở thao trường trong mùa học quân sự. Mùa Văn hóa: ban ngày lên giảng đường, đêm về đèn sách… Chỉ còn hai ngày cuối tuần - nhưng có bao việc phải làm: tạp dịch doanh trại, đào giao thông hào, lau súng, lau giày…Gắng làm cho xong công tác để buổi chiều còn ra tiếp "em" đang chờ ở Câu lạc bộ/SVSQ. Thế là mất toi ngày thứ Bảy. Sáng Chủ nhật - diện bộ quân phục dạo phố mùa đông Jasper, mùa hè worsted - bút nịt, phù hiệu Alpha bằng đồng sáng chói, giày da bóng lộn, đầu tóc ngắn gọn, ra sân xếp hàng ngay ngắn chờ các quan to khám xét. Xui xẻo hôm nào, gặp quan khó tính - vạch lá tìm sâu - không cho hưởng ngày phép cuối tuần, coi như đi đong ngày Chủ nhật – gác kiếm buồn xo, nằm nhà đọc chuyện kiếm hiệp Kim Dung - giải sầu...

Được ra phố, có đứa vui, thằng buồn. Vui là những đứa có bồ hẹn hò dạo phố, lên Sân Cù hay xuống Thung Lũng Tình Yêu tình tự. Buồn là những thằng chẳng ai ưa mà nó cũng chẳng ưa ai...Hắn dạo quanh khu Hòa Bình một vòng rồi vào rạp ciné - Ngủ! Ngủ để lấy lại sức cho tuần sau. Thế là xong một ngày Chủ nhật.

Còn ba thằng chúng tôi - buồn, vui tùy thời. Hôm nào trời đẹp, phố xá đông vui, các "em Đà Lạt" rời nhà ra phố, khoe nét đẹp trời cho. Chúng tôi có dịp "liếc mắt đưa tình" — đó là nói theo lối văn chương, còn tiếng thông thường thời ấy là "đá lông nheo" hay "rửa mắt"... Như thế đã là vui. Hôm nào trời lạnh, sương mù che lối , ba thằng vào Café Tùng; hôm nào nắng to, trời nóng thì đến Nhà Thủy Tạ ăn kem, tán chuyện tầm phào "nhân gian phàm tục". Chữ nghĩa khô khan trong các bài học: chính trị, kinh tế, xã hội... gác sang một bên để nói về một đề tài hấp dẫn hơn là "tình yêu và con gái"; còn lại là những chuyện bá vơ. Thế mà cũng có những lúc cãi nhau ỏm tỏi.

Vừa qua tuổi học trò thơ mộng, bước vào đời qua ngưỡng cửa quân trường với nhiều thử thách. Tâm hồn người SVSQ như một tờ giấy trắng mới viết lên đôi điều lý tưởng và vẽ lên đó trái tim đầy nhiệt huyết…

Thời gian ở quân trường với bao kỷ niệm rồi cũng qua mau. Ba đứa cùng ra chiến trường. Chọn cùng đơn vị - Sư đoàn 5 BB. Và bây giờ cũng chỉ có một con đường để tiến tới: thi hành nhiệm vụ và phục vụ lý tưởng quốc gia, dân tộc.

Dần dà, tờ giấy trắng viết thêm nhiều chữ: Tại sao?

Những ngày đầu ra đơn vị, theo đoàn quân làm nhiệm vụ an dân, tôi cũng "say miền đất lạ"(1) như anh bộ đội miền Bắc mới vào miền Nam: Những đồn điền cao su Dầu Tiếng, Hớn Quản bạt ngàn - di hành cả ngày chưa ra khỏi. Rồi có lúc dừng quân dưới những vườn cây ăn trái ở Lái Thiêu, An Sơn, Bình Nhâm mát rượi – thơm phức mùi măng cụt, sầu riêng…

Nhưng rồi, chiến tranh đã tàn phá quê hương. Những lời ca phủ dụ: "Đường ra trận mùa này đẹp lắm" (thơ của Phạm Tiến Duật – Hoàng Hiệp phổ nhạc trong bài ca Trường Sơn Đông, Trường Sơn

Tây) nghe thấy xót xa…Than ôi! Trước mặt "con đường ra trận" là cạm bẫy, chông gai, là chết chóc, hận thù. Đằng sau "con đường ra trận" là cảnh tượng quê hương đổ nát, điêu tàn và để lại trong lòng người nỗi buồn vô hạn…Nghĩ lại mà thương cho tuổi trẻ Việt Nam.

Cuộc chiến leo thang, mỗi ngày thêm khốc liệt. Tôi được mai mối do bà già sắp xếp - cưới vợ để kiếm đứa con thừa tự. Còn 'thằng kỳ co' cứ nghêu ngao câu hát của Nhật Trường: "*Đơn xin cưới, một tờ đơn xin cưới…Anh viết rồi, anh lại xé, em ơi! Bởi anh không muốn thấy người yêu nhỏ bé, một sớm nào thành góa phụ ngây thơ…*"'Thằng hay nói' thường khích 'thằng kỳ co': "Thời buổi này mà mày còn 'quân tử Tàu'. Phải hát: Đơn xin cưới, một tờ đơn xin cưới…Anh viết rồi, lại viết tiếp, em ơi! Bởi anh không muốn thấy người yêu nhỏ bé, một sớm nào thành mệnh phụ phu nhân…"Vì thế, đến ngày "tan hàng", 'thằng kỳ co' vẫn còn độc thân.

Sau ngày 30-4-1975, "trang giấy cuộc đời" viết thêm nhiều chữ: Tại sao? Và trên đó có thêm những dòng tủi hận. Ba thằng giờ đây cùng chung hoàn cảnh và cùng nỗi ưu tư trong chốn lao tù, làm cho tình bạn chúng tôi càng thêm gắn bó.

Trong suốt những năm dài ở tù, từ Nam ra Bắc, ba thằng chúng tôi thường sống chung cùng trại, vì lúc ghi tên "tự nguyện" vào tù cùng ngày, cùng chỗ (Phường 7 - Quận Nhất - Sài Gòn) nên có dịp nâng đỡ nhau về tinh thần lẫn vật chất. Hai thằng chúng tôi có vợ tiếp tế, thăm nuôi; 'thằng kỳ co' là con "bà phước" (2). Nhưng chúng tôi có thức gì - nó có thức ấy. Chỉ ngặt cái tính kỳ co làm cho nó khổ - hết bị cùm thì vào chỗ kiên giam.

Trong tù, 'thằng nói chuyện trên trời' đâm ra "phây phả" nhờ cái tài nhớ dai – đêm đêm hắn kể chuyện kiếm hiệp Kim Dung, được anh em cung cấp cà phê, thuốc lào, đôi khi được tán đường, khúc sắn… Tôi và 'thằng kỳ co' cũng được hưởng "lộc rơi". Khi có lệnh cho thăm nuôi, 'thằng hay nói' lại thêm "khấm khá" nhờ: "Nói những chuyện trên trời và ăn cơm 'tù' nói chuyện âm phủ" – hắn xem bói! Không hiểu làm sao mà nó nói đâu trúng đó…Một hôm đang cuốc cỏ sắn trên đồi, hắn chỉ mặt một tên, nói: "Ngày mốt ngươi có thăm nuôi". Quả nhiên ngày mốt, người tù ấy có vợ ra thăm nuôi. Và nó có chút quà… Cứ thế phát huy - nó nổi tiếng…thân chủ mỗi ngày một đông. Anh tù nào lâu ngày không được thăm nuôi, tìm đến nó hỏi thăm tin tức. Hắn lim dim như đang lên đồng, rồi phán: "Nhà ngươi phải đợi hai...tuần." Không ngờ trúng phóc... Thế là được thân chủ "hậu tạ".

Hắn nổi tiếng — lời hắn nói ra như thánh, như thần. Bởi vậy mới có chuyện cười ra nước mắt: Một ông đại tá nghe bạn tù kể: "Vài tháng nữa, Mỹ sẽ cho trực thăng đến trại bốc hết tù nhân ra Hạm Đội 7 — Đó là lời của hắn!". Ông bạn tù nhấn mạnh: "Đó là lời của hắn", giống như ông linh mục sau mỗi lần trích dẫn một câu trong Thánh Kinh: "Đó là lời của Chúa". Bởi vậy, ông Đại tá viết thư về nhà bảo vợ đem cho ông bộ đồ côm lê (complet), sơ mi, cà vạt để chờ ngày lên trực thăng, không phải tiếp tế đồ ăn nữa. Bà vợ làm y lời ông dặn. Ông ôm bộ com lê đến hơn bốn tháng, bụng đói meo mà chưa thấy trực thăng đến đón. Bạn tù cười thương hại... Còn ông Đại tá bắt đầu chửi đổng...

Cũng may, ngày 2-9 năm ấy, hắn cùng mười lăm người nữa được thả, trong đó có tôi, nên không nghe lời đàm tiếu sau đó thế nào. Trên chuyến tàu xuôi Nam, tôi hỏi hắn: "Mày học được cái nghề nham độn, bói toán hồi nào mà xem mày nói có vẻ chuyên nghiệp" - "Học mẹ gì, ghiền thuốc lào mà ngửa tay xin coi trơ trẽn, nên tán phét kiếm bi thuốc lào, may sao:nói đâu trúng đó" - "Thì ra thế, tao cứ tưởng mày có thần nhập". Hắn cười khoái trá…

Trong những ngày đầu về lại Sài Gòn, hai đứa tôi rách như xơ mướp - một vợ hai con chạy gạo mỗi ngày - làm đủ thứ nghề, đầu tắt mặt tối… vợ con vẫn đói. Cùng đường, hắn trở lại nghề thầy bói. Không ngờ trời cho nó hưởng lộc – nói đâu trúng đó. Thế là, nó lại nổi tiếng - khấm khá mà khỏe tấm thân, bạn bè cũng được hưởng ké lộc Trời…

Một năm sau, 'thằng kỳ co' được thả - thân tàn ma dại. Ba thằng gặp lại nhau mừng mừng… tủi tủi…Nhưng vẫn không bỏ cái tật châm chích, mặc dù trong lòng thương nhau như ruột thịt. 'Thằng hay nói' nhìn 'thằng kỳ co', bảo:

- Tao tưởng mày ở lại đất Bắc, hưởng nhang khói nơi Đền Hùng.

- Chết cái chó nào được - phải sống để xem tụi nó chết chớ mày. 'Thằng kỳ co' đáp.

Tôi xen vào để hai đứa khỏi cãi nhau:

- Chuyện trước mắt là lo chăm sóc sức khỏe và nơi ăn chốn ở cho mày.

'Thằng hay nói' đề nghị:

- Bây giờ nó ở lại nhà tao - tao lo thuốc thang,

vỗ béo cho nó năm ba tháng. Khi nào "da trắng tóc dài" cho nó ra riêng tìm nơi nương tựa.

Cả ba đứa đồng ý như vậy. Sau ba tháng tá túc nhà 'thằng hay nói', 'thằng kỳ co' về ở với bà chị bên Phú Nhuận. Hắn thuê chiếc xích lô, chạy rong kiếm sống, cũng đắp đổi qua ngày. Thỉnh thoảng hai thằng tôi mời nó ghé nhà, ăn bữa cơm thân mật với gia đình. Tuy đạm bạc, nhưng cảnh sum họp, đầm ấm làm nó thèm một mái ấm gia đình, nhất là nó thích có một đứa con. Nhiều hôm thấy nó ôm nựng thằng con trai của tôi, mắt nó rưng rưng. Tôi hiểu lòng nó…

Từ đó, hai thằng tôi cùng với hai bà vợ cố mai mối, tìm cho nó một 'cô vợ'. Chính bản thân nó cũng nỗ lực…Nhưng thời gian lạnh lùng trôi qua, người ta nhìn nó dưới con mắt thương hại, chứ chưa gặp ai tỏ vẻ thương yêu thật lòng…Có khi còn nghe những lời cay đắng: "nghèo mà ham hay đừng mơ mà thất vọng". Nó ôm nỗi buồn cô đơn và mối hận đàn bà. Nó tự nhủ: "Cam phận hẩm hiu, chớ nên mơ đến một mái ấm gia đình."

Thế rồi, một ngày có thông cáo: Các sĩ quan của Quân lực VNCH đã trải qua trên ba năm trong các trại tập trung cải tạo của Việt Cộng được đi định cư ở Hoa Kỳ theo chương trình HO. Vậy là: " *Trời còn để có hôm nay/ Tan sương đầu ngõ vén mây giữa trời/ Hoa tàn mà lại thêm tươi/ Trăng tàn mà lại hơn mười rằm xưa. (Kiều - Nguyễn Du).*

Lúc này, hắn có nhiều "mối" : người xưa tìm về … bạn mới tìm đến… với những lời yêu thương tha thiết!? Có những cô gái tuổi đời chưa quá hai lăm, xinh như mộng… trước đây có nằm mơ cũng không gặp được. Thế mà giờ đây ngỏ lời: "nâng khăn sửa túi".

"Trang giấy cuộc đời" ghi thêm sự hoài nghi và sự trần trụi. Hắn không trách "thế thái nhân tình", chỉ buồn cho một thế hệ lao lung. Hắn hững hờ với đàn bà — nhuốm chút đắng cay. Hắn cam chịu số phận hẩm hiu, không nghĩ đến chuyện lập gia đình — chỉ chờ ngày ra đi…

Lần lượt, ba đứa lên đường theo chương trình HO, cùng định cư ở Quận Cam, Tiểu bang California – bây giờ, "cuộc đời đã được sang trang". 'Thằng kỳ co' không còn mang mặc cảm thua thiệt, không còn mang tâm trạng hoài nghi: "lòng người biển lận". Không còn hờ hững với đàn bà. Hắn bắt gặp tình yêu chân thật - hắn cưới vợ…Xây dựng một mái ấm gia đình như ước mơ.

Những ngày đầu trên vùng đất mới còn bỡ ngỡ trước bao điều lạ lẫm… Nhưng lòng người thời đó sao mà nhân ái và hào sảng: những người Mỹ bản xứ hết lòng hướng dẫn và giúp đỡ chúng tôi cả về mặt tinh thần lẫn vật chất. Đồng hương đến trước cũng hết lòng đùm bọc, yêu thương, giúp chúng tôi sớm ổn định cuộc sống trong một xã hội văn minh. Và chúng tôi bắt đầu thực hiện "Giấc mơ Mỹ" (American Dream). Bây giờ nhìn lại đoạn đường đã qua, lòng còn xúc động và nhớ ơn…

Như bao nhiêu người Việt được định cư trên miền "Đất hứa" đều được an cư lạc nghiệp, con cái học hành thành đạt, có việc làm tốt… Ba thằng chúng tôi không ngoại lệ. Tình bạn chúng tôi vẫn gắn bó. Từ ngày về hưu, ba thằng thường gặp nhau nói chuyện chăm sóc khu vườn sau nhà: hướng dẫn cách trồng cây thanh long sao cho sai quả, tặng nhau những giống cây ăn trái như bưởi, táo, hồng giòn … v.v. Những buổi sáng cuối tuần, rủ nhau ra quán cà phê, nhâm nhi… tán phét chuyện lạ bốn phương, hay chuyện thời sự sốt dẻo. Nhưng bao giờ hai thằng 'kỳ co' và 'nói chuyện trên trời' cũng có ý kiến trái ngược nhau trong cùng một vấn đề. Nên tôi phải dung hòa ý kiến trước khi ra về.

Thường thì chúng tôi gặp nhau khoảng 9 giờ sáng. Một hôm 'thằng kỳ co' phone cho tôi: "Hôm nay mày ra sớm, khoảng 8 giờ, tao có chuyện quan trọng muốn nói riêng với mày, trước khi nó đến." – "Chuyện gì mà có vẻ bí mật thế?" – "Thì ra đó sẽ biết." Tôi đồng ý.

Buổi sáng trời trong, nắng sớm vừa lên, gió mát hiu hiu… Tuy còn sớm, nhưng trong quán đã có khách lai rai. Hương thơm cà phê lan tỏa làm tôi nhớ đến quán Thu Hương trên đường Hai Bà Trưng, Tân Định năm nào. Hắn đứng bên hiên chờ tôi. Vừa trông thấy, hắn gọi: "Đúng giờ quá hén." Hắn đưa tôi vào chiếc bàn cuối dãy. Chờ cô bé đến lấy "order" xong, hắn bắt đầu câu chuyện:

- Như mày đã biết, hồi nào đến giờ, tao với nó nói chuyện tào lao, châm chọc nhau thì nhiều, chứ ít khi nói chuyện đàng hoàng, mà đây là chuyện đàng hoàng, nên nhờ mày cố vấn.

- Chuyện gì mà quan trọng thế? Tôi hỏi.

- Cuối tuần rồi thằng con trai về tỉ tê… đòi mẹ cưới vợ cho nó. Con bồ cho biết là mẹ nó khó lắm, lễ nghi phải theo phong tục Việt Nam, nghĩa là có ba lễ: nói, hỏi, rồi mới cưới. Hỏi kỹ ra mới biết là con gái của hắn. Hồi nào đến giờ, tao thấy mấy đứa nhỏ chơi thân với nhau như anh em, đâu ngờ tụi nó lén lút yêu nhau. Vậy cũng tốt, nhưng tao nghĩ đến việc phải "vòng tay" thưa vợ chồng nó ê mặt quá... Nhưng thôi, thương con cũng đành. Chỉ ngại vợ nó người Huế, khó giàn trời, mày đã biết rồi... Vợ chồng tao người Nam có biết "răng, mô" cho phải phép, nên nhờ mày làm trung gian hỏi ý: "muốn sao tao làm vậy", cho vui vẻ cả làng...

Vừa xong câu chuyện thì 'thằng hay nói' đến. Nó nhìn 'thằng kỳ co' nói oang oang:

- Ông Trump được Thượng viện tha tào rồi, mày có buồn không?

'Thằng kỳ co' "căm" lắm, nhưng ráng nhịn, vì hôm nay nó muốn bàn chuyện quan trọng cho thằng con trai, nên im lặng. Tôi phải lên tiếng:

- Hôm nay, bỏ chuyện chính chị, chính em sang một bên...Cùng bàn một chuyện quan trọng.

- Chuyện gì mà quan trọng dữ vậy? 'Thằng hay nói' hỏi.

- Chuyện yêu đương của mấy đứa nhỏ nhà tụi bay. Con trai nó mê con gái mày; con gái mày cũng yêu con trai nó. Tụi mày tính sao?

'Thằng hay nói' cười cười nhìn thằng 'kỳ co', bảo:

- Chuyện đó dễ thôi. Đứa nào có con trai thì mang trà, rượu đến nhà gái "vòng tay" thưa gởi đàng hoàng là xong ngay.

Một lần nữa 'thằng kỳ co' "căm" với hai chữ "vòng tay", nhưng nó ráng giữ im lặng để tôi lên tiếng:

- Hồi nào đến giờ tụi mình chơi thân, cứ gọi nhau "mày, tao". Lẽ ra, qua tuổi bảy mươi, có sui, có gia, con cháu đầy đàn,nên thay đổi cách xưng hô cho con cháu tôn kính tuổi già… Các bà nhiều lần thấy khó chịu khi chúng mình gọi nhau "mày, tao" . Nay tụi mày sắp làm sui gia với nhau, nên sửa cách ăn nói, nghe cho phải phép, chứ cứ "mày mày, tao tao" mãi không tiện. Chẳng lẽ hôm đám hỏi, giữa quan viên hai họ mà nói: "Hôm nay 'vợ chồng tao' đến xin 'vợ chồng mày' làm đám hỏi cho con…" nghe sao được?

'Thằng kỳ co' trả lời:

- Thú thực, đổi cách xưng hô: mày mày…tao tao bằng anh anh…tui tui nghe không "mặn" và mất hứng khi nói chuyện. Nhưng thôi, đến lúc đó sẽ tùy cơ ứng biến, tự động sẽ ra lời lịch sự …

- Đừng có chủ quan. Tao kể tụi mày nghe một giai thoại: "Hồi đó có anh thanh niên miền Nam, hiền lành chất phác, mới học ở Liên Xô về, Lê Đức Thọ có ý muốn nâng đỡ, cho anh ta điều khiển buổi chào cờ đầu năm ở Phủ Chủ tịch, coi như ra mắt bá quan văn võ. Tới giờ hành lễ, anh thanh niên ra trước sân cờ, dõng dạc, hô: Đ…mẹ…Chào cờ! Chào!

Cả đám "quần thần" tá hỏa – ôm bụng cười thầm…

- Đấy, con người thường nói hay làm theo phản xạ, nên phải tập ngay bây giờ. Tôi nhắc nhở hai đứa.

Chuyện chưa đi đến đâu thì nạn dịch COVID-19 bùng phát. Nằm nhà "trốn dịch", đọc email do hai thằng bạn cố tri gởi đến: chuyện Đông, Tây, kim, cổ; thời sự nóng bỏng - đọc mệt nghỉ! Khổ nỗi, là 'thằng kỳ cơ' gởi các tin tức và các bài bình luận bất lợi cho TT Trump; còn 'thằng hay nói' gởi điều ngược lại làm"điên cái đầu"…

Hồi nào đến giờ, cộng đồng người Việt ít khi đồng lòng về một vấn đề chính trị. Đó là điều bình thường trong một xã hội tự do - tranh luận cho vui, rồi thôi, ai về nhà đó, giữ lấy lập trường của mình. Nhưng từ ngày ông Donald Trump đắc cử TT, trong cộng đồng người Việt chia thành hai phe rõ rệt: phe "binh" – phe "chống" – choảng nhau kịch liệt đến nỗi: cha giận con, vợ ghét chồng, bạn bè từ nhau. Đó là hiện tượng lạ — điều gì ông Trump nói ra , "phe chống" bảo: "nổ", "láo". Còn "phe cuồng" bảo: "Đó là chiêu độc. Cứ thế chống nhau, rồi phát sinh một số tiếng nghe lạ tai như: 'cuồng Trump', 'Truyền thông thổ tả (TTTT)', 'Fake News'... v.v."

Trong khí thế hừng hực của "phe cuồng", "phe chống" trong mùa bầu cử, thì hằng ngày, tin tức loan báo số người Mỹ chết vì dịch Corona cao nhất thế giới — đến phát khiếp! Rồi cũng có giới truyền thông cho biết, đó là con số "phóng đại" vì ai chết trong thời gian này đều được cho vào thống kê do COVID-19 gây ra (những người mắc các bệnh khác không chết,nhường chỗ cho mấy người nhiễm COVID-19 đi trước?!). Mấy cha già nằm trong nhà 'trốn dịch' chẳng biết trời trăng mây nước, cũng "bình loạn" Mao Tôn Cương: "Phe cuồng" Trump bảo: Các tiểu bang dân chủ thống kê quá mức để hạ uy tín của Trump. "Phe chống" bảo rằng: Trump không có kế hoạch chống dịch hữu hiệu– "chống chậm" mà "mở sớm", làm dân Mỹ chết nhiều. Ôi thôi! "Bà Tám" lắm mồm...

Chưa hết!Trong lúc dịch Covid-19 đang hoành

hành thì một người Mỹ gốc châu Phi, George Perry Floyd, bị một cảnh sát da trắng chẹn đầu gối lên cổ đến chết ngạt, ở thành phố Minneapolis. Thế là một làn sóng biểu tình nổi lên khắp nước, lấy cớ chống "kỳ thị chủng tộc" — từ ôn hòa đến bạo động: cướp bóc, đốt phá, thậm chí phá hủy các tượng đài biểu trưng cho ký ức lịch sử lập quốc Hoa Kỳ. Rồi một nhóm người lập khu tự trị Capitol Hill ở thành phố Seattle. Cảnh sát phải ra khỏi khu tự trị. Họ tự quản lý khu vực – coi như vô chính phủ. Nhiều người bi quan, than thở: Đất nước Hoa Kỳ tan hoang hết rồi.

Hiện tượng đám tang George Floyd, một tên mang nhiều tiền án bất hảo, nhưng hắn được nằm trong hòm vàng, trên lưng ngựa trắng, tả hữu hai hàng xênh xang lễ bộ; dưới sân, Joe Biden, ứng viên TT- 2020 của Đảng Dân Chủ; bà Nancy Pelosi, Chủ tịch Hạ viện cùng một đám "chính trị gia thời cơ" quỳ gối tiễn đưa làm người ta tởm lợm "cái quỳ kiếm phiếu" vô liêm sỉ. Nhân dân Hoa Kỳ cảm thấy nhục vì những nhà lãnh đạo vô lương... Người bình thường bảo rằng: Thằng này sinh mạng Đế Vương, tử giờ Hoàng đạo. Kẻ thức giả cúi mặt than rằng: Đạo đức suy đồi, lương tri băng hoại… Còn những người ủng hộ Đảng Dân chủ bảo rằng: Đó là hành động thức thời của những chính trị gia chuyên nghiệp(?!)

Than ôi! "Phước bất trùng lai, họa vô đơn chí" đã đến với một siêu cường, một đất nước có quá khứ lẫy lừng và hào phóng. Hình ảnh những anh cao bồi (cowboy) hào hiệp, cỡi ngựa như bay, bắn súng như để, đi tìm vàng miền Viễn Tây - gây bao cảm hứng và ước mơ... Giờ đây, nhân dân trong nước hoang mang, người ngoài xúc xiểm. Anh Thủ tướng "Ma dê - Cờ, Lờ, Vờ", từ bên kia bờ Thái Bình Dương, cũng hùa theo ví von mấy lời tự phụ: "Nếu cột đèn ở Mỹ biết đi, thì sẽ về Việt Nam tất". Khổ nỗi con cháu của "các ảnh" sang Mỹ du học, tốt nghiệp rồi mà không muốn về. Thế mới thấy sự đời lắm nỗi oái oăm...

Hai thằng bạn già cố tri của tôi cũng bị "cuốn vào vòng xoáy": "thằng cuồng chống","thằng cuồng binh" ông thần Trump. Thôi thì đành vậy - biết nói làm sao - chờ qua "cơn bão bầu cử" ngày 3-11 tới đây, rồi đâu sẽ vào đó. Nhưng thình lình 'thằng kỳ cơ' gởi mail: " Tao không thèm chơi với nó nữa."Tôi nghĩ chắc có chuyện xích mích giữa hai gia đình chúng nó.Thế thì sẽ ảnh hưởng đến việc hôn nhân của hai đứa nhỏ - tôi lo...Nhưng khi tìm hiểu mới biết: "Ông thần Trump gây nên cớ sự." Tôi giận lắm, định mắng chúng nó một trận, nhưng lỡ vướng vào một trong bốn cái ngu là "làm mai" (ở đời có bốn cái ngu: làm mai, lãnh nợ, gác cu, cầm chầu) nên dằn lòng,lựa lời phân giải. Thay vì nặng lời, tôi tìm chữ nhẹ nhàng: "tụi mày lú cả rồi…" hay "tụi mày cứ vớ vẩn".

Ngẫm sự đời mà ngán ngẩm! Tuy vậy, tôi cũng cố gắng viết gởi cho hai đứa bạn một email: "Tao vui khi thấy hai đứa quan tâm đến thời cuộc. Nhớ rằng trong tiến trình lịch sử nhân loại: nhà có trước, nước có sau. Khi có nước mà không giữ được thì nhà sẽ tan. Cho nên chuyện nước nhà hai vai đều nặng. Tuy quê hương Việt Nam vẫn canh cánh bên lòng, nhưng khi đặt chân lên đất nước này và tuyên thệ làm công dân Hoa Kỳ thì chúng ta có bổn phận bảo vệ và góp phần tạo dựng phồn vinh cho Hiệp Chủng Quốc Hoa Kỳ. Dù người trí tuệ, tài ba hay kẻ bần cùng khốn khổ, bị lưu vong hay tù đày - kẻ trước, người sau tìm đến vùng "Đất Hứa" không phân biệt sắc dân, màu da, hay chủng tộc. Tất cả đến đây để mưu cầu: sự sống, tự do và hạnh phúc - thực hiện "giấc mơ Mỹ" (American Dream). Vùng "Đất Hứa" không của riêng ai – nó không thuộc về người "da trắng thượng đẳng", cũng không thuộc về "người da đen đáng sống". Những xảo ngôn "phân biệt chủng tộc", các phong trào Ku Klux Klan (KKK) hay Black Lives Matter (BLM) chỉ là âm mưu chiếm đoạt thô bạo. Rồi nó sẽ suy tàn nhường chỗ cho "đời sống trí tuệ và lương tri".

Những cuộc bạo loạn chúng ta chứng kiến trong thời gian gần đây không phải lần đầu tiên xảy ra tại nước Mỹ. Trước đây có nhiều cuộc bạo động rộng lớn hơn. Nhưng tất cả các khuynh hướng đấu tranh đã "đồng quy" để Trí tuệ và Lương tri tìm ra định hướng mới. Rồi từ điểm đồng qui phát khởi những cải cách sâu rộng làm cho xã hội tốt đẹp hơn, kinh tế phát triển hơn, làm hưng phấn trí tuệ để không ngừng có những phát minh khoa học và kỹ thuật. Đó là cái kỳ diệu của nền tự do, dân chủ Hoa Kỳ - làm cho nước Mỹ luôn trẻ trung và tân tiến.

Hiện tại, người ta tranh luận đúng, sai; người khen, kẻ chê ông Trump. Quan tâm đến điều đó là hữu ích. Nhưng chớ thấy những xáo trộn đang xảy ra mà nản lòng bảo rằng: Nước Mỹ đang đi dần đến chỗ suy tàn. Nghĩ thế là chúng ta chưa thấy hết cái tối ưu cốt lõi của nền tự do, dân chủ và chưa cảm nhận được cái huyền diệu mà Tạo Hóa đã dành cho miền "Đất Hứa".

Chỉ vì bất đồng một vài quan điểm về các hiện tượng chính trị đương thời mà hờn giận rồi từ bỏ nhau...Một mai nghĩ lại, chúng ta sẽ thấy đó là điều đáng tiếc! Giả dụ: tháng 11 này ông Trump thắng cử, sẽ có đứa vui, thằng buồn... Nhưng buồn, vui cũng chỉ kéo dài 4 năm. Có nên đem 4 năm vui buồn thế sự để đánh đổi hơn 50 năm tình bạn chúng ta đã sống chết có nhau?"

Hai ngày sau, tôi được thằng 'kỳ co' hồi đáp: "Mày biết tại sao tao hăm không thèm chơi với nó nữa không? – Vì trong lúc tao nêu lên các khuyết điểm của ông Trump, nó mắng tao: 'Nói như Việt Cộng'. Mày có biết: Ở trong nước bây giờ mắng nhau: đồ chó … đồ heo…đồ đĩ ngựa… không làm người ta 'tức ứa gan' bằng mắng: 'cái đồ Việt Cộng' – 'Việt Cộng' trở thành tiếng "xỉ nhục" rất thời thượng.

Thôi, quên chuyện đó đi. Ngày mai quán cà phê mở cửa, tụi mình ra đó nói chuyện tiếp. Mày nhớ đề cập một chuyện quan trọng là bàn việc tiến hành hôn nhân cho hai đứa nhỏ nghen."

(Tháng 7-2020)

(1) Thơ của Phạm Tiến Duật .

(2) Những người tù không có thân nhân thăm nuôi.

(3) Ma dê = made, Cờ = Campuchia, Lờ = Lào, Vờ = Việt Nam- Chữ của Thủ tướng Ng X.P. phát biểu trong một buổi lễ…

NỖI LÒNG CHƯA TỎ

Bao nhiêu năm qua, ông Lân vẫn giữ lời nguyền: "sống để bụng, chết mang theo" về một chuyện tình. Nhưng bước sang tuổi tám mươi, lòng ông day dứt... nếu không nói ra — mai một qua đời — sẽ không có ai biết được nỗi lòng tha thiết của ông về một mối tình thật đẹp nhưng đã kết thúc trong thương cảm — khiến hai kẻ yêu nhau cùng im lặng và dấu kín trong tim một nỗi niềm.

Thế là, ông không còn giữ được lời nguyền — ông viết! Ông viết ra nỗi niềm chưa tỏ cùng ai như một cách để trải lòng...

Từ lâu, ông nghe nói người ấy đi tu và đã khấn trọn đời — nguyện tận hiến tuổi thanh xuân và cuộc sống của mình để phụng sự Chúa. Bây giờ, người nữ tu ấy đã vào tuổi bảy mươi lăm, đang tu dưỡng trong một dòng tu nào đó ở Hoa Kỳ. Ông không có ý tìm gặp, nhưng mong tình cờ người nữ tu ấy đọc được truyện ngắn này mà thấy lòng xao xuyến, rồi san sẻ chút lòng kính yêu Thiên Chúa cho mối tình đầu thơ mộng… Thế là ông mãn nguyện.

Ông hy vọng Chúa nhân từ thấu lòng nhân thế mà xót thương và tha thứ cho nữ tu đã khấn trọn đời dâng hiến, nhưng trong giây phút yếu lòng đã để tình cảm lứa đôi lay động tâm hồn. Và biết đâu, một mai Chúa sẽ cho hai kẻ yêu nhau với mối tình đầu cao thượng được gặp lại ở chốn Thiên đàng?

Chiều nay, ngồi trên ghế đá công viên nơi đất khách, ông Lân đang thả hồn theo những chiếc lá vàng chao trong gió…Bỗng xuất hiện đôi thiếu niên nam nữ âu yếm nắm tay nhau, thong thả dạo bước dưới bóng mát của những cây phong cổ thụ nơi góc vắng công viên, gợi cho ông nhớ lại những lần dạo chơi cùng cô gái bắc kỳ di cư nho nhỏ, xinh xinh dưới những hàng keo già nơi xóm đạo…

Giờ đây, nỗi nhớ không thể chạm đến và niềm thương không thể gọi thành tên - lòng ông xao xuyến nhớ về…

Nắng chiều buông xuống - chỉ còn đậu lại trên đọt những cây phong già ánh vàng le lói. Ông vẫn ngồi bất động trên ghế đá công viên nhìn lá vàng rơi. Bỗng ký ức trỗi dậy! Rồi bao kỷ niệm hiện ra trong trí nhớ như đoạn phim quay chậm: từ thuở thiếu thời cho đến lúc trưởng thành.

Ông Lân được sinh ra và lớn lên ở một làng quê cách thị xã Tuy Hòa chừng bốn cây số. Trong chín năm kháng chiến (1945-1954), quê hương ông nằm trong vùng Việt Minh kiểm soát. Ông nhớ dưới thời Việt Minh, người lớn trong làng gọi đám nhóc tì như ông là nhi đồng. Nhi đồng thời ấy có những thú vui là đêm đêm đốt lửa trại, đánh trống ếch: bùm… bum… rồi đốt đuốc đi quanh làng hô khẩu hiệu vang trời. Đến Tết Trung thu, Hội Phụ Nữ (là các bà mẹ) nấu nồi chè đậu đen to tướng, phát cho mỗi đứa một chén, thêm vài cái bánh ít lá gai - vừa ăn, vừa hát đồng ca bài "Ai yêu nhi đồng bằng Bác Hồ Chí Minh". Thế là vui!

Còn chuyện học hành chữ nghĩa thời ấy thì "được chăng hay chớ" — việc học hành chỉ để thoát nạn mù chữ. Hầu hết già trẻ gái trai trong làng ban đêm đều học lớp "Bình dân học vụ". Đám thiếu niên, nhi đồng được đến trường, nhưng thường học qua bậc tiểu học rồi thôi và ở nhà giúp cha mẹ trong công việc đồng áng. Rất ít đứa học lên cao (vì học lên cao phải đi xa nhà - rất tốn kém). Trường học thời đó có thể là đình làng hay căn nhà tranh cất đơn sơ núp dưới những tàn cây cổ thụ để máy bay Pháp khó phát hiện. Đặc biệt, chung quanh trường có những hầm tròn, sâu gần một mét. Khi nghe tiếng máy bay từ xa, đứa học trò ngồi gác bên ngoài đánh kẻng báo động… học trò vội vã chạy ra khỏi lớp, nhảy xuống hầm tròn. Mỗi lần nhắc đến chuyện này, ông Lân vẫn còn nổi da gà khi nhớ lại: dưới các hầm tròn thường có những con rắn trun, rắn hổ mang nằm dưới đó.

Có một điều khó quên của tuổi thơ đi học là chuyện vẽ chân dung Bác Hồ. Đứa nào cũng phải vẽ chân dung Bác và cố gắng vẽ sao cho giống bằng bút chì đen trên "giấy nam trung" thô nhám. Thời đó, học trò thiếu thốn và khó khăn mọi bề - làm gì có hộp màu như sau này.Đứa nào có cây bút chì hai màu - đầu xanh, đầu đỏ - được coi là bảnh để vẽ chân dung Bác!

Đến năm 1954, đất nước bị chia đôi — các tỉnh: Nam, Ngãi, Bình, Phú (Quảng Nam, Quảng Ngãi, Bình Định, Phú Yên) không còn nằm dưới sự kiểm soát của Việt Minh. Chính quyền quốc gia được thành lập. Từ đây, cuộc sống của người dân trong vùng thay đổi và phát triển nhanh chóng đến không ngờ về mọi mặt.

Từ thành thị đến thôn quê bừng lên sức sống. Lúc này, ông Lân vào tuổi mười một, mười hai — tâm hồn trong sáng ngây thơ như những trang giấy trắng được ghi vào những điều mới lạ và các mâu thuẫn giữa hai chế độ, khiến tuổi thơ của ông lắm lúc hoang mang…

Mới ngày nào, đám thiếu niên, nhi đồng cố vẽ chân dung Bác Hồ sao cho thật giống.Bây giờ, không còn vẽ chân dung Bác Hồ mà vẽ chân dung Chí sĩ Ngô Đình Diệm sao cho thật đẹp, rồi treo lên chỗ trang trọng nhất trong nhà.

Mới ngày nào nhảy múa hát bài: "Ai yêu nhi đồng bằng Bác Hồ Chí Minh", bây giờ học sinh hát bài: "Nhớ ơn Ngô Tổng thống" vào buổi chào cờ mỗi sáng Thứ Hai.

Ôi! Thật là rối rắm cho tuổi thơ… "Cái yêu" của Bác Hồ và "cái ơn" của Ngô Tổng thống đối với đám thiếu niên, nhi đồng thật khó lường - "cái yêu" của Bác Hồ được nghe qua lời nói; còn "cái ơn" của Ngô Tổng thống thì được thấy qua cơm áo, sách vở học hành đầy đủ. Mỗi thời, thầy giáo giảng giải một cách làm tuổi thơ cứ mãi phân vân: "cái yêu" với "cái ơn" - không biết cái nào nặng mối ân tình hơn?

Nhưng có điều thực tế là từ khi chính quyền Quốc Gia được thành lập, quê hương ông có sự thay đổi và bừng lên sức sống:Trường tiểu học được xây cất khang trang khắp các thôn làng. Ở thị xã Tuy Hòa có trường Trung học Công lập Nguyễn Huệ và hai trường Trung học Tư thục: Bồ Đề của Phật giáo; Đặng Đức Tuấn của Công giáo.

Nếu trước đây, đa số thanh thiếu niên chỉ mong học xong bậc tiểu học là đi học nghề hay làm công việc đồng áng, bây giờ có nhiều cơ hội để học cao hơn. Và rồi, như một phong trào, nhiều gia đình nông dân nghèo vẫn cố gắng cho con tiếp tục đến trường - việc học hành được xem như con đường tương lai tươi sáng cho tuổi trẻ.

Học trò lấy xong bằng Tiểu học, có thể nộp đơn dự kỳ thi tuyển vào lớp Đệ Thất trường công (đi học không phải đóng tiền học phí); cô cậu nào học dở - không đậu vào trường công thì cha mẹ cũng cố gắng cho đi học trường tư.

Bấy giờ, hình ảnh các nhân vật trong tiểu thuyết của Tự Lực Văn Đoàn: thầy giáo, bác sĩ, kỹ sư, thầy thông, ông phán… tiêu biểu cho hướng tiến thân của tuổi trẻ và cũng là ước mơ của các bậc phụ huynh - mong con thoát cảnh chân lấm tay bùn…

Lúc ấy, ông Lân thuộc loại tối dạ - học dốt! Không chen nổi vào trường công. Nhưng được cha mẹ cho đi học trường tư thục Đặng Đức Tuấn (trường Đạo) do các Sư huynh (Frère) Dòng Thánh Giuse ở Nha Trang ra Tuy Hòa giảng dạy.

Không hiểu do đầu óc đã qua cái thời u tối, hay do cách dạy học của các Sư huynh mà ông Lân sáng dạ ra - học đâu nhớ đó - giỏi giang, được các Sư huynh thương mến. Sau bốn năm học, ông Lân đậu bằng Trung học Đệ Nhất Cấp (thời Pháp thuộc gọi là bằng Diplôme hay Thành Chung)hạng Bình Thứ làm các sư huynh vui lòng, cha mẹ ông sung sướng và có chút hãnh diện với bà con.

Cái số của ông Lân như được quý nhân phù trợ, đã đem đến cho ông những may mắn bất ngờ. Một hôm, thầy hiệu trưởng Trường Đặng Đức Tuấn, sư huynh François, nghe đứa bạn của Lân kể hoàn cảnh khó khăn của gia đình Lân — Lân sẽ nghỉ học, kiếm việc làm nuôi cha mẹ già. Sư huynh François cảm thấy chạnh lòng, gọi Lân vào văn phòng. Thầy hỏi: "Năm tới con còn muốn đi học hay kiếm việc làm?"- "Dạ, thưa thầy, con rất muốn học tiếp, nhưng cha mẹ con không có đủ tiền cho con đi học nữa."

Một thoáng xúc động, Sư huynh Francois ân cần bảo: "Nếu con muốn học tiếp, thầy sẽ giúp con. Lớp Đệ Tam, chương trình học tương đối nhẹ — con có thể vừa đi làm kiếm tiền giúp cha mẹ vừa học được bằng cách: con làm thư ký cho trường có tiền lương hằng tháng. Hằng ngày con đến văn phòng, thầy chỉ việc cho con làm; đến giờ toán, lý, hóa, con có thể vào lớp Đệ Tam học dự thính, còn các môn khác con tự học ở nhà. Như thế khi lên lớp Đệ Nhị, con không bị hụt hẫng."

Được Sư huynh Hiệu trưởng gợi ý giúp đỡ, Lân cảm động và vui mừng quá sức, không nói nên lời, chỉ ấp úng: "Dạ, con cảm ơn Thầy, con sẽ nghe theo lời Thầy dạy bảo."

Thế là sau ba tháng hè, Lân trở lại trường - vừa làm thư ký vừa học dự thính lớp Đệ Tam. Lân đã gắn bó với ngôi trường Đặng Đức Tuấn thân thương cùng các Thầy Dòng Thánh Giuse cho đến ngày thi đỗ bằng Tú Tài phần nhất mới rời trường Đặng Đức Tuấn, sang trường công lập Nguyễn Huệ học lớp Đệ Nhất (Vì trường ĐĐT lúc ấy chưa mở lớp Đệ Nhất - ngang lớp 12 bây giờ).

Dù không còn gặp nhau hằng ngày, nhưng các Sư huynh vẫn quý mến đứa học trò hiền lành, khiêm tốn và thông minh, nên các Sư huynh muốn giúp đỡ Lân có điều kiện tài chánh để tiếp tục học hành.

Khi các sư huynh mở lớp dạy luyện thi Trung học Đệ Nhất Cấp, cho Lân mấy giờ dạy toán — có ngờ đâu mấy giờ dạy toán trong mùa hè năm đó đã đưa đẩy Lân đi vào con đường yêu đương và hệ lụy của nó là một đời day dứt…

Lần đầu tiên đứng trên bục giảng và được gọi bằng thầy - một niềm vui xen lẫn chút hãnh diện… nhưng Lân cứ ngượng với tiếng gọi mới mẻ này, vì cảm thấy mình còn quá trẻ, nhất là với một cô học trò lớn tuổi trong lớp, cứ nhìn Lân có vẻ như ghẹo… như đùa…

Một hôm, giải và chứng minh xong một bài toán khó, Lân ra bài tập cho cả lớp làm tại chỗ. Đám học trò nhỏ cặm cụi làm bài, chỉ riêng cô học trò Bắc Kỳ lớn tuổi và xinh nhất lớp, ngồi cắn bút, ngắm thầy Lân… Lân bắt gặp ánh mắt ấy và bốn mắt nhìn nhau lúng túng … Cô học trò cúi xuống, mỉm cười, hai má ửng hồng…Thầy giáo Lân có vẻ mất tự nhiên và cảm thấy con tim như đang đập sai nhịp…Học trò cả lớp chăm chú làm bài, không ai để ý, nhưng cô học trò Bắc Kỳ tinh ý thấy được vẻ lúng túng của thầy Lân.

Sau khi tan lớp, trên đường trở về nhà trọ,Lân cảm thấy cảnh vật chung quanh như đang reo vui với chàng và hình như trong lòng mình cũng đang rộn rã với niềm vui khác lạ...

Nhưng mấy buổi học sau đó, cô học trò lớn tuổi không tới lớp. Thầy Lân ngẩn ngơ và phân vân tự hỏi: "Có phải do mình dạy không hay nên học trò bỏ học?" Thầy Lân cảm thấy buồn! Rồi một buổi chiều, Lân ngạc nhiên thấy cô học trò Bắc Kỳ xinh xinh đó, mặc áo dài trắng nữ sinh, xuất hiện trước cửa nhà trọ của mình với vẻ rụt rè...

Lân ngạc nhiên và hơi bối rối, nhưng mừng rỡ ra mặt!Lân cố làm ra vẻ tự nhiên, nhưng không dấu được cái lúng túng, Lân hỏi:

- Sao mấy hôm nay P. không đến lớp? Mà sao P. biết tôi ở nơi đây mà đến?

P. lí nhí:"Em nhớ! Em đi tìm..."

Cảm động! Im lặng! Lân đưa P. vào nhà...

Ngồi đối diện nhau nơi chiếc bàn học nhỏ, trong khoảnh khắc, ánh mắt cả hai tự nhiên tìm đến với nhau - lặng lẽ, bất ngờ! Rồi vội lảng đi trong cái ngượng ngập hồn nhiên.

Khoảng cách giữa hai người là một mặt bàn nhỏ, nhưng hình như chứa đầy sự rung động của tình yêu, hòa cùng hơi thở ấm áp của cả hai. Tự nhiên Lân cầm lấy tay P. nói vu vơ:

- Em không đi học, lớp học buồn hiu à…

P. nhìn Lân rưng rưng như muốn khóc:

- Em muốn được đi học lắm, nhưng đến lớp em ngượng vì lớn ầm mà ngồi học chung với đám con nít…

- Làm như em hết là con nít? Lân trêu.

P. cúi xuống, bẽn lẽn bóp nhẹ tay Lân:

- Còn con nít nhưng đã biết nhớ… biết thương… và biết xấu hổ …

Lân im lặng như để cái khoảnh khắc ngọt ngào ấy ngấm vào tim.

P. nói tiếp: - Hồi di cư, Thầy Mẹ em gửi bốn đứa con cho Cha xứ, theo họ đạo vào Nam và xin định cư ở Bảo Lộc. Hồi nhỏ, em học tiểu học ở trường các Ma Soeur, vào Bảo Lộc. Trường trung học rất xa. Núi đồi trùng điệp, em không thể đến trường và phải ở nhà với bà chị cả suốt hai năm. P. đổi lại thế ngồi, rồi hỏi:

- Anh có tin vào lòng lành của Chúa không?

- Anh tin... Anh tin cuộc đời con người và muôn loài trên vũ trụ phải có một đấng quyền năng và nhân từ chăm sóc.

P. cảm động, bóp tay Lân, nhìn Lân khẽ nói:

- Ba hôm rồi, em không đến lớp, nhưng sau khi tan trường, em đã dõi bước theo anh trên đường về nhà trọ.Ba buổi chiều day dứt... Chiều nay Chúa đã thêm sức khiến em bạo dạn...

Lân đưa tay vuốt tóc P. và thì thầm: "Vắng em, anh thấy lớp học buồn hiu - anh không thấy hứng thú giảng bài. Anh nhớ...

P. bóp tay Lân, khẽ hỏi:

- Vậy, mỗi chiều thứ Bảy, em đến đây anh dạy toán cho em, em không đến lớp nữa - anh chịu không?

Lân nói như reo:

- Đồng ý và ước gì mỗi tuần có hai buổi chiều thứ Bảy.

Kể từ buổi chiều thứ Bảy hôm đó, hai tâm hồn non trẻ đã hòa nhịp và trao cho nhau mối tình đầu trong trẻo, hồn nhiên…

Qua ba tháng hè thần tiên đó, Lân vào học Đệ Nhất trường Nguyễn Huệ, P. vào học lớp Đệ Tứ trường các Bà Sœur và vẫn gặp nhau mỗi chiều thứ Bảy. Vậy mà Lân vẫn thấy chưa đủ - nỗi nhớ cứ thôi thúc, đôi ba ngày Lân lại đạp xe lên xóm đạo tìm P.

Trong đời ai cũng có một lần bắt gặp tình yêu - khởi đầu là sự rung động, nhớ nhung, mơ mộng … rồi tiếp nối tình yêu là lời cam kết về trách nhiệm hôn nhân - tình yêu như hoa, hôn nhân như quả - quả ngọt hay chua nào ai dám quyết… nhưng thường tình, con người ai cũng trải qua - có kẻ hạnh phúc, có người khổ đau…

Đối với Lân và P., cả hai còn quá trẻ, yêu nhau hồn nhiên như yêu nắng sớm ban mai trong trẻo, không thấy sự vướng bận nào. Nhưng các anh chị của P. lại lo lắng cho đứa em bé bỏng yêu người ngoại đạo…

Hai anh trai và bà chị cả của P. đều là con chiên ngoan đạo. Khi mới di cư vào Nam, bốn anh em ở cùng họ Đạo định cư ở Bảo Lộc. Sau đó, người anh thứ ba xin vào chủng viện - đi tu; người anh thứ hai xin vào dạy Anh văn ở trường Đặng Đức Tuấn, P. ở lại với bà chị cả ở Bảo Lộc. Khi người anh thứ hai ổn định, P. mới đến Tuy Hòa ở với người anh thứ hai để tiếp tục việc học hành. Rồi cơ duyên run rủi gặp "thầy Lân dạy toán" đã dệt nên mối tình đầu trong trẻo, hồn nhiên như trong tiểu thuyết.

Một lần, người anh thứ ba của P. đang tu năm thứ tư ở Giáo Hoàng Học Viện Đà Lạt, về Tuy Hòa thăm P.Lân được gọi đến, coi như ra mắt chính thức với các anh chị của P.Lân ngồi nghe ông anh giảng đạo như một con chiên ngoan của Chúa, và hứa sau khi thi đậu Tú Tài hai sẽ thưa với cha mẹ lo xúc tiến việc hôn nhân theo các "bí tích hôn phối" của đạo Công giáo.

Tưởng rằng mọi sự rồi sẽ diễn tiến như mong ước, nhưng nào ngờ mối tình trong trẻo, hồn nhiên ấy đã bị cuốn trôi bởi những lời trần trụi.

Buổi chiều sau Tết âm lịch năm đó, Lân ngạc nhiên thấy thằng S. - bạn học cùng lớp nhưng không thân lắm - đến thăm.

Lân mời S. vào nhà, thằng S. có vẻ không được tự nhiên, vừa ngồi vào bàn, hắn lắp bắp:

- Tôi đến để nói chuyện với anh về P.

Lân có vẻ hoảng hốt, tưởng P. gặp tai nạn, nên hỏi gấp:

- Có chuyện gì xảy ra với P? - Có gặp tai nạn gì không?

Thằng S. bình tĩnh, nhìn Lân, hạ giọng:

-Tôi biết mối tình thắm thiết của anh với P., nên tôi đến để xin lỗi anh. Vì quá cuồng si, tôi đã xúc phạm P. và P. không còn…

Nói đến đây, thằng S. không thêm lời nào, còn Lân như á khẩu! Hai thằng con trai im lặng nhìn nhau.

Một lát sau, S. lên tiếng:

- Tôi biết Lân yêu P. với hết tấm lòng - hồn nhiên và cao thượng, nhưng là “ tình yêu học trò”; còn tôi yêu P. là “một mối tình si” - tôi yêu P. từ khi nàng ở tuổi mười ba. Anh là người ngoại đạo, biết đâu sẽ có sự trắc trở trong hôn phối, sẽ làm dở dang đời P. Nhưng với tôi, tôi xin hứa sẽ đem đến hạnh phúc cho P. suốt đời.

Ngừng một chút, S tiếp:

- Tuần tới. Tôi sẽ trình diện vào học khóa…ở Trường Bộ Binh Thủ Đức. Sau khi mãn khóa, tôi và

P. sẽ làm đám cưới.

Nghe những lời S. nói chắc nịch, Lân cảm thấy như bị xát muối vào tim và chỉ nói được một câu giã từ ngắn ngủi:

- Được rồi, S. về đi và nhớ giữ lấy lời đã hứa.

S. bắt tay Lân:

- Tôi sẽ giữ như một lời thề!

Mấy mươi năm trôi qua, cuộc đời ông Lân có biết bao thăng trầm, thay đổi - tưởng chừng như đã chôn vùi theo vận nước. Nhưng *"Trời còn để có hôm nay/ Tan sương đầu ngõ vén mây giữa trời "** Ông sẽ được đi định cư ở Hoa Kỳ theo chương trình HO. Vì thế, ông muốn về thăm quê hương một chuyến, nhân đó sẽ ghé qua xóm Đạo để tìm lại một vài kỷ niệm năm xưa.

Nhưng Xóm Đạo bây giờ tiêu điều, nhiều nhà bỏ trống, hoang phế... hỏi ra mới biết: đa số đã bị đưa đi vùng kinh tế mới. Nhà thờ Đạo cũng thưa người vào chiều thứ Bảy. Ông Lân thơ thẩn dưới hàng keo già, bên hông nhà thờ để tìm lại chút hương xưa thì tình cờ gặp S.

Một xúc động đến nghẹn lời! S. ốm nhom, đen

đúa, đang ngồi trên xe lăn, hai tay cố đẩy hai bánh xe lăn đi vào sân nhà thờ. Ông Lân chạy đến, nắm càng xe đẩy nhẹ, rồi lên tiếng:

- S. ơi! Lân đây! S. bị thế nào mà phải ngồi xe lăn?

S. ngước lên, đôi mắt mờ đục, nhìn Lân.

- Ố! Anh Lân! Anh vẫn còn sống? Cách nay mấy năm, tôi hỏi thằng Tư, nó nói anh còn ở tù ngoài Bắc. Anh được ra tù lúc nào?

- Tôi được thả năm ngoái.

Ông Lân sốt ruột hỏi lại:

- S. bị thương khi nào mà phải ngồi xe lăn?

- Tôi bị thương trước ngày ngừng bắn 30-4 gần một tháng. Chuyện dài đầy bi thảm. Tôi muốn chết cho xong đời, nhưng Chúa bắt tôi phải sống. Thôi bỏ qua chuyện đó đi, chúng ta nói chuyện về cuộc sống hiện tại thôi.

S. nắm tay ông Lân, nói với giọng rất chân thành:

- Tôi rất mong được gặp lại anh để tâm sự nhiều điều. May mắn, hôm nay không hẹn mà được gặp nhau. Chúng ta đi vào bên hiên nhà thờ nói chuyện mát hơn.

Ông Lân đẩy xe cho S. đến bên hiên nhà thờ, rồi

đỡ S. ra khỏi xe lăn, ngồi lên chiếc ghế đá. S. mở lời:

- Tôi có lỗi với anh và P. Anh tha thứ cho tôi - tha thứ cho tuổi trẻ ngông cuồng đã khiến tôi xúc phạm P. và đã làm cho mối tình tươi đẹp của anh và P. tan vỡ. Tôi ân hận và ôm mãi trong lòng một mối tình si.

Chưa hiểu hết ý của S. , ông Lân hỏi lại:

- S. nói gì? Tôi chưa hiểu hết. Lúc trước, S. đến gặp tôi, hứa rằng khi ra trường Thủ Đức, sẽ làm đám cưới với P. kia mà.

- Ước mơ là thế, nhưng mộng không thành. Khi tôi ra trường Thủ Đức, xin cưới P., các anh chị của P. đều đồng ý, nhưng P. phản đối kịch liệt. Đến khi người anh thứ hai của P. vào trường Bộ binh Thủ Đức theo lệnh động viên, P. xin vào học nội trú ở trường các bà Sơ và từ chối gặp mặt tôi.

Tôi ôm "mối hận tình" ra đơn vị. Và từ đó tôi liều thân, xông pha chiến trận. Anh biết không - chỉ trong vòng bốn năm, tôi được thăng cấp ở mặt trận hai lần. Nhưng rồi đời tôi khốn nạn quá, anh Lân ạ. Trước ngày ngừng bắn một tháng, tôi bị vướng mìn, bị cưa cả hai chân.S. cúi xuống, như không muốn Lân thấy những giọt nước mắt đang ứa ra, nhưng không dấu được sự xúc động qua lời nói:

- Trong những ngày trước 30-4, thành phố Tuy Hòa hỗn loạn, mạnh ai nấy chạy tìm cách thoát thân, tôi đành thúc thủ. Nghe mẹ tôi kể: Bên trường, mấy Bà Sơ cũng di tản vào Cam Ranh. Bà Sœur bề trên nhận P. làm con nuôi và dẫn P. theo. Từ đó, tôi không được tin tức gì về P.

- Mới đây, có người trong xóm Đạo du lịch Hoa Kỳ có đến thăm P. và kể lại: Khi chạy vào Cam Ranh, một số Bà Soeur được cho di tản sang Hoa Kỳ cùng với một số con lai Mỹ, trong đó có P. Sau này P. vào dòng tu ở Missouri và đã khấn trọn đời.

Ông Lân với giọng nghẹn ngào nói với S.

- Tôi cũng đã nghe người ta nói như vậy.

Nắng chiều đã dịu, hai người đàn ông ngồi bên nhau như quên hết cái hiện tại bi thảm của cuộc đời để tâm hồn hướng về một người đàn bà tên P. Cả hai hình như đã quên đi hình ảnh của cô học trò xinh đẹp để nghĩ về một bà Sœur thánh thiện.

Không bảo nhau mà cả hai đều chắp tay, cúi đầu cầu nguyện!

Họ im lặng và hình như đang hồi tưởng đến những năm tháng nghiệt ngã của chiến tranh và cái đau thương của dân tộc.

Kể từ tháng 12-1960, người dân miền Nam không

còn được sống trong cảnh thanh bình - máu lửa chiến tranh đã bắt đầu ló dạng.Những mơ mộng trong tình yêu, những hy vọng trong sự nghiệp của tuổi trẻ đã vỡ vụn theo sự tàn khốc của cuộc chiến tranh leo thang. Ông Lân không thoát khỏi cái vòng xoáy của cuộc chiến tranh nghiệt ngã ấy. Ông gia nhập Quân đội Việt Nam Cộng Hòa và lao vào cuộc chiến với bao mất mát đau thương. Chuyện tình học trò coi như tiếng thở dài trong bản tình ca ai oán, có thấm vào đâu so với sự tử sinh nơi chiến địa.

Nhưng lạ thay cho cái tình đời! Khi sự vui buồn đến với con người — bao nhiêu giày xéo đau thương hay hân hoan, hạnh phúc — đều nén vào ký ức. Khi ký ức có dịp "trỗi dậy" thì cái tình yêu "trồi lên" trước nhất — khiến tâm hồn con người xao xuyến.

Hiện tại hai người đàn ông trên đây đang ở trong thế cùng, lực kiệt… nhưng không quên được người yêu xưa - bây giờ là một bà Sœur.

Thế mới biết "mối tình đầu" bao giờ cũng khắc vào tim vết sẹo khó phai mờ.

(Tháng 9-2025)

**Kiều - ND.*

NGHỀ DẠY HỌC

Ngoại trừ một vài trường hợp đặc biệt, đa số người đời thường nghĩ: "Dạy học là cái nghề bạc bẽo như ông lái đò đưa khách sang sông." Khách qua sông rồi, mấy ai còn nhớ lại con thuyền cũ, bến đò xưa với người lái đò ngày ngày ngồi đợi!?

Vậy mà, một ông bạn thân của tôi vẫn mê nghề dạy học. Sau khi được định cư ở Mỹ, ông cố gắng học tập lấy được bằng cao học giáo dục (Master of Education) để thực hiện ước muốn của mình là đi dạy học.

Xem lại lịch sử xưa nay, trong và ngoài nước, cho ta thấy tùy theo sự thịnh suy của nền văn hóa giáo dục trong mỗi thời đại mà nghề dạy học có lúc được coi là cao quý — thầy cô giáo được tôn vinh hay bị coi như một nghề bạc bẽo — thầy cô giáo không còn được trọng vọng.

Chuyện ông Carnot ghé vào thăm trường cũ — ông Carnot đang làm quan lớn, một hôm về chơi quê nhà, đi ngang qua trường cũ thấy thầy dạy mình lúc nhỏ, nay tóc đã bạc phơ, đang ngồi trong lớp dạy học, ông đến trước mặt thầy chào hỏi lễ phép và thưa rằng: "Tôi là Carnot, thầy còn nhớ tôi không?" Rồi ông xin phép Thầy được ngỏ đôi lời với học trò trong lớp: "Vì nhờ ơn Thầy chịu khó dạy bảo, ta mới có sự nghiệp ngày hôm nay. Cho nên ta luôn nhớ ơn cha, nghĩa mẹ, công thầy..." Carnot, sau này là Tổng thống thứ tư của Đệ tam Cộng hòa Pháp năm 1887–1894 – Marie François Sadi Carnot.

Đó là chuyện ngày xưa ở bên Tây, xứ ta ngày trước cũng không thiếu những chuyện tôn sư trọng đạo.

Một giai thoại về thầy Chu Văn An: khi Tể tướng (ngang với chức thủ tướng ngày nay) Phạm Sư Mạnh đến thăm thầy Chu Văn An mà "tiền hô hậu ủng", bị người thầy cũ khiển trách. Phạm Sư Mạnh quỳ gối xin thầy tha tội.

Thầy Chu Văn An thi đỗ Thái Học Sinh (Tiến sĩ) nhưng không ra làm quan, về làng mở trường dạy học. Môn sinh của Thầy rất đông và trong số đó có nhiều người làm quan to. Cho đến tận ngày nay, thầy Chu Văn An vẫn được người đời tôn vinh là "vạn thế sư biểu".

Chuyện vua Lê Hiến Tông (1461-1504) đến thăm thầy cũ rất cảm động, được kể lại trong "Đại Việt Sử Ký Toàn Thư" với nội dung như sau: "Tiên sinh Nguyễn Bảo, người từng dạy học cho vua Lê Hiến Tông thuở thiếu thời và đã từng giữ chức Thượng thư Bộ Lễ. Khi lớn tuổi, ông cáo lão về quê sống đời thanh bạch. Một hôm, để tỏ lòng biết ơn, Vua Lê Hiến Tông đã về làng Châu Khuê thăm thầy cũ. Khi đến đầu làng, nhà vua xuống xa giá, đi bộ với hai cận thần cùng một viên quan sở tại vào nhà thăm thầy — không trống phách, nhạc nhã nghinh đón. Thầy giáo Nguyễn Bảo theo phép vua tôi sụp lạy nhà vua. Vua cúi xuống đưa tay nâng vai người thầy cũ, nhỏ nhẹ nói: "Xin lão tiên sinh bình thân để cho đệ tử không bị thất lễ." Cụ Nguyễn Bảo thưa: "Tâu bệ hạ, đạo thầy là nặng, nhưng phép nước cao hơn, xin Hoàng thượng cho lão phu này được đứng hầu, để người ngoài trông vào cho phải phép." Nhà vua ân cần bảo: "Thưa Tôn sư, hôm nay trẫm là học trò về thăm thầy, chứ không phải Thiên tử đi kinh lý nên miễn lễ cung đình. Tôn sư cho phép đệ tử ngồi chung bàn là quá lắm rồi…" Và sau đó thầy trò cùng ăn bữa cơm quê đạm bạc. Bởi thế, trong dân gian còn truyền tụng câu ca dao: "*Canh cua nấu cải thêm gừng/ Xưa nay vua chúa đã từng khen ngon.*"

Đó là chuyện thời phong kiến. Quan niệm "Quân, Sư, Phụ" đã sống trong lòng dân tộc qua cả ngàn năm do ảnh hưởng của Nho giáo. Vị trí người thầy, chỉ đứng sau vua và trên người cha, đã cho thấy thầy giáo được tôn vinh bậc nhất trong xã hội phong kiến.

Đến khi người Pháp xâm chiếm nước ta, họ đặt nền đô hộ mới từ năm 1884. Chế độ phong kiến dần dần suy tàn, kéo theo sự mai một của nền văn học Nho giáo. Các khoa thi Hương, thi Hội, thi Đình - lấy chữ Nho làm gốc - bắt đầu từ năm 1075 dưới triều vua Lý Nhân Tông để tuyển chọn người có học và tài đức ra làm quan. Đến năm 1919, các khoa thi ấy không còn được tổ chức dưới triều vua Khải Định. Ông Trần Tế Xương đã viết bài thơ "Đổi Thi" để nhắn nhủ các môn sinh nho học:

Nghe nói khoa này sắp đổi thi
Các thầy đồ cổ đỗ mau đi!

Dẫu không bia đá còn bia miệng
Vứt bút lông đi, giắt bút chì!

Từ khi các sĩ tử (tiếng gọi các học trò học chữ nho) "bỏ bút lông, giắt bút chì" - lấy chữ Pháp và chữ Quốc ngữ (theo mẫu tự Latinh) làm gốc trong các kỳ thi để tuyển chọn công chức phục vụ cho chính quyền bảo hộ. Sự "lên ngôi" của chữ Quốc ngữ đã đào tạo một thế hệ trí thức mới, thay thế các cụ đồ với các mảnh bằng Thành Chung (Diplôme d'Études Primaires Supérieures) ; Tú Tài 1 - còn gọi Tú Tài Bán Phần (Baccalauréat Première Partie); Tú Tài 2 - còn gọi Tú Tài Toàn Phần (Baccalauréat Deuxième Partie, gọi tắt là Bac Deux).

Có thể nói, từ khi khoa thi Hội cuối cùng được tổ chức tại Kinh đô Huế năm 1919 cho đến lúc chấm dứt chế độ phong kiến vào năm 1945 với sự thoái vị của Vua Bảo Đại, ông vua cuối cùng của triều Nguyễn, nền tân học Việt Nam đã khởi sắc một cách kỳ diệu...

Chỉ trong vòng 26 năm (1919 - 1945) mà thơ, văn, âm nhạc bằng chữ quốc ngữ đã làm rung động lòng người qua các tác phẩm: truyện ngắn, tiểu thuyết, thơ mới của các nhà văn, nhà thơ như Nhất Linh, Khái Hưng, Thế Lữ... trong nhóm Tự Lực Văn

Đoàn và còn rất nhiều nhà văn, nhà thơ khác cùng các nhạc sĩ nổi tiếng như Văn Cao, Đoàn Chuẩn… v…v… đã làm nên và để lại một di sản văn hóa vô cùng quí báu. Các thế hệ sau này, say mê và ngưỡng mộ, đã đặt cho cái tên: "Thơ, Văn, Ca nhạc Tiền chiến." Đây là nguồn cảm hứng đã ảnh hưởng đến các văn nghệ sĩ hậu sinh để họ tạo được một nền văn học rất phong phú cho Việt Nam.

Ngoài văn học, thời kỳ này xuất hiện một giai cấp mới trong xã hội được gọi là "tiểu tư sản" — đa phần là những người tân học. Các thầy thông, ông phán, ông đốc, ông giáo… được xem là tầng lớp trí thức thượng lưu.

Hình ảnh cậu giáo Huy trong tiểu thuyết Nửa Chừng Xuân của Khái Hưng sao mà cảm động, dễ thương quá! Gia đình khánh kiệt, nhưng nhớ lời dặn dò của người cha trước lúc lâm chung mà Mai, chị của Huy, đã tần tảo nuôi em ăn học, còn Huy đã đem hết nghị lực học hành để trở nên người hữu dụng cho xã hội như mong ước của người cha quá cố. Huy tốt nghiệp, ra trường làm nghề dạy học đã tạo được cuộc sống êm đềm, hạnh phúc cho hai chị em Huy và được xã hội kính trọng.

Sau năm 1945, tuy đất nước trải qua những biến

cố lịch sử quan trọng, nhưng địa vị của người thầy giáo vẫn được tôn kính trong lòng dân tộc.

Cho đến năm 1954, qua Hiệp định Genève, đất nước bị chia đôi. Hai miền Nam - Bắc áp dụng thể chế chính trị khác nhau và cũng khác biệt trong ý thức hệ chính trị, nên chương trình giáo dục phải theo đó mà cải cách cho phù hợp, nhất là các môn về "khoa học xã hội và nhân văn".

Tôi được sinh ra và lớn lên ở miền Nam, được hấp thụ một nền giáo dục "nhân bản, dân tộc và khai phóng."

Thầy cô giáo đã dạy cho chúng tôi biết giá trị thiêng liêng của con người — cuộc sống được bảo vệ trên nền tảng tự do, dân chủ và bình đẳng. Đó là động lực để phát triển nhân sinh. Con người không thể là phương tiện hay công cụ để phục vụ cho một cá nhân hay một đảng phái chính trị.

Thầy cô giáo cũng dạy cho chúng tôi tinh thần bảo vệ, gìn giữ và phát huy các giá trị truyền thống tốt đẹp của dân tộc. Mục đích là giữ cho dân tộc trường tồn, làm cho quốc gia hùng mạnh và đưa dân sinh đến hạnh phúc.

Sau cùng là khai phóng để mở rộng tầm nhìn

- học hỏi và tiếp nhận các kiến thức khoa học kỹ thuật tân tiến trên thế giới, đưa nước nhà theo kịp với văn minh nhân loại, đồng thời tham khảo, học hỏi nhiều luồng tư tưởng tiến bộ để phát huy tinh thần tự do, dân chủ, phát triển xã hội... tạo nên một nền văn hóa phong phú cho dân tộc và đời sống hạnh phúc cho mỗi con người.

Triết lý giáo dục đó được những con người lịch lãm truyền dạy, và hình ảnh của họ đã để lại trong tâm hồn những học sinh miền Nam lúc bấy giờ sự ngưỡng mộ và kính trọng.

Bởi thế, sau khi đậu Tú Tài, nhiều thanh niên nam nữ ở miền Nam đã ước mơ được làm thầy, cô giáo. Các trường Sư phạm Quy Nhơn, Huế, Sài Gòn, Cần Thơ là nơi dừng chân lý tưởng cho sự nghiệp của nhiều người.

Tôi nghe nói: ước mơ của nhiều thanh niên nam nữ ngoài Bắc thời bấy giờ là được làm công an. Nơi dừng chân lý tưởng là các Học viện An ninh nhân dân, Học viện Cảnh sát nhân dân, Học viện Chính trị Công an nhân dân... Và cũng nghe nói, ngoài Bắc theo lối giáo dục nhồi sọ - một chiều! Nuôi dưỡng hận thù, đấu tranh giai cấp, con người là công cụ để phục vụ cho chế độ theo đường lối vô sản chuyên chính của chủ nghĩa Mác - Lênin… v.v…

Những gì tôi nghe trước đây thì sau năm 1975 tôi được thấy. Quả thực không sai.

Những chuyện được truyền bá trong xã hội miền Bắc như : "Đồng hồ của Liên Xô tốt hơn đồng hồ Thụy Sĩ; trăng ở Trung Quốc tròn hơn trăng ở Hoa Kỳ…" Mới nghe tưởng rằng người ta nói chơi, nhưng đã được viết trên sách báo.

Chúng ta cũng không ngờ các thầy cô đã dạy cho các em học sinh trong chương trình văn học phổ thông bài thơ "Đời Đời Nhớ Ơn Ông."

Bữa trước mẹ cho con xem ảnh: Ông Xit-ta-lin bên cạnh nhi đồng.

Áo Ông trắng giữa mây hồng/ Mắt Ông hiền hậu, miệng Ông mỉm cười….

Xit-ta-lin! Xit-ta-lin! Yêu biết mấy, nghe con tập nói/

Tiếng đầu lòng, con gọi Xít-ta-lin…

Đêm qua, loa gọi ngoài đồng/ Tiếng loa xé ruột, xé lòng biết bao!

Làng trên xóm dưới xôn xao/ Ông sao sáng nhất trời cao băng rồi!

Hỡi ôi, ông mất, đất trời còn không?

Thương cha, thương mẹ, thương chồng

Thương mình thương một, thương ông thương

mười....

Bài thơ khá dài, chỉ trích những câu tiêu biểu. Khi đọc bài thơ này, nhiều người cứ tưởng đó là của một thằng bá vơ nào đó, không biết gì về lịch sử thế giới, nên mới ca tụng và khóc một tên đồ tể — giết người không kém gì Hitler. Nhưng cuối bài thơ ghi: "Sáng tác vào tháng 5-1953 của Tố Hữu, một nhà thơ nổi tiếng trong chế độ Hà Nội. Người ta mới té ngửa,không ngờ nó nhảm đến thế!

Với tôi, khi đọc bài thơ này, tôi không còn lời nào để phê bình, chỉ ném quyển sách xuống sàn nhà và buông tiếng chửi thề rất tục... không tiện viết ra đây.

Cũng có lần nghe mấy đứa nhỏ đọc mấy câu thơ trong một bài học thuộc lòng - tôi không biết tác giả là ai - thơ rằng:

"Ông Lê Nin ở nước Nga/ Mà em lại thấy rất là Việt Nam,

Cũng vầng trán rộng thênh thang/ Y như trán Bác mênh mang đất trời."

Ông Lê Nin mắt xanh, mũi lõ thì giống người Việt Nam làm sao được? Thế mà thầy cô vẫn cho các em học thuộc lòng.

Thôi, bỏ qua chuyện đó — làm "thơ nịnh" dạy "thơ nhảm" dưới chế độ Cộng sản là chuyện bình thường. Nhưng những câu thơ ấy gợi cho tôi nhớ về một kỷ niệm - khi tượng Lê Nin được dựng lên ở Hà Nội, một ông nào đó trong chính phủ Miền Nam cũng bắt chước để lấy lòng Hoa Kỳ, nên lấy tên vị Tổng thống Hoa Kỳ thứ 35 đặt tên công trường trước nhà thờ Đức Bà là "Công trường Kennedy" bị các sinh viên, học sinh ở Sài Gòn biểu tình phản đối, sau đó phải gỡ xuống và trả lại tên cũ là "Công trường Hòa Bình."

Ngày 30-4-1975, chính quyền miền Nam hoàn toàn sụp đổ, Sài Gòn đặt dưới sự kiểm soát của Việt Cộng qua Ủy ban Quân quản. Rồi các cán bộ ngoài Bắc lần lượt được đưa vào tiếp quản các cơ sở của chính quyền miền Nam để lại, trong đó có các trường công và tư thục.

Nhìn qua phong thái, xem xét về trình độ học vấn, cách thức quản lý và lề lối giảng dạy của các thầy cô ngoài Bắc (lúc đó gọi chung là giáo viên), dân chúng Sài Gòn vô cùng thất vọng.

Sài Gòn xưa: Từng có một công trường mang tên John F. Kennedy

(Ảnh: Manhhai, Flickr)

Người ta bảo muốn biết sự thật trong nhà thì hỏi mấy đứa trẻ con (đi hỏi già, về nhà hỏi trẻ), muốn biết thực trạng của một xã hội, cứ nghe các câu vè, ca dao đang truyền tụng trong dân gian thì sẽ tỏ tường.

Chỉ trong lãnh vực giáo dục, ta đã thấy dân chúng truyền tụng nhiều câu ca dao nghe rất não lòng:

- *Năm đồng đổi lấy một xu/ thằng khôn đi học thằng ngu làm thầy.*

- Dốt như chuyên tu/ngu như tại chức.

Cái thời chính quyền Việt cộng chủ trương tuyển dụng chuyên viên mà lấy "hồng hơn chuyên" nên việc học hành, chữ nghĩa không còn quan trọng bằng trung thành với đảng:

- Giỏi a đồng chí Đỗ Mười, lớp Ba chưa đỗ đã ngồi bí thư.

- Bất kể hoạn lợn, chăn trâu, hễ cứ vào đảng ở lâu làm trùm.

Bởi thế, học sinh không còn hăng hái học tập để tiến thân trên con đường học vấn. Thêm vào hình ảnh cao quý của người thầy giáo xuống cấp thê thảm trong thời kỳ bao cấp:

- Thầy giáo lương lãnh ba đồng/ Làm sao sống nổi mà không đi thồ.

Nhiều thầy phải đạp xích lô/ Làm sao xây dựng cơ đồ học sinh(?)

Cho nên trong xã hội mới có các câu vè:

- Muốn sang thì lấy thợ điện/ Muốn diện lấy thợ may/ Muốn ăn mày lấy thầy giáo.

Ôi! Cái thời mạt vận của "nghề dạy học." Cấp lãnh đạo bảo: *"Trí thức không bằng cục phân."* Ông

Mao Trạch Đông nói thế, các đồng chí nhà ta đồng tình thi nhau trù dập giới trí thức - "*Trí, Phú, Địa, Hào - đào tận gốc, trốc tận rễ*" nên ít ai muốn học hành , nghiên cứu để thành người trí thức; còn trong dân gian, nghề dạy học bị miệt thị (*muốn ăn mày lấy thầy giáo*) nên một số thầy, cô chuyên nghiệp đã bỏ nghề. Để lấp vào chỗ thiếu hụt giáo viên, Bộ Giáo dục tuyển dụng một số người không đủ trình độ và kiến thức để dạy học.

Như người ta đã thấy trong buổi thi đố về văn học - một câu hỏi được nêu ra cho cô giáo dạy môn văn cấp trung học phổ thông: "*Cô biết gì về Nhóm Tự Lực Văn Đoàn ?*" - "*Hình như đây là một gánh hát dạo* (sic)." Cô giáo đã trả lời như thế đó.

Chuyện một thầy giáo dạy Sử - Địa, cũng ở cấp Trung học Phổ thông - ông hăng say giảng về lịch sử Thế Chiến Thứ 2 - ông nói: "*Công lao lớn nhất đánh bại Phát xít Đức, giải phóng Âu Châu trong Thế Chiến Thứ 2 thuộc về Liên Xô. Mỹ chỉ đợi lúc "đục nước béo cò" - nhảy vào hưởng lợi...*"

Một học sinh hỏi lại: " *Thưa thầy, vậy D-Day (1) là ngày gì?*" Ông thầy ú ớ..., rồi trả lời lấy được: "*Có lẽ là ngày Hồng quân Liên Xô đánh bại phát xít Đức.*"

Đấy! Cái tai hại của lối "giáo dục tuyên truyền

nhồi sọ" là thế!

Thời bấy giờ, Việt Cộng còn áp dụng "chính sách giáo dục kỳ thị" — con cái của những người phục vụ trong chế độ cũ không được thi vào đại học. Hai cái: "giáo dục tuyên truyền nhồi sọ" và "giáo dục kỳ thị lý lịch" đã khiến cho nhiều bậc phụ huynh học sinh lo lắng, nên tìm cách vượt biên vì tương lai học hành của con cái.

Khi nhà cầm quyền Việt Cộng nhận ra những bất cập trong chính sách giáo dục, họ cố gắng sửa sai, đổi mới… Nhưng càng sửa càng sai — từ một nền "giáo dục bất cập" nhảy sang một nền "giáo dục bát nháo" nhất trong mọi thời đại.

Ngày nay, ở trong nước có nạn "thi thuê, học mướn," rồi bằng giả, bằng thật tùm lum… Người ta bảo Việt Nam đang "lạm phát" tiến sĩ — tiến sĩ thì nhiều nhưng phát minh rất ít, lại choán chỗ và cản đường những người có tài năng ra giúp nước.

Chuyện thầy, cô giáo mở lớp dạy thêm tràn lan - một hiện tượng nhức nhối lương tâm - không nỡ đổ lỗi cho thầy, cô trước cuộc sống khó khăn; cũng khó chê trách học sinh tối dạ. Chỉ trách là chính sách cai trị của Nhà nước quá tệ…

May mắn cho những ai đã đưa được con em qua các nước Âu Mỹ để được học tập dưới một nền giáo dục tân tiến. Cụ thể, ở Hoa Kỳ, một quốc gia đa chủng tộc, đa văn hóa, nhưng lại có một nền giáo dục tân tiến, hài hòa, nhân bản và thực dụng.

Năm 1986, gia đình tôi được định cư ở Hoa Kỳ, gặp lại một người bạn cũ, được biết anh đang cố gắng học lấy bằng cấp để ra làm thầy giáo. Hình ảnh người thầy giáo và nền giáo dục ở Việt Nam dưới chế độ Cộng sản vẫn còn ám ảnh trong suy nghĩ, nên tôi tâm sự với anh bạn rằng:

- Dân tộc mình thuần nhất - nói và viết cùng một thứ tiếng; phong tục, tập quán cũng không khác nhau bao nhiêu, mà xem ra hiện nay ở trong nước ít người muốn theo nghề dạy học - *"chuột chạy cùng sào, mới vào sư phạm."* Ở xứ này đa chủng tộc, đa văn hóa, đa ngôn ngữ, theo nghề sư phạm, ông thấy có khó khăn lắm không?

- Ờ! Ở đây có nhiều cái "đa" nhưng nhờ cái nồi "Melting Pot"(2) nung chảy sự khác biệt và hỗn tạp của nhiều nền văn hóa thành một dòng "văn hóa phổ thông" mà những người nhập cư chấp nhận để hội nhập vào xã hội văn minh, tiến bộ của Hoa Kỳ. Ông bạn tôi trả lời như thế và nói thêm:

- Đi dạy học là giúp lửa cho cái nồi "Melting Pot".

(Một hình ảnh lấy trên Internet)

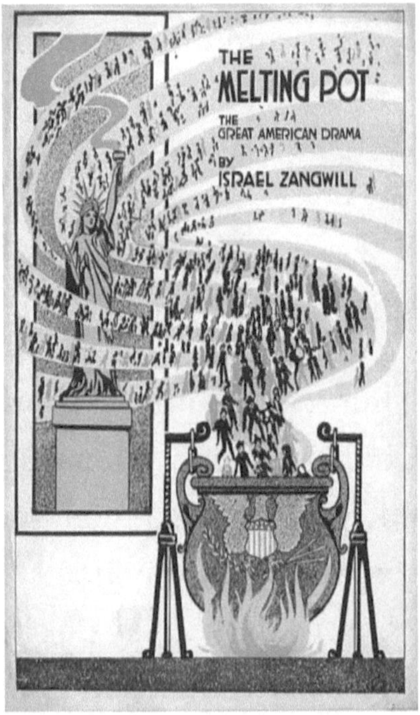

Hình ảnh nước Mỹ được ví như một nồi nung chảy đã

Đúng là cái nồi Melting Pot đã tạo được "dòng văn hóa phổ thông" khiến tâm tình con người cởi mở để hội nhập, nhất là với thế hệ trẻ. Các con tôi đến Mỹ chỉ một vài năm mà bạn bè của chúng nó đủ mọi sắc dân: Mỹ trắng, Mỹ đen, Ấn Độ, Đại Hàn, Đài Loan, Nhật Bản, Việt Nam...Chúng nó hòa nhập, vui chơi hồn nhiên, không kỳ thị màu da hay chủng tộc và cùng hưởng một nền giáo dục khai phóng và bình đẳng từ tiểu học đến đại học. Đó là một ân sủng mà đất nước và nhân dân Hoa Kỳ đã dành cho con em những người tỵ nạn đến sau như chúng tôi.

Học đường ở Hoa Kỳ là chốn thần tiên của tuổi thơ, nhưng lại là nơi bận tâm và lo lắng của những người thầy giáo và các nhà hoạch định chính sách giáo dục. Họ có trọng trách làm sao để đạt được một nền giáo dục tối ưu mà các bậc phụ huynh học sinh kỳ vọng. Nếu không, sẽ bị phê bình một cách gay gắt.

Ông bạn tôi, thầy giáo Lê Văn C., vẫn theo đuổi lý tưởng của mình dù cho con đường trước mắt có nhiều gian nan. Lấy được bằng Cao học Giáo dục,thầy Lê Văn C. đi dạy học ở New Orleans — hạnh phúc được mấy năm với những học trò Middle High School (từ lớp 6 đến lớp 8).

Khi xảy ra trận bão Katrina năm 2005, thầy giáo Lê Văn C. di chuyển về vùng phụ cận thủ đô Hoa Thịnh Đốn và xin vào dạy ở một trường trung học thuộc Quận Fairfax. Bấy giờ thầy giáo Lê Văn C. mới nhận ra "cái nồi Melting Pot" vẫn chưa nung chảy và hòa tan được một vài hạt sạn.

Ở đây, thầy giáo Lê Văn C. được sắp xếp dạy toán ở High School (từ lớp 9 đến lớp 12). Học sinh ở những lớp này hay quậy phá và coi thường thầy giáo. Thời đại "mạng Internet" phát triển, đám học trò thường kháo với nhau rằng: "*Ai ơi, nghe lấy lời ta / Chuyện gì không biết thì tra Google…*" Một số ít thầy giáo muốn yên thân để cho học trò tự tung tự tác… Thầy giáo Lê Văn C. thì không - cứ ngang ngay sổ thẳng - đứa nào không làm bài tập đầy đủ, thầy phết điểm: F - "0". Một số phụ huynh nhận thấy từ ngày thầy Lê Văn C. về dạy môn Toán, học lực con cái họ trước đây thường đạt điểm A, B, nay xuống điểm C hoặc F. Họ thắc mắc và nghĩ rằng việc giảng dạy của thầy giáo Lê Văn C. có vấn đề, chứ không nghĩ con mình lười biếng. Đám học trò lười biếng không ưa thầy giáo Lê Văn C. lại nói thêm vào: "Thầy Lê Văn C. giảng bài chúng nó không hiểu - giọng khó nghe"

Thế là có vấn đề. Ở Mỹ, tiếng nói của Hội Phụ huynh Học sinh rất được coi trọng - nhà trường phải lắng nghe và quan tâm đến những điều họ thắc mắc và đề nghị. Việc giảng dạy của thầy Lê được đem ra thảo luận trong các cuộc họp giữa Hội Phụ huynh Học sinh và nhà trường. Thầy giáo Lê có tính ngay thẳng, trình bày tất cả sự thật về tình trạng học sinh lười biếng và khuyết điểm trong việc giảng dạy của các thầy giáo.

Dĩ nhiên thầy giáo Lê Văn C. nói đúng, nhưng làm mích lòng một số đồng nghiệp, nhất là đối với bà Phó Hiệu trưởng, nên bà ta luôn tìm cách làm khó dễ và tìm cơ hội để sa thải thầy.

Thầy giáo Lê Văn C. cho tôi biết một chuyện buồn lòng, thầy kể:

" Một hôm, trong giờ dạy toán, một đứa học trò hỏi tôi về vấn đề chính trị. Tôi nổi khùng, mắng nó: 'Mày đi hỏi TT Bush, tao không biết.' Thế là đứa học trò này lên văn phòng báo cáo với bà Phó Hiệu trưởng và tung tin: 'Thầy Lê có vẻ bị bệnh tâm thần.'

"Chớp lấy cơ hội, bà Phó Hiệu trưởng làm lớn chuyện — trình sự việc lên ông Hiệu trưởng và xin lệnh cấm không cho tôi vào trường, lấy lý do tôi có vấn đề về tâm thần."

"Vào thời điểm đó, nạn bạo hành bằng súng đạn tràn lan - học sinh đem súng vào trường,công nhân bất mãn mang súng vào hãng bắn giết lung tung… nên lệnh cấm tôi vào trường có hiệu lực ngay và được một số thầy giáo ủng hộ.”

“Không được vào trong trường với lý do hồ đồ, tôi ức quá đâm đơn kiện nhà trường. Tôi thắng kiện - nhà trường phải bồi thường cho tôi 25 ngàn đô.”

Thầy giáo Lê Văn C. chán sự đời, xin nghỉ hưu - tinh thần và sức khỏe của Thầy sa sút trầm trọng… Đến khi tiêu hết 25 ngàn tiền bồi thường cho thuốc men và bệnh viện, cũng là lúc Thầy Lê Văn C. mang cái nồi “Melting Pot” và “cái nghề bạc bẽo” sang bên kia thế giới.

(Tháng 6- 2024)

(1) D-Day là ngày Quân đội Đồng Minh (chủ yếu là quân Anh-Mỹ) đã đổ bộ lên bờ biển Normandie, miền Bắc nước Pháp ngày 6-6-1944. Đây là cuộc đổ bộ lớn nhất trong quân sự thế giới - Đại tướng Dwight D. Eisenhower (người Mỹ) được bổ nhiệm làm Tổng tư lệnh quân đội Đồng Minh trong cuộc đổ bộ này và đã đánh bại quân Đức Quốc xã, giải phóng nước Pháp và các nước Tây Âu trong Thế chiến thứ hai.

(2) Melting Pot nghĩa đen là nồi nung chảy - ẩn dụ về văn hóa là "nồi nung chảy" các yếu tố khác biệt để tạo nên một dòng "văn hóa hội nhập và phổ thông."

NGƯỜI LAU KÍNH XE

Nếu ở xa vùng Đông Bắc Hoa Kỳ, khi có dịp lái xe qua thành phố New York hay vào thủ đô Washington DC lúc tuyết đang rơi lất phất... bạn chớ ngạc nhiên khi dừng xe ở ngã tư đường lúc đèn đỏ thì trông thấy một người - thường là một thanh niên da đen - tay xách bình xịt nước, tay cầm chiếc cần lau kính xe chạy ra cào lia, cào lịa trên kính xe của bạn mà không cần hỏi han gì cả.

Khi mới định cư ở tiểu bang Maryland, tôi được anh bạn đưa đi New York chơi để biết thành phố lớn nhất ở Hoa Kỳ. Nếu không vững tay lái, người ta sẽ choáng ngợp với lượng xe lưu thông như mắc cửi, nhưng anh bạn tôi đã đến New York nhiều lần nên anh ta lái xe rất bình tĩnh và an toàn — khi xe dừng lại ở ngã tư đèn đỏ — một anh thanh niên da đen vội vã chạy ra lau kính xe như tôi đã mô tả ở trên. Anh bạn tôi ung dung, im lặng để cho người thanh niên ấy lau kính xe… Khi đèn vàng nổi lên, anh bạn tôi hạ cửa kính xe, đưa cho anh thanh niên ba đô la. Người thanh niên nói: "Thank you! Thank you!" rồi chạy vội vào lề đường.Xe cộ lại tiếp tục nối đuôi nhau…

Tôi có chút thắc mắc: "Anh lau kính xe cứ tự động lau - không cần hỏi. Anh chủ xe tự động móc ví đưa tiền - cũng chẳng cần hỏi phải trả bao nhiêu."Tôi định hỏi: "Anh chàng làm công việc này là tự nguyện hay do chính quyền địa phương thuê anh ta cào tuyết trên kính xe cho du khách lái xe an toàn?" Nhưng phố xá New York có nhiều cảnh lạ mắt để tôi chú ý hơn là nêu lên câu hỏi trong lúc này.

Anh bạn tôi lái xe qua nhiều con đường — đến đèn xanh , đèn đỏ — không thấy có người lau kính xe đứng chờ. Nhưng khi đến đoạn đường dẫn vào bãi đậu xe để chuẩn bị xuống phà tham quan Tượng Nữ thần Tự Do, thì lại thấy một ông già có dáng dấp của một người Phi châu nghèo khổ, xách xô nước và cây bàn chải lau kính chạy ra; anh bạn tôi khoát tay ra hiệu không cần. Ông già tiu nghỉu xách xô nước vào lề.

Bây giờ tôi mới nêu câu hỏi. Anh bạn tôi trả lời: "Ở Mỹ thích nhất là được tự do - tự do làm và tự do từ chối - tự do cho mình, nhưng không được xâm phạm tự do của người khác. Tôn trọng tự do và sòng phẳng là cách cư xử và đạo đức của người Mỹ. Sống lâu trên đất Mỹ, ông sẽ thấy nước Mỹ có nhiều cái hay nhưng không thiếu cái dở và lắm chuyện lạ lùng!"

Tuy chưa trả lời trực tiếp câu hỏi của tôi, nhưng anh bạn đã gieo vào đầu tôi ý niệm tự do và sòng phẳng ở Mỹ. Và từ đấy cho mãi sau này, ý niệm tự do và sòng phẳng đã giúp tôi suy nghĩ và hành động phù hợp để hội nhập vào cuộc sống mới một cách thoải mái và cảm thấy hạnh phúc trên quê hương thứ hai này.

Trên đường về, anh bạn mới trả lời cụ thể câu hỏi của tôi:

- Hồi nãy ông hỏi tôi về người lau kính xe là do tự nguyện hay do chính quyền trả lương cho anh ta làm công việc ấy? Đó là tự nguyện của anh ta đấy.

- Trời ơi! Tuyết lạnh mà đứng cả ngày như thế

thật khổ thân. Ở New York không có việc gì làm đỡ khổ hơn sao? Tôi hỏi.

Anh bạn tôi cười, trả lời:

- Ở Mỹ có những người thích "cái thú đau thương!" Đó là cái "tự do kiểu Mỹ!" Rồi ông sẽ thấy ở Mỹ cũng có ăn mày, có người vô gia cư, lang thang đây đó, ăn ngủ ở đầu đường xó chợ…

- Mỹ được tiếng là nước giàu mạnh nhất thế giới mà cũng có ăn mày, người vô gia cư, cơ cực đến thế sao? Lạ thật! Tôi tỏ vẻ nghi ngờ.

Anh bạn tôi lặp lại:

- Đó là "cái thú đau thương!" là "cái tự do kiểu Mỹ!"

"Người ta hay ví von rằng: Ở Mỹ, chuyện chết đói và làm giàu khó ngang nhau."

"Nói vậy không sai lắm đâu, vì ở Mỹ có cơ quan an sinh xã hội và các tổ chức từ thiện quan tâm đến đời sống của những người cùng khổ - quận hạt nào cũng có nhà lưu trú cho những kẻ vô gia cư và có những chỗ cung cấp bữa ăn miễn phí. Những công dân Mỹ trên 65 tuổi và những người khuyết tật không còn khả năng làm việc đều được cấp tiền an sinh xã hội - đủ sống! Nhưng trong số đó có những người không thích ở trong nhà lưu trú hay viện dưỡng lão. Họ thích cuộc sống tự do - lang thang đây đó… Ngoài ra, nghiện ngập khiến họ phải kiếm thêm tiền bằng cách ăn xin."

Rồi anh nói tiếp:

- "Như ông đã thấy người thanh niên khi nãy, đứng dưới tuyết lạnh lau kính xe cho người qua lại. Trông thật đáng thương! Với sức vóc đó, anh ta có thể tìm một công việc khác tốt hơn. Nhưng có lẽ anh ta cảm thấy tự do và sòng phẳng trong công việc này - anh ta được an ủi và ấm lòng mỗi khi một người xa lạ hạ kính xe đưa cho anh vài ba đồng tiền lẻ với nụ cười thân thiện, biểu lộ tình người chân thật. Tự do, tình người và sòng phẳng đã khiến anh gắn bó với công việc 'lau kính xe' cho đến tận bây giờ."

"Mỗi lần lên New York, lái xe qua con đường này, tôi thấy anh ta vẫn đứng ở ngã tư đường, lau kính xe với thao tác lanh lẹ và chuyên nghiệp hơn. Trông anh ta có già đi đôi chút, nhưng ánh mắt vẫn lạc quan và thân thiện với khách lái xe qua đường như ngày nào."

Thời gian trôi qua, chuyện "người lau kính

xe"nhạt nhòa trong trí nhớ. Cho đến một ngày, tôi đến California thăm gia đình người em họ, hình ảnh "người lau kính xe" tái xuất hiện, nhưng lại là một ông già Việt Nam,khiến tôi có chút ngỡ ngàng…

Hôm ấy, đứa cháu lên phi trường Los Angeles đón tôi về nhà nó ở Orange County. Xe chạy êm trên đường. Nắng sớm Cali vàng ươm màu hổ phách, chiếu lên những lá cọ cao vút ven đường trông như dát vàng. Ánh nắng ấy làm làn da ấm áp. Tôi cảm thấy khoan khoái. Chỉ ở Cali mới bắt gặp cái nắng đẹp và ấm áp như thế…

Khi đến ngã tư đường Bolsa và Magnolia, đèn đỏ, xe dừng! Một ông già Việt Nam, trạc tuổi trên bảy mươi - đầu đội bê rê (beret) đỏ, mặc quân phục hoa dù, đeo chiếc cà vạt to bản màu vàng có ba sọc đỏ (biểu tượng lá cờ VNCH), vai mang bình xịt nước to như bình xịt thuốc trừ sâu, tay cầm cần lau kính, từ trong lề đường bước ra,đến trước xe của con cháu. Con cháu vội hạ kính xe, nói: "Chào bác Năm, bác khỏe không?" Vừa hỏi nó vừa móc ví trao cho ông già tờ bạc mười đô, rồi nói tiếp: "Xin gởi bác Năm chút tiền. Hôm nay bác khỏi phải lau kính xe cho cháu."

Ông già cầm tiền bỏ vào chiếc túi nhỏ đeo bên

hông - im lặng, thản nhiên xịt nước lên kính xe, rồi vung cần lau…như không nghe thấy lời nói của chủ xe.

Khi đèn vàng hiện lên, ông già quay gót, bước chầm chậm vào lề đường — không một lời cảm ơn, cũng không có cái vẫy tay chào!

Khi đoàn xe chuyển bánh, ông già lặng lẽ đứng trên lề đường nhìn theo với ánh mắt hững hờ…

Thái độ và cách ăn mặc của ông già là một hiện tượng lạ. Tôi ngỡ ngàng quay lại nhìn ông.

Đứa cháu hiểu ý, giải thích:

- "Ông già lau kính xe, trước đây là một 'đại gia' nổi tiếng đó, bác! Ở đây ai cũng biết ổng. Cách nay vài năm, ông bị bệnh tâm thần nặng - ông mặc áo nhà sư, đi lang thang đây đó - lúc tụng kinh niệm Phật, lúc ca hát. Ông ca rất hay! Mỗi lần ổng xuất hiện, nhiều người vây quanh nghe ổng hát những bài tình ca rất mùi…"

"Bây giờ, ổng tỉnh táo hơn - bỏ áo nhà sư, mặc đồ lính, đứng đây lau kính xe… Lúc đầu, khách lái xe qua đường nhìn ông với ánh mắt thờ ơ. Có người khoát tay bảo: "Không cần! Nhưng cũng có người để ông lau kính rồi đưa ông vài ba đồng tiền lẻ -

số tiền gom được, ông gởi đến 'Hội HO Cứu Trợ Thương Phế Binh VNCH' lên đến bạc ngàn và ông thường xuyên đóng góp cho các hội từ thiện số tiền không nhỏ. Từ đấy, tên tuổi ông được nhiều người biết đến."

"Hiện nay, những người trong vùng đều biết: ông lau xe không phải kiếm tiền nuôi thân mà để giúp cho thương phế binh VNCH và những kẻ khốn cùng, nên ai cũng vui vẻ ủng hộ việc làm của ông. Và người ta thêu dệt cuộc đời của ông li kỳ như trong tiểu thuyết..."

Ở chơi nhà người em họ hơn tuần lễ, những lúc anh em ngồi uống trà, tán gẫu... tôi tò mò muốn biết chuyện đời của "ông già lau kính xe" như thế nào mà con cháu nói: "li kỳ như trong tiểu thuyết". Và được chú em cho biết:

Ông Khánh nổi tiếng ở vùng này với ba lý do: Thứ nhất là làm giàu rất nhanh; thứ hai là có bà vợ đẹp tuyệt trần - nết na hiền thục; thứ ba là đã bỏ nhà cao cửa rộng, sống lang thang đây đó như người vô gia cư."

Những lúc trà dư tửu hậu, hết cãi nhau về chính trị, dân vùng này thường đem chuyện đời của ông Khánh ra bàn tán như 'mồi nhấm' đưa hơi nói về ông Khánh: Ông đến Hoa Kỳ, định cư ở Quận Cam này theo diện HO với hai bàn tay trắng như những anh em HO khác. Nhưng chỉ ba, bốn năm sau, ông ta trở thành triệu phú - không phải do trúng số độc đắc, mà từ sức cần lao và cái đầu thông minh của ông ta.

Bước đầu, ông đi sửa chữa nhà cửa cho dân cư trong vùng - cái nghề học được khi làm trong 'Đội mộc' ở trại cải tạo Tân Lập - Vĩnh Phú. Ông làm rất khéo tay nên được nhiều người gọi, kiếm được khá nhiều tiền. Sau đó, vay thêm tiền ngân hàng, ông mua những căn nhà cũ rồi sửa lại, bán kiếm lời! Cứ thế tiến lên! Ông có đến bốn, năm căn nhà đã tân trang - chờ bán! May mắn là lúc đó nhà ở Cali lên giá chóng mặt… Vậy là ông trở thành triệu phú!

Nhưng thói đời 'phú quý sinh lễ nghĩa' và sinh tật 'ăn chơi'. Một lần theo đám bạn bè lên Las Vegas chơi, ông bị người phụ nữ chia bài mồi chài, hay bỏ 'bùa mê thuốc lú' thế nào khiến ông si mê… Rồi hằng tuần ông lên với người tình ở Las Vegas - bỏ bê vợ con và công việc làm ăn.

Người vợ mẫu mực, đảm đang khám phá sự phản bội của chồng, bà uất đến nỗi phát cuồng - có mấy lần ngất xỉu phải đưa đi nhà thương cấp cứu -

từ đó bà tịnh khẩu!

Tình cảnh của vợ khiến ông thức tỉnh. Ông quay về với gia đình - sám hối tội lỗi với vợ con. Ông hết lời năn nỉ vợ con tha thứ… Nhưng bà tịnh khẩu và mỗi khi thấy mặt ông, bà lại lên cơn ngất xỉu. Mấy đứa con bây giờ cũng lạnh nhạt với ông và nói những câu phũ phàng: "Ba đi đi, đừng về làm khổ mẹ!"

Ông nghe như đất trời sụp đổ! Ngày nào những đứa con gần gũi, thân mật, yêu thương ông…Chúng nó là nguồn an ủi của đời ông. Bây giờ chúng nó nhìn ông với ánh mắt lạnh lùng và nói những lời xua đuổi, bất kính…

Ông thấy đau nhói trong tim! Ông bỏ nhà ra đi không mang theo bất cứ thứ gì.

Rồi một ngày, ông xuống tóc vào chùa xin tu, nương nhờ cửa Phật! Ông hy vọng chốn thiền môn — sớm chiều tụng kinh, niệm Phật và sám hối — sẽ làm vơi bớt nỗi khổ đau.

Ngày xưa, những người có sự giác ngộ tâm linh, nghiệp duyên, hay do ảnh hưởng từ gia đình hoặc môi trường chung quanh thì vào chùa tu từ nhỏ. Bây giờ người ta thấy: thất tình đi tu, thất chí đi tu, hận đời đi tu; thậm chí có người đi tu như tìm một nghề thanh nhàn —đó là cái "nghề tu"!

Ông Khánh đi tu không thuộc vào các dạng nêu trên. Ông vào chùa xin tu với hy vọng chốn thiền môn sẽ làm vơi nỗi đau khổ đang giày xéo tâm hồn ông.

Nhưng vào chùa tu một thời gian — không biết cảnh chùa và sư sãi tu hành thế nào khiến ông phát khùng…

Ông bỏ chùa, đi hát dạo!

Khi biết ông vào chùa đi tu rồi bỏ chùa, lang thang đi hát dạo…, bà vợ xúc động!

Bao kỷ niệm của cuộc tình thơ mộng thuở ban đầu và những ngày hạnh phúc bên nhau trong đời sống vợ chồng - lúc hiển vinh cũng như khi nguy khốn, hai tâm hồn đã gắn bó cùng chia sẻ cay đắng ngọt bùi trong mấy mươi năm qua, trỗi dậy trong lòng bà…

Bà rưng rưng gọi mấy đứa con vào, bảo: "Các con đi tìm ba, đưa ba về đây, mẹ sẽ tha thứ cho ba tất cả, các con cũng thế… Để ba các con lang thang như thế - tội nghiệp lắm!"

Nhưng lúc này, ông Khánh bị bệnh trầm cảm nặng. Ông nhập bọn với những người homeless, trốn tránh những người quen thân. Bao nhiêu lần, các con tìm gặp, năn nỉ ông về nhà, nhưng ông im lặng. Bà viết nhiều lá thư tỏ hết nỗi lòng thương nhớ và sẽ bỏ qua hết mọi chuyện… rồi bảo các con đem trao cho ông, nhưng không làm lòng ông rung động.

Cho đến một ngày, người ta thấy ông bỏ áo nhà sư, mặc quân phục nhảy dù, đứng ở ngã tư đường, lau kính xe.

Vốn là bạn cùng khóa ở trường Võ bị Đà Lạt với ông Khánh, nên chú em kể cho nghe thêm cuộc đời thăng trần của ông trước và sau năm 1975:

Chuyện tình duyên đến với ông đơn giản nhưng thật đẹp. Ông gặp Thoa trong buổi trao tặng vòng hoa cho các chiến sĩ xuất sắc của Sư đoàn Dù ở vườn Tao Đàn, Sài Gòn.

Hôm ấy, nắng xuân ấm áp; người tham dự rất đông — trên khán đài gồm các quan chức, dưới sân, dân chúng xếp hàng ngay ngắn cùng các nữ sinh Trưng Vương tay cầm vòng hoa, xếp hàng dọc trước khán đài. Trong các nữ sinh có mặt hôm ấy,

Thoa là người xinh đẹp duyên dáng nhất.

Khi ban quân nhạc trổi lên một bản hùng ca, các chiến sĩ Dù xuất sắc bước đều ra vị trí hành lễ.

Như duyên số an bài, chàng trung úy trẻ được xếp đứng trước mặt người đẹp tên Thoa, chờ nàng khoác vòng hoa lên cổ. Khi ấy, bốn mắt nhìn nhau như có luồng điện giao thoa giữa hai tâm hồn. Nàng nhìn bảng tên trên túi áo, lí nhí: "Hân hạnh được choàng vòng hoa cho anh Khánh…" Nhìn bảng tên đeo bên ngực trái của Thoa, anh trung úy trẻ đẹp trai đáp lời: "Cảm ơn Thoa, ước gì được gặp lại…" Nàng gật đầu!

Thế là có những cuộc hẹn hò, thề ước. Và chỉ một năm sau, họ làm đám cưới theo kiểu nhà binh.

Có lẽ nhờ cái tướng "vượng phu ích tử" của vợ mà đường binh nghiệp của Khánh lên như diều: "Ra trường Võ Bị, chọn binh chủng Nhảy Dù, chức vụ đầu tiên là Trung đội trưởng; khi cưới Thoa, Khánh đang làm Đại đội trưởng, ba năm sau lên chức Tiểu đoàn trưởng - hai lần gắn lon thăng cấp đặc cách tại mặt trận và từ Trung úy lên Thiếu tá chỉ vòng bốn năm - trong khi các bạn cùng khóa còn đeo lon Trung úy hay mới lên Đại úy.

Đến tháng 4-1975, đời ông rơi tận đáy! Bị giam cầm, đày đọa, nhưng nhờ người vợ tháo vác, đảm đang tần tảo nuôi con, tiếp tế cho chồng ròng rã mười hai năm. Ngày được thả về với gia đình - vợ con nguyên vẹn - và dành cho ông tất cả yêu thương cho đến khi thoát khỏi chế độ tàn bạo ở Việt Nam, làm lại cuộc đời trên đất khách.

Nghe qua câu chuyện, tôi muốn gặp mặt con người đặc biệt này. Và một buổi chiều cuối tuần, chú em dẫn tôi đi qua các hẻm nhỏ, nơi có những người homeless thường ngồi lại với nhau. Vừa thoáng thấy chúng tôi, ông già cúi xuống che mặt, nhưng chú em tinh mắt chạy đến ôm vai ông, nói: "Khánh, cậu làm sao ra nông nỗi này?" Ông già im lặng! Chú em nói đủ thứ chuyện - rất thiết tha! Nhưng ông già không tỏ vẻ gì xúc động — vẫn im lặng!

Ngồi với nhau gần nửa giờ, ông già không nói lời nào. Trước khi chia tay, chú em bảo: "Khánh à, cậu nên về với gia đình — Thoa và các cháu nhớ thương cậu, mong đợi cậu về." Bấy giờ ông già rưng rưng, nói: "Ở đây, ngày ngày tớ lau kính xe, coi như cạo bớt lớp bụi tội lỗi đã bám lên cuộc đời tớ…khi nào cạo sạch, tớ sẽ về."

Chúng tôi chào từ giã ông già. Chú em thở dài, nói: Cuộc đời dâu bể, vô thường! Không ai biết được ngày mai sẽ như thế nào.

(Tháng 3 - 2025)

NHỮNG NGÀY LỄ HỘI MANG TÍNH NHÂN VĂN

Lễ hội là một sinh hoạt văn hóa cộng đồng. Nó thể hiện sự tôn kính của con người đối với thần linh hoặc để tưởng niệm công đức của các bậc tiền nhân và duy trì những truyền thống dân gian tốt đẹp của một dân tộc.

Nói chung là như thế, nhưng thể hiện tinh thần lễ hội có hai khía cạnh: "lễ" là nghi thức được tiến hành theo quy ước; "hội" là dịp vui chơi trong cộng đồng có nhiều người tham gia theo phong tục, tập quán với sắc thái đặc thù của từng địa phương.

Những ngày lễ hội mang tính nhân văn đặc sắc được nhân loại duy trì và phát huy dưới ba thể loại chính: lễ hội truyền thống dân gian, lễ hội lịch sử và lễ hội tôn giáo.

Quá nửa cuộc đời, sống trên quê hương Việt Nam yêu dấu, tôi đã tham gia rất nhiều lễ hội nơi quê nhà. Những lễ hội "truyền thống dân gian" và "lễ hội tôn giáo" đã lưu lại trong lòng tôi nhiều kỷ niệm đầy hứng thú từ thuở thơ ấu cho đến lúc trưởng thành. Riêng các "lễ hội lịch sử" tùy thuộc vào xu hướng chính trị của mỗi thời đại, được diễn ra tưng bừng hay đi vào quên lãng.

Từ ngày được định cư ở Mỹ, mỗi năm đến ngày Lễ Độc Lập(Independence Day - July 4), tôi nhận thấy hầu hết công dân Hoa Kỳ nao nức đón mừng với pháo bông rực rỡ, diễu hành lộng lẫy, liên hoan ngoài trời - ăn uống, múa hát tưng bừng khắp mọi nơi... làm tôi nhớ về những ngày Lễ Độc Lập của Việt Nam.

Nước tôi có nhiều ngày Lễ Độc Lập, không giống như Hoa Kỳ, chỉ có một ngày Lễ Độc Lập từ khi giành được độc lập từ Đế quốc Anh với bản Tuyên Ngôn Độc Lập ngày 4 tháng 7 năm 1776.

Cả ngàn năm bị Tàu đô hộ, rồi gần trăm năm nô lệ thực dân Pháp, dân tộc tôi đã không ngừng tranh đấu chống ngoại xâm để giành độc lập.

Lịch sử Việt Nam ghi nhận đã có năm lần tuyên cáo độc lập.

Năm 1076, nhà Tống đem quân đánh chiếm nước tôi. Lý Triều cử ông Lý Thường Kiệt cầm quân chống giặc. Ông đã "truyền hịch" đến quân sĩ và muôn dân về chí khí quật cường của dân tộc qua bốn câu thơ:

"Nam Quốc Sơn Hà, Nam Đế cư,
Tiệt nhiên định phận tại thiên thư.
Như hà nghịch lỗ lai xâm phạm,
Nhữ đẳng hành khan thủ bại hư."

Đây được xem như Bản Tuyên Ngôn Độc Lập lần thứ nhất của Việt Nam.(1)

Bản Tuyên Ngôn Độc Lập lần thứ hai, được Nguyễn Trãi thay lời Vua Lê Lợi rao truyền Bản Tuyên Ngôn Độc Lập vào năm 1428, sau khi đánh đuổi được quân nhà Minh, qua bài "Bình Ngô Đại Cáo":

Việc nhân nghĩa cốt ở yên dân / Quân điếu phạt trước lo trừ bạo.

Như nước Đại Việt ta từ trước, vốn xưng nền văn hiến đã lâu.

Núi sông bờ cõi đã chia / Phong tục Bắc Nam cũng

khác.

Từ Triệu, Đinh, Lê, Lý, Trần, bao đời xây nền độc lập;

Cùng Hán, Đường, Tống, Nguyên, mỗi bên hùng cứ một phương.

Tuy mạnh yếu có lúc khác nhau, song hào kiệt thời nào cũng có…

…… Xa gần bá cáo

Ai nấy đều hay (bản dịch của Ngô Tất Tố)

Bản Tuyên ngôn Độc lập lần thứ ba được Vua Bảo Đại ra Tuyên cáo Độc lập vào ngày 11/3/1945, sau khi Nhật đảo chính Pháp trên toàn cõi Đông Dương đêm 9 tháng 3 năm 1945 và trao trả nền độc lập cho Việt Nam. Vua Bảo Đại liền tuyên bố hủy bỏ Hòa ước Patenôtre ký với Pháp năm 1884 cùng các hiệp ước bảo hộ khác, đồng thời tuyên bố thống nhất ba kỳ: Bắc, Trung, Nam, lấy quốc hiệu Đế Quốc Việt Nam và thành lập chính phủ. Ông Trần Trọng Kim được đề cử làm Thủ tướng vào ngày 17/4/1945.

Nhưng khi Thế chiến thứ hai chấm dứt - Nhật Bản đầu hàng các nước Đồng Minh - tình hình chính trị Việt Nam diễn biến phức tạp…Ông Hồ Chí Minh lãnh đạo phong trào Việt Minh, lợi dụng thời cơ cướp chính quyền từ chính phủ Trần Trọng Kim và buộc Vua Bảo Đại thoái vị. Ông Hồ Chí Minh nhân danh Chủ tịch nước đọc bản Tuyên ngôn Độc lập lần thứ tư ở Hà Nội ngày 2/9/1945 - khai sinh nước Việt Nam Dân Chủ Cộng Hòa - đồng thời thiết lập chế độ xã hội chủ nghĩa - thuộc phe Đệ Tam Quốc tế Cộng sản.

Bản Tuyên ngôn Độc lập lần thứ năm được Quốc trưởng Bảo Đại công bố ngày 8 tháng 3 năm 1949 sau khi Hiệp định Élysée được ký kết giữa Tổng thống Pháp Vincent Auriol và cựu hoàng Bảo Đại - Pháp chính thức công nhận nền độc lập và toàn vẹn lãnh thổ của Việt Nam.

Trong nước, Mặt trận Quốc gia Liên Hiệp gồm các tôn giáo, đảng phái theo Chủ nghĩa Quốc gia Dân tộc và đa số đồng bào không chấp nhận chế độ cộng sản đã ủng hộ cựu hoàng Bảo Đại làm Quốc trưởng - cử ông Trần Văn Hữu làm Thủ tướng, lấy Quốc hiệu là Quốc Gia Việt Nam chống lại chế độ cộng sản của ông Hồ Chí Minh.

Đầu năm 1950, Hoa Kỳ và trên năm mươi quốc gia trên thế giới công nhận chính phủ Bảo Đại và nền độc lập của Việt Nam.

Trong bao nhiêu năm nay, mỗi lần nhớ đến hai ngày Lễ Độc Lập: 2 tháng 9 năm 1945 và 8 tháng 3 năm 1949, tôi cảm thấy ray rứt…khơi dậy trong tôi niềm đau dân tộc vì những ngày đó mang lại niềm vui cho nhóm người này nhưng lại là nỗi buồn cho nhóm người kia.

Tôi thầm nghĩ: Nếu như cứ giữ ngày Độc Lập 11 tháng 3 năm 1945 và Chính phủ Trần Trọng Kim tiếp tục điều hành việc nước, thì nước nhà cũng được độc lập như một số quốc gia trong vùng Đông Nam Á, tránh được những cuộc chiến tranh không cần thiết sau này.

Tiếc thay tinh thần dân tộc có tự ngàn xưa đã tạo nên sức mạnh đoàn kết toàn dân chống giặc ngoại xâm, nay bị ý thức hệ chính trị của Chủ nghĩa Cộng Sản đối lập với Chủ nghĩa Quốc Gia Dân Tộc làm ly tán lòng người đưa đến những cuộc chiến tranh huynh đệ tương tàn, dân tình thống khổ, quê hương bị tàn phá bởi đạn bom của các cường quốc đưa vào.

Rồi đến một ngày, quê hương tôi ngưng tiếng súng thì sự hung hiểm và bạo ngược cào tận đáy lương tri. Một số dân tôi không chịu thấu sự nghiệt ngã của chế độ mới, ngậm ngùi bỏ nước ra đi để tìm cuộc sống tự do trên khắp Năm Châu. Tôi là một trong số những người đó.

Những năm đầu sống trên đất nước Hoa Kỳ, những ngày lễ hội vui chơi ở quê nhà ngày trước nhạt nhòa trong ký ức. Chỉ còn hai ngày lễ hội làm lòng tôi rạo rực là Tết Nguyên đán và Lễ Giáng sinh (còn gọi Noel hay là Christmas).

Ở Mỹ, không có ngày nghỉ để đón mừng Tết Việt Nam. Nhưng dù bận rộn thế nào, tôi cũng sửa soạn hương hoa trà quả trên bàn thờ tổ tiên, sắm quần áo mới và tiền "lì xì" cho các con; cả gia đình sum họp vào đêm ba mươi Tết cùng thưởng thức các món ăn thuần túy Việt Nam. Sáng mồng một Tết, tôi xin nghỉ việc một ngày để dự lễ chào cờ đầu năm do cộng đồng người Việt Quốc gia tổ chức.

Còn ngày Lễ Giáng sinh đối với tôi như một ngày gợi nhớ những kỷ niệm đầy cảm hứng - "Tôi là người ngoại đạo, nhưng tôi tin có Chúa ở trên trời." Gần đến ngày Noel, tôi trang hoàng cây thông ở trong nhà với đèn sao nhấp nháy như một niềm vui...

Ngày nay, Lễ Giáng sinh bị "thế tục" hóa và mang hơi hướng của một ngày lễ hội "truyền thống dân gian" trên toàn thế giới. Trước ngày Giáng sinh, các cơ sở thương mại khai thác triệt để; các mặt hàng phục vụ Giáng sinh được trưng bày ở nhiều nơi để người ta mua tặng cho nhau. Giáng sinh còn được xem như một "kỳ nghỉ thế tục" – một dịp để gia đình sum họp, vui chơi, tiệc tùng đầm ấm. Đối với trẻ con, đó là một ngày kỳ diệu — sẽ được ông già Noel tặng quà và cầu xin những ước mơ; còn người lớn sẽ đón nhận những món quà tình nghĩa với lời chúc mừng tốt đẹp trên tấm thiệp Noel.

Đêm Giáng sinh, già trẻ gái trai, bất kể lương hay giáo, đều háo hức đến nhà thờ vui chơi…Đôi khi, một số người không nhớ đến chuyện cách nay trên hai ngàn năm, trong đêm đông lạnh lẽo, Đức Chúa Trời đã cho con một của Ngài xuống thế gian chịu nạn để cứu rỗi nhân loại.

Nhưng tiếng vọng xa xa trong sân nhà thờ bài ca "Đêm Thánh Vô Cùng" cũng làm cho lòng người cảm thấy bình an, thanh thản để hướng về ý nghĩa thiêng liêng của ngày lễ: "Vinh danh Thiên Chúa trên trời - Bình an dưới thế cho người thiện tâm."

Ngày tháng trôi qua, các con tôi lớn lên được tiếp xúc với một nền giáo dục nhân bản, đa văn hóa và tự do. Chúng nó đem về thêm cho gia đình những ngày lễ: Lễ Mẹ, hay còn gọi là Ngày Hiền Mẫu (Mother's Day) vào ngày Chủ nhật, tuần thứ hai của tháng 5 và ngày Lễ của Cha (Father's Day) rơi vào ngày Chủ nhật, tuần thứ ba của tháng 6.

Một bó hoa, một món quà, hay mời cha mẹ đi ăn ở nhà hàng trong ngày Lễ Cha hay Lễ Mẹ để các con tỏ lòng kính trọng người cha, tôn vinh tình mẹ với công lao sinh thành dưỡng dục. Điều đó thể hiện tính nhân văn trong nếp sống thực tế của người Mỹ, làm cho tôi cảm thấy ấm lòng và được an ủi.

Việt Nam có Lễ Vu Lan vào ngày rằm tháng bảy âm lịch, cũng để tưởng nhớ công ơn cha mẹ, tổ tiên với tinh thần báo hiếu theo truyền thống Phật giáo đối với bậc sinh thành đã quá cố.

Từ ngày Thiền Sư Thích Nhất Hạnh viết một bài tùy bút "Bông Hồng Cài Áo" rất cảm động về tình Mẹ. Sau đó, một nghi thức "Bông Hồng Cài Áo" diễn ra lần đầu tiên trong Mùa Vu Lan tháng 7 năm 1962 ở Sài Gòn và trở thành truyền thống tốt đẹp để vinh danh tình mẹ, nhưng chưa thấy nghi thức tưởng nhớ tình cha.

Trong những năm gần đây, ngày lễ của Cha, của Mẹ ở Mỹ đã du nhập vào Việt Nam, được giới trẻ hưởng ứng nồng nhiệt - hình thức có khác với "Bông Hồng Cài Áo" nhưng cùng ý nghĩa: vinh danh tình mẹ, tưởng nhớ tình cha lúc sinh tiền, làm phong phú thêm lễ hội truyền thống dân gian ở quê nhà.

Nước Mỹ còn có một ngày lễ mang tính nhân văn trọn vẹn về tình người và ân sủng của trời đất thiêng liêng. Nhiều người Mỹ coi trọng ngày lễ này còn hơn cả Lễ Giáng sinh. Đó là ngày Lễ Thanksgiving được tổ chức vào ngày thứ Năm, tuần thứ tư trong tháng 11.

Ngày Lễ Thanksgiving (tiếng Việt gọi là Lễ Tạ Ơn) ở Hoa Kỳ bắt nguồn từ những người theo Thanh giáo (Puritans) dùng chiếc tàu buồm Mayflower rời nước Anh năm 1620 đến Hà Lan để giữ niềm tin tôn giáo vì họ không chịu cải đạo theo lệnh truyền của Hoàng đế nước Anh lúc bấy giờ. Nhưng đến Hà Lan, họ nhận thấy không thích hợp và lo sợ về sau con cháu bị mất gốc. Thế là họ vượt Đại Tây Dương (Atlantic Ocean) đến thuộc địa Plymouth (nay thuộc tiểu bang Massachusetts) để theo đuổi lý tưởng của mình bất chấp gian nguy. Một trăm lẻ hai người đến Plymouth vào mùa đông năm ấy phải trải qua đói lạnh và bệnh tật — 46 người đã qua đời. Những người còn sống sót được mấy bộ lạc thổ dân da đỏ tốt bụng cho ít lương thực và chỉ cách trồng hoa màu và săn bắt để sinh tồn.

Khi ổn định cuộc sống, tự lo được cho bản thân nhờ biết cách trồng trọt, săn bắt theo chỉ dạy của thổ dân da đỏ, và nhờ trời đất cho một vụ mùa bội thu, họ tổ chức một buổi lễ Tạ ơn Thiên Chúa và mời những người da đỏ cùng nhau ăn uống vui vẻ.

Lễ Tạ ơn đầu tiên ở Hoa Kỳ được tổ chức vào mùa xuân năm 1621 tại Plymouth. Từ đó về sau, hằng năm con cháu của họ tiếp tục tổ chức Lễ Tạ ơn để cảm tạ lòng tốt của dân bản địa và hồng ân Thiên Chúa.

Triết lý "Thiên, Địa, Nhân" đã được thể hiện trọn vẹn trong ngày Lễ Tạ ơn.

Tổng thống đầu tiên của Hoa Kỳ, George Washington, đã công bố Lễ Tạ ơn trên toàn quốc vào ngày 24-11-1789 và trở thành ngày lễ truyền thống của quốc gia.

Lễ Tạ ơn thường được tổ chức trong phạm vi ấm cúng của gia đình và bạn bè thân thiết - không tưng bừng mở hội như ngày Lễ Độc Lập hay Lễ Giáng Sinh.

Sống lâu trên nước Mỹ, dần dà gia đình tôi hội nhập vào nền văn hóa đa dạng, phong phú và tự do. Năm nào, đến ngày Lễ Tạ Ơn, các con của tôi dù đi làm việc ở xa cũng về sum họp với gia đình như bao nhiêu người Mỹ khác. Vợ tôi học được cách nấu nướng gà tây (turkey) kèm theo bánh bí ngô, khoai tây nghiền, bắp luộc, đậu hầm...cho cả nhà thưởng thức.

Bữa tiệc Thanksgiving truyền thống không thể thiếu con gà tây nướng, cũng như ngày Tết quê ta không thể thiếu bánh tét, bánh chưng.

Theo báo chí cho biết, mỗi năm ít nhất có trên 50 triệu con gà tây được đưa lên bàn tiệc trong ngày Lễ Thanksgiving (có thống kê cho biết đến 78 triệu). Trong số đó có một con gà tây may mắn được đưa vào Bạch Ốc để Tổng thống Mỹ phóng sanh trước ngày Lễ Thanksgiving. Việc này bắt đầu từ Tổng thống Abraham Lincoln trong thời Nội chiến (theo sử gia Edward Lengel) và được các Tổng thống Mỹ sau này làm theo và trở thành truyền thống.

Thật cảm động khi xem TV thấy ông Tổng thống Mỹ vuốt ve con gà tây khờ khạo được phóng sinh rồi cho về các chuồng thú cưng lân cận, sống cho đến hết cuộc đời.

Còn hai ngày lễ nữa tiêu biểu cho nét văn hóa truyền thống dân gian của Hoa Kỳ là ngày Lễ Hội Ma Quỷ - Halloween - vào ngày 31/10 và ngày Lễ Tình Yêu - Valentine - vào ngày 14/2.

Hai ngày lễ này chỉ mới du nhập vào Việt Nam chừng vài thập niên, nhưng được giới trẻ Việt Nam hâm mộ và rập khuôn kiểu Mỹ.

Có người bảo rằng:Người Việt Nam có khuynh hướng "sính ngoại" chứ, xem ra ngày lễ Halloween (Lễ hội Ma Quỷ) đã xuất hiện từ lâu đời trên đất nước ta với ngày Lễ Cúng Cô Hồn vào ngày rằm tháng bảy - tuy hình thức có khác nhau, song cùng chung ý nghĩa về tín ngưỡng dân gian.

Không biết Mỹ bắt chước Việt Nam hay Việt Nam bắt chước Mỹ về ngày lễ này? Nhưng xét theo thời gian, có lẽ Mỹ bắt chước Việt Nam (?)

Nhớ lại thời thơ ấu, tôi háo hức cùng đám trẻ nhỏ trong xóm rủ nhau đi giật đồ cúng cô hồn vào ngày rằm tháng bảy - vui hết biết!

Từ ngày sống trên đất Mỹ — khi mới qua, tôi dẫn con, nay thì dẫn cháu — đến nhập bọn với đám trẻ con Mỹ, đi gõ cửa từng nhà xin kẹo. Chúng nó háo hức mong đợi ngày Halloween để mặc đồ hóa trang như ma quỷ và chơi trò nghịch ngợm "Trick or treat" (trick là đánh lừa, treat là tiếp đãi tử tế) - ý muốn hỏi gia chủ là muốn bị chọc phá hay muốn tiếp đãi tử tế? Muốn tử tế thì xin cho vài cây kẹo…

Sự tích ngày Lễ Ma Quỷ được mỗi nơi mô tả một cách khác nhau, nhưng ở Mỹ, Halloween là một ngày lễ hội truyền thống dân gian rất hào hứng nhưng khá tốn kém.

Theo bản tin từ Hiệp hội Bán lẻ Quốc gia Hoa Kỳ: "Mùa lễ Halloween năm rồi, người Mỹ đã chi tiêu cho việc trang trí nhà cửa, đồ hóa trang và kẹo khoảng 12,2 tỷ Mỹ kim, tăng hơn 2 tỷ so với năm ngoái." Một con số ngoài sức tưởng tượng của tôi.

Nhưng vào ngày lễ Valentine, người Mỹ tiêu tiền mới khiếp.Theo khảo sát của Liên đoàn Bán lẻ Quốc gia (NRF), ước tính người Mỹ chi tiêu cho mùa Valentine hằng năm vào khoảng 26 tỷ Mỹ kim. Từ món quà thông thường và rẻ nhất là bông hồng và kẹo chocolate đến các thứ đắt tiền như nước hoa, mỹ phẩm, vòng vàng, dây chuyền, đồng hồ…hay bữa ăn tối ở nhà hàng, một chuyến cùng nhau du lịch…v.v.

Họ vung tiền cho tình yêu không tính toán.

Có người đổi tên thành ngày "lễ tốn kém". Nhưng quan niệm của đa số người Mỹ cho rằng Valentine là ngày lễ mang nhiều ý nghĩa nhân văn sâu sắc — không chỉ dành cho tình yêu lứa đôi mà còn cho cả mọi lứa tuổi — nó mang đến sự yêu thương chân tình, làm cho cuộc sống thêm tươi vui và lãng mạn. Ở trường, các em học sinh có thể gởi cho thầy cô, bạn học tấm thiệp mừng Valentine; ở nhà, vợ chồng tặng nhau đóa hoa hồng, hộp kẹo chocolate để tình yêu thêm nồng ấm; ngoài xã hội, bạn bè gởi cho nhau tấm thiệp Valentine để tỏ lòng quý mến, yêu thương… Cho nên, Valentine là ngày lễ hội mang tính nhân văn lãng mạn trong sinh hoạt xã hội ở Hoa Kỳ.

Ngày lễ Valentine đã có từ lâu ở các nước Âu Mỹ,nhưng mới nhập vào Việt Nam khoảng hơn mười năm nay, được gọi là Ngày Lễ Tình Yêu hay Lễ Tình Nhân. Dù mới du nhập từ nước ngoài, nhưng ngày càng được giới trẻ Việt Nam yêu thích và hâm mộ, và trở thành một ngày lễ hội được hưởng ứng nồng nhiệt nhất vì nó mang ý nghĩa trân trọng và yêu thương từ con tim trong sáng và chân thật.

Xem ra những ngày lễ hội mang tính nhân văn sâu sắc luôn luôn được phát huy và duy trì trong sinh hoạt văn hóa cộng đồng của nhân loại.

(Tháng 1/2024)

(1) Trước đó, cuộc khởi nghĩa của Hai Bà Trưng (40-43 sau Tây lịch) đem lại độc lập cho nước nhà trong 3 năm.

Sau cuộc khởi nghĩa của Bà Triệu, rồi đến ông Ngô Quyền đánh thắng quân Nam Hán trên sông Bạch Đằng năm 938 - chấm dứt hơn ngàn năm Bắc thuộc - đem lại độc lập cho nước nhà và mở nền tự chủ sau này qua các triều đại Đinh, Lê, Lý, Trần.Nhưng không thấy sử sách ghi lại "Tuyên ngôn Độc lập" (hoặc có mà tôi chưa tìm ra)

ÔNG TƯ VÉ SỐ

Từ ngày về hưu, ông Tư thong thả — nhưng buồn!

Hằng tuần, vào buổi sáng thứ Bảy - sau ngày xổ số Powerball - ông thường lang thang trong khu Phước Lộc Thọ, mong tìm gặp các bạn già rủ nhau uống ly cà phê, tán gẫu sự đời, bình luận thời sự chính trị … cho qua thì giờ.

Gần mười hai giờ, chia tay các bạn già, ông thả bộ vào một tiệm 7-Eleven gần đó mua một tấm vé số Powerball, rồi về nhà ăn trưa.

Nếu chỉ có thế thì không có gì đặc biệt để viết thành một truyện ngắn?

Nhưng ông Tư là một ông già đặc biệt và khác người. Thế mới nên truyện. Xin kể lại cho bà con nghe chơi…

Cái đặc biệt là ông vào tiệm 7-Eleven chỉ để mua vé số. Và chỉ mua độc một vé Powerball thôi! Rồi đi ra khỏi tiệm - không hề nhìn ngang, ngó dọc xem trong tiệm có bán thứ gì.

Cái khác người là dù nắng, mưa, nóng, lạnh thế nào, ông cũng khoác chiếc jacket lính rằn ri, đầu đội mũ nồi (beret) màu xanh đậm, mặc quần jean, chân đi dép nhựa - trông không giống ai! Bao nhiêu năm nay ông vẫn mặc như thế khi vào tiệm 7-Eleven. Và như một lịch trình cố định, ông chỉ xuất hiện mỗi tuần một lần vào ngày thứ Bảy, đúng mười hai giờ trưa.

Nếu chỉ có thế thì cũng không có gì hấp dẫn để viết!

Nhưng câu chuyện trở nên dài dòng bắt đầu từ hai nhân viên đứng bán hàng trong tiệm 7-Eleven.

Tiệm 7-Eleven thường chia làm ba ca (shift) trong 24 giờ — mỗi ca tám giờ: sáng, chiều và tối. Thịnh và José làm ca sáng - từ 6:00 giờ sáng đến 2:00 giờ chiều. Hai anh thanh niên này cùng lứa tuổi, có hoàn cảnh khiêm tốn giống nhau, nên dễ chơi thân. Thịnh được vào nước Mỹ nhờ theo cha trong diện HO. José, người Mexico, được thân nhân bảo lãnh vào nước Mỹ thông qua chương trình di dân. Họ là đôi bạn năng nổ và cầu tiến - sáng làm việc ở 7-Eleven, chiều đi học ở Đại học Cộng đồng (Community College).

Cả hai cùng ấp ủ "giấc mơ Mỹ - American Dream..."

Tình bạn mỗi ngày thêm gắn bó. Thịnh muốn học tiếng Tây Ban Nha (Spanish). José muốn học thêm tiếng Việt để tạo thêm cảm tình và phục vụ tốt cho khách hàng vì đa số khách hàng ở tiệm này là người Mễ và người Việt. Thế là hai đứa chỉ dạy ngôn ngữ cho nhau....

Một hôm, ông Tư vào mua vé số như thường lệ. Tiệm có hai cái máy tính tiền - Thịnh một máy, José một máy - Ông Tư xếp hàng chờ trả tiền vé số. Lúc đó tới phiên José bấm máy.

Những lần trước, khi chưa học tiếng Việt, mỗi lần tính tiền, José vui vẻ nói với ông Tư bằng tiếng Anh: "Hi, Mr. Tư - Good luck!"

Ông Tư đáp ngắn gọn: "I hope!" Rồi bước ra

khỏi tiệm.

Nhưng lần này, sau khi học được một số tiếng Việt - nó muốn thực tập, nên nói: " Hi, cô Tư! Chúc may mắn!"

Ông Tư quắc mắt nhìn nó, rồi đổ quạu, quát: " Không được gọi tôi như thế! Hiểu chưa?"

Nghe Ông Tư to tiếng mắng thằng José, Thịnh quay sang hỏi, mới rõ nguồn cơn. Thịnh xoa tay từ tốn, nói với Ông Tư: "Xin lỗi Ông Tư, con dạy nó nói tiếng Việt - mới bì bõm mà nó muốn trổ tài - xin Ông Tư thông cảm, tha lỗi cho nó."

Chẳng nói năng gì, ông Tư quay lưng đi ra khỏi tiệm.

Thằng José tỏ vẻ lo lắng!

Nó lo lắng - chuyện này đến tai manager, có thể nó mất việc vì cái lỗi: "làm mếch lòng khách hàng!"

Đối với José, tìm được một chân bán hàng trong tiệm 7-Eleven là điều may mắn - là một cái job thơm! Các bạn bè người Mễ của nó làm việc chân tay nặng nhọc, chịu cảnh nắng mưa vất vả mà tiền kiếm được không hơn nó bao nhiêu, lại không có bảo hiểm sức khỏe. Còn nó làm ở đây, tuy lương không cao nhưng ổn định, vừa đủ sinh sống và chi phí cho việc học hành để thực hiện "giấc mơ Mỹ".

Trước khi nhận việc, nó phải qua một tuần huấn luyện và câu châm ngôn "Customer First" phải thuộc nằm lòng. Cho nên nó cố gắng học tiếng Việt để phục vụ tốt cho khách hàng Việt Nam.

Nhưng oái oăm thay, tiếng Việt lắm nhiêu khê đã gây nguồn cơn lo lắng cho nó.

Hiểu được nỗi lo của bạn, Thịnh an ủi:

- Không sao đâu, nếu manager biết được chuyện này thì cũng thông cảm và biết đâu ổng còn khen mày có tinh thần cầu tiến trong việc tìm cách phục vụ tốt cho khách hàng. Cái lỗi là do tao dạy tiếng Việt cho mày chưa đến nơi đến chốn.

José bày tỏ:

- Thì khi nãy, tao nghe mày nói: "Chào cô Tư" - trông bà ta vui ra mặt. Tao tưởng đó là lời chào "làm vui lòng khách".

Thịnh suy nghĩ: giải thích cho José hiểu được cách xưng hô ở ngôi thứ hai trong tiếng Việt khó quá, nhưng cũng cố gắng giải thích:

- Cách xưng hô ngôi thứ hai của tiếng Việt rất

phức tạp, không đơn giản như trong tiếng Anh: già, trẻ, gái, trai đều dùng từ "you". Trong tiếng Việt thì có nhiều cách gọi sao cho phù hợp với vai vế, giới tính và tuổi tác. Người lớn tuổi thì: ông, bà, chú, bác, cô, dì, anh chị... Người nhỏ tuổi hơn mình thì gọi là em — tiếng "em" dễ dùng nhất trong tiếng Việt, vì không phân biệt giới tính.

Nhưng tao lưu ý mày khi dùng tiếng "em" với những cô gái nhỏ tuổi chưa quen thân để tránh bị mắng hay bị tình nhân của cô ta cho ăn đòn. Mày phải thêm tiếng "cô" vào và nói: "cô em" mới phải phép. Mày hiểu rõ chưa?

Thằng José vừa cười vừa nói:

- Thiệt là điên cái đầu!

Thịnh chỉ thêm:

- Trong tiếng Việt, người ta còn dùng "nickname" để xác định một nhân vật có thói quen hay cá tính, hoặc tướng mạo đặc biệt khi nói về họ với lòng thương mến hay nhạo báng như: "Anh Ba Nhà Thờ", "Ông Tám Dê", "Cô Năm Điệu"...v.v.

Thằng José để ý điều này.

Thứ Bảy tuần sau, ông Tư trở lại. Khi bấm máy

tính tiền và đưa vé số cho ông Tư, thằng José muốn lấy cảm tình, nó áp dụng ngay những điều học được:

- Chào "Ông Tư Vé Số"! Chúc may mắn…

Ông Tư cười vui vẻ, đáp lời:

- Hy vọng như thế!

Lần này ông Tư không tỏ vẻ nghiêm nghị mà nán lại vài phút nói chuyện với José.

Khi ông Tư ra khỏi tiệm, Thịnh nói với José:

- Tao dạy mày, nhưng chưa hết sách. Người ta chỉ dùng nickname khi nói vui với bạn bè cùng lứa tuổi đã có chung những kỷ niệm hoặc nhắc đến cái nickname để dễ nhớ ra một người bạn thân xa nhau lâu ngày. Không nên gọi nickname khi nói chuyện trực tiếp với người chưa thân thiết. Khi nãy mày nói: "Chào Ông Tư Vé Số" là không phải cách — "Ông Tư Vé Số" được coi là nickname của ông ta. Nhưng khi mày gọi cái nickname ấy, ông tỏ ra vui vẻ. Như thế là ông khoái cái tên này.

Từ đó, cái tên "Ông Tư Vé Số" được thằng José gọi mỗi khi thấy ông Tư vào tiệm. Và cũng từ đó, ông Tư nói chuyện thân mật với thằng José như đôi bạn vong niên tri kỷ.

Một hôm, thấy ông Tư vui, thằng José gợi chuyện:

- Sao ông Tư cứ mua vé số sau ngày xổ? Nếu đã có người trúng thì số tiền bắt đầu chỉ vài chục triệu, nhưng mua trước khi xổ một vài ngày, số người mua tăng lên,khi trúng lô độc đắc có thể tăng lên năm, bảy chục triệu.

Ông Tư gật gù:

- Ta hiểu! Nhưng ta mua vé số là mua hy vọng — mua sau khi xổ số, ta có bảy ngày hy vọng. Còn mua vé số trước khi xổ một ngày, ta chỉ có 12 giờ hy vọng. Nhà ngươi hiểu ý của ta chưa?

Cả hai cùng cười....

Câu chuyện trên được Thịnh kể lại với gia đình trong bữa cơm chiều. Cha Thịnh ngồi nghe, cười tủm tỉm... rồi kể thêm chuyện đời của"Ông Tư Vé Số":

- Ông ta mua vé số từ khi tụi bay còn để chỏm kìa. Bây giờ ông ta "giả dạng thường dân", chứ trước năm 1975, ông đã có "một thời vang bóng" — sau khi lấy xong bằng cử nhân luật, qua một kỳ thi tuyển, ông được bổ nhiệm đi làm chánh án ở một tỉnh miền Trung dưới chế độ Việt Nam Cộng Hòa — ông là một quan tòa công minh liêm chính được mọi người kính trọng.

Đến tháng Tư năm 1975, chính quyền Miền Nam sụp đổ, ông được chế độ cộng sản "khoan hồng" nhờ cái phẩm hạnh đó, nên chỉ đưa ông vào trại "tập trung cải tạo" - đốn gỗ, chặt giang, đánh xe trâu trên núi rừng Việt Bắc trong vòng sáu năm - rồi thả cho về nhà.

Sống ở Sài Gòn vài năm, dưới chế độ mới, họ cai trị bằng "luật rừng". Ông không chịu thấu trước cảnh bất công, ngang trái… nên năm 1984 ông tìm đường vượt biên và được định cư ở Mỹ.

Sang đây, như con cá ở trong sông, hồ… bây giờ trôi ra đại dương bao la. Ông chới với!

Trước đây, ông sống trong nước, người ta áp dụng "luật rừng", bây giờ sang một xứ có cả một "rừng luật" — không biết đâu mà lần!

Ông bỏ ước mơ đi làm chánh án hay thầy kiện!

Ông tính chuyển nghề - đi làm thợ! Nhưng than ôi! Sức lực đã để lại nơi núi rừng Việt Bắc. Hiện tại, chỉ còn tấm thân già nua, gầy yếu không làm nổi những công việc nặng nhọc như thợ mộc, thợ nề;

cũng không kham nổi lối làm việc theo dây chuyền trong nhà máy.

Những người như ông, người đời gọi là “thứ lỡ thầy lỡ thợ”!

Nhưng ông không nản lòng vì đang được hít thở không khí tự do trên một xứ sở có nhiều cơ hội.

Một ngày đẹp trời, ông tìm ra cái nghề không có tên trong từ điển là “nghề cắt chỉ” - cắt chỉ trong các shop may - mỗi ngày lãnh được 20 đô la tiền mặt. Đủ để nuôi thân!

Những buổi sáng, đứng đợi xe buýt đi đến shop may, trời lạnh căm căm, ông ôm lon Guigoz cơm còn chút hơi ấm mà bà vợ mới bới khi sáng, cho đỡ buốt đôi bàn tay.

Lúc đó, ông mơ: “Có được chiếc xe hơi, chạy vèo một mạch đến shop may cho đỡ lạnh cái thân già.”

Nhưng mỗi ngày chỉ kiếm được hai mươi đô la - trong hai mươi đô la đó phải chi ra nhiều thứ cho con, cho vợ. Vậy thì biết đến bao giờ mới đủ tiền mua được chiếc xe?

Ông nghĩ: “ May ra… chỉ khi nào trúng số!”

Thế là từ đó, mỗi tuần ông mua một tấm vé số

Powerball.

Một năm trôi qua, tuy chưa trúng số, ông cũng gom góp mua được chiếc xe Toyota Corolla cũ - tuy cũ nhưng bộ phận điều hòa không khí còn tốt - trời lạnh bật "hít" (heat) ; trời nóng vặn "e" (air conditioning). Ông đi làm thoải mái bằng xe hơi - chẳng ngại nắng, mưa, nóng, lạnh…

Gần hai năm sau, ông xin được việc làm trong Sở An sinh Xã hội. Lúc này, tiền lương khá hơn. Ông cảm thấy căn chung cư (apartment) chật chội mà mỗi tháng trả tiền thuê quá đắt. Ông mơ đến chuyện mua một căn nhà.

Nhưng tiền lương mỗi tháng, sau khi trả tiền thuê nhà và mọi chi phí cho gia đình, chỉ còn dư vài trăm đô la. Vậy, biết đến bao giờ mới đủ tiền đặt cọc (down payment) để mua một căn nhà?

Ông nghĩ: "May ra… chỉ khi nào trúng số!"

Thế là hằng tuần ông ra tiệm 7-Eleven mua một tấm vé số Powerball.

Nhưng bốn năm sau, tuy chưa trúng số, ông vẫn mua được một căn nhà vừa ý: rộng rãi, khang trang… có sân trước, vườn sau nhờ gom góp tiền để dành và tiền của vợ con kiếm được qua công việc làm bồi bàn của con, phụ bếp cho nhà hàng của vợ.

Mỗi buổi chiều đi làm về, ngồi dưới bóng cây mát rượi sau vườn, ông cảm thấy tâm hồn thư thái, bình an…

Đã qua rồi những ngày âu lo, cơ cực cho bản thân và gia đình.

Ông nghĩ: được như thế này là may mắn cho cuộc đời của một người tị nạn.

Trong những năm làm việc tại Sở An sinh Xã hội, ông tiếp xúc với nhiều người tị nạn có hoàn cảnh khó khăn. Ông hết lòng giúp đỡ họ hoàn tất các thủ tục giấy tờ để sớm nhận được những trợ cấp của Chính phủ Hoa Kỳ. Ông xem đây là một cách trả ơn cho đời.

Đối với những người tị nạn Việt Nam mới sang, ông luôn hỏi thăm tình trạng sinh sống của đồng bào mình ở bên nhà. Ông nghe kể những thảm cảnh ở nhà thương công: hai bệnh nhân nằm chung một giường vẫn không đủ chỗ, phải nằm dưới gầm giường hay nằm la liệt ngoài hành lang. Thuốc men, chữa trị thì những người có tiền - có "phong bì bôi trơn" được chiếu cố - còn dân nghèo thì "được chăng hay chớ…"

Ông Tư xúc động!

Ông nhớ lại thời thơ ấu, sống trong vùng Liên Khu 5 do Việt Minh kiểm soát - thuốc tây rất hiếm - khi đau bệnh, người ta thường uống thuốc bắc hoặc dùng thuốc nam. Cha ông làm thầy thuốc Bắc nổi tiếng - dân chúng trong vùng gọi là ông Thầy Hai. Nhiều bệnh nhân ở xa đến ở trọ tại nhà ông, chờ cha ông bắt mạch, hốt thuốc. Còn thân nhân của họ ở tạm trong lều căng ngoài vườn. Họ sắc thuốc cho bệnh nhân uống tại chỗ - chờ năm ba hôm, có khi cả tuần lễ - khi bệnh tình thuyên giảm mới đem nhau về nhà.

Những sự việc đó đã đi vào ký ức. Khi lớn lên, ông nhủ với lòng mình: khi có quyền thế hay tiền bạc, điều đầu tiên ông sẽ làm là xây nhiều bệnh viện phục vụ dân nghèo.

Khi được định cư ở Mỹ — ngày tháng trôi qua — năm năm, rồi mười năm… cho đến khi tuổi đời đi vào xế bóng mà ông vẫn không có quyền, cũng chẳng có tiền. Niềm ước mơ xây bệnh viện coi như xa vời.

Nhưng ông không nản lòng. Ông vẫn nuôi hy vọng - hy vọng trúng số độc đắc! Thế là ông tiếp tục mua vé số…

Ông ước mơ:khi trúng số độc đắc, ông sẽ xây một bệnh viện ngay ở quê nhà - đặt tên là “Bệnh viện Thầy Hai” để tưởng nhớ người cha kính yêu và cứu giúp bà con trong xã, trong huyện…

Qua tuổi tám mươi, ông Tư vẫn chưa trúng số. Nhưng cái “bệnh tưởng” khiến ông nhiều đêm mất ngủ — ông nghĩ một mai trúng số mà giao tiền cho bọn quan tham xây bệnh viện thì rách việc.

Phải thành lập một ban cố vấn cho việc xây dựng và điều hành bệnh viện bởi những người bạn thân tín có bằng cấp chuyên môn, gồm: một kiến trúc sư, một luật sư, một bác sĩ và một người kế toán có bằng CPA.

Nhiều đêm thao thức, ông đã chọn đủ người. Nhưng rồi lần lượt hay tin ông bác sĩ quy tiên, ông kiến trúc sư mắc bệnh run tay (parkinson), ông luật sư thì mất trí nhớ (bệnh Alzheimer), ông kế toán đã về Việt Nam theo bồ nhí. Thế là cái ban “Tham mưu, Cố vấn” coi như rã đám.

Một hôm tình cờ, ông Tư đọc một truyện ngắn có tựa đề: “Trúng Số Độc Đắc” của nhà văn Tràm Cà Mau - Truyện kể rằng:“Vợ chồng nhà nọ mua một tấm vé số. Ngày xổ số chưa đến mà vợ chồng đã bàn tính với nhau sẽ cho bên chồng bao nhiêu, bên vợ bao nhiêu. Chị vợ kê một lô tên sẽ cho bên nhà mình và cắt tên những người bà không ưa bên nhà chồng và bắt anh chồng thề sẽ không cho những người bồ cũ của anh ta một xu. Anh chồng thấy bất công, tỏ vẻ không hài lòng. Thế là hai bên cãi nhau. Chị vợ khóc bù lu bù loa và đem những chuyện ngày xửa ngày xưa ra kể tội anh chồng và đòi ly dị. Anh chồng tức quá ra ngoài hút mấy điếu thuốc mới thấy tỉnh táo, rồi vào nhà nói với vợ: "Em muốn ly dị thì OK, nhưng khi ra tòa, ông quan tòa hỏi lý do gì mà xin ly dị thì trả lời làm sao cho ổn? Chẳng lẽ khai rằng vì chia tiền không công bằng trên tấm vé số chưa xổ. Như thế người tạ cười cho thối mũi..."

Chị vợ ngước lên nhìn chồng, im lặng... và tỏ ra nhũn nhặn. Anh chồng thương hại, cúi xuống lau nước mắt cho vợ. Chị vợ cảm động, thốt lên: "Thôi đừng mong trúng số độc đắc nữa!"

Đến đây, ông Tư ngưng đọc, lẩm bẩm: "Vớ vẩn! Chưa đỗ ông nghè đã đe hàng tổng!" Rồi ông nghĩ lại những toan tính của mình đã làm nhiều đêm mất ngủ cũng vớ vẩn không khác gì chuyện hai vợ chồng nhà nọ.

Từ đó, vắng bóng ông Tư ở tiệm 7-Eleven gần khu Phước Lộc Thọ vào những trưa thứ Bảy. Thịnh và José có ý mong chờ…

Khoảng ba tháng sau, cha của Thịnh cho hay tin: Ông Tư đã vào viện dưỡng lão - ông không còn ước mơ trúng số độc đắc mà chỉ mong: Khi chết được khoác chiếc áo jacket lính rằn ri và đội cái mũ beret màu xanh đậm mà người bạn tâm giao đã tặng ông, trước khi anh ta đi vào chiến trường An Lộc.

Nếu không có hai câu thơ:

*"An Lộc địa sử ghi chiến tích/ Biệt Kích Dù vị quốc vong thân"** của một cô giáo trẻ ở Bình Long vinh danh sự hy sinh cao cả của các chiến sĩ Liên Đoàn 81 Biệt Cách Dù với những trận thư hùng oanh liệt ở Thị xã An Lộc đã được ghi vào Quân sử Việt Nam Cộng Hòa, thì nhiều người không biết đến địa danh này.

Gần sáu mươi năm trôi qua, người bạn tâm giao đã nằm lại với An Lộc kiêu hùng. Còn ông Tư trải qua bao nhiêu thăng trầm trong cuộc sống, ông vẫn giữ chiếc jacket lính rằn ri với cái mũ bê rê màu xanh đậm mà người bạn tâm giao đã tặng - ông coi như hai kỷ vật thân thương.

Bây giờ, ông chỉ còn một ước mong: khi lìa bỏ nhân gian, đi vào cõi vĩnh hằng, xin người đời nhớ cho hai kỷ vật này được theo ông về với đất…

(Tháng 4 -2025)

**Cô giáo tên Pha - dạy tiểu học ở một trường trong thị xã An Lộc.*

SAU NGÀY BẦU CỬ

Đang trong giấc ngủ mơ màng thì cái cell phone rung… Tôi kê vào tai, hỏi:

- A lô! Tôi nghe - Xin lỗi, ai đó?

- Dậy chưa? Tôi gọi sớm để mời ông trưa nay sang nhà tôi chơi - dự tiệc!

Đây là tiếng nói quen thuộc của ông bạn già cùng xóm gọi tôi lúc sáu giờ sáng, sau ngày bầu cử Tổng thống Mỹ năm 2024.

- Tiệc tùng gì mà mời mọc có vẻ trịnh trọng thế? Tôi hỏi.

Ông bạn già không trả lời ngay mà hỏi lại:

- Đêm qua ông có thức để theo dõi kết quả cuộc

bầu cử không?

- Có! Nhưng xem một hồi… tôi đi ngủ - chưa biết "mèo nào thắng, mỉu nào?"

- Ông Trump thắng cử rồi, mà thắng áp đảo mới lọa (lạ)! Ông bạn già trả lời.

- Vậy, trưa nay ông mời ăn tiệc: "Mừng ông Trump thắng cử à?"

Biết ông bạn già không ưa ông Trump, nên tôi hỏi cà khịa để xem phản ứng của ông thế nào.

Ông bạn già trả lời với giọng Quảng Ngãi không vui:

- Mừng chi mô! Thức suốt đêm qua, hồi hộp theo dõi, đến chừ (giờ) đã sáng bảnh vẫn không ngủ được - đang nhâm nhi cà phê, ngẫm nghĩ sự đời… thì mấy thằng cháu vào thưa: Trưa nay chúng nó mở tiệc và nhờ tôi mời ông sang chơi.

- Vậy là chúng nó mở tiệc "ăn mừng", tôi hỏi.

Ông bạn già trả lời:

- Tui hỏi chúng nó: "Tụi bây mở tiệc với lý do gì?" Chúng nó bảo: "Mở tiệc hòa giải …"

- Sao nghe có vẻ giống Nghị quyết 36 của mấy

"ổng" quá vậy? Tôi hỏi.

- Đấy! Mới nghe, tui cũng tưởng như ông nên bảo chúng nó: "Tao sẽ không dự và cũng không mời ông Tư đâu - cái vụ "hòa giải hòa hợp" tao nghe đã mòn tai… ngán đến cổ rồi!" Nhưng chúng nó giải thích: "Đây là tiệc chúng cá độ để hòa giải về bầu cử."

- Chuyện là thế này: Trước ngày bầu cử, mấy thằng cháu nhà tôi và mấy đứa bạn của chúng nó, cuối tuần tụ tập ở nhà tôi bàn cãi om sòm về bầu cử - một phe ủng hộ ông Trump, phe kia ủng hộ bà Harris … Bên nào cũng giữ lấy quan điểm của mình và cuộc tranh luận có khi gay gắt… nên tôi phải đứng ra hòa giải và đưa ra đề nghị: "Tụi bây tranh cãi mãi, không thuyết phục được nhau. Vậy đến ngày bầu cử, cứ đi bầu và vận động nhiều người bỏ phiếu cho phe mình. Khi có kết quả bầu cử: Nếu ông Trump thắng, thì phe ủng hộ bà Harris đãi phe ủng hộ ông Trump một chầu, và ngược lại. Chúng nó chấp nhận đề nghị này! Bây giờ ông Trump thắng cử; phe ủng hộ bà Harris đang lễ mễ mang bia, rượu và đồ ăn đến sửa soạn mở tiệc "chung cá độ".Vậy trưa nay mời ông sang chơi để xem thái độ của bọn trẻ được hấp thụ nền tự do, dân chủ trên xứ sở văn minh này như thế nào...

- Thì sẽ có "trăm đứa buồn, vạn thằng vui..." Tôi pha trò.

Ông bạn già đổ quạu ngang xương - lên giọng:

- Ông ví nghe tréo ngoe! Hồi đó, ông Võ Văn Kiệt nói: "Sau ngày 30-4-75 sẽ có triệu người vui, nhưng cũng có triệu kẻ buồn..." Nhưng cái buồn là "buồn muôn thưở..." — cái vui chỉ nhất thời — nếu có kéo dài cũng chỉ vài ba đời của đám đảng viên cộng sản. Còn cái vui buồn trong mùa bầu cử ở Mỹ là "cái buồn vui loãng moạn (lãng mạn)" - chỉ năm bữa, nửa tháng... sau ngày có kết quả bầu cử là quên - rồi việc ai nấy lo, nhà ai nấy ở - chờ bốn năm sau sẽ tiếp tục chuyện: cãi vã, buồn vui....

Biết không cãi lại ông bạn già Quảng Ngãi kỳ co, nên tôi hạ giọng:

- Được rồi! Trưa tôi sang.

Trưa hôm ấy, tôi đến nhà ông bạn già, thấy đám con cháu của ông và bạn bè của chúng nó đã tề tựu khá đông - khoảng trên mười lăm đứa. Trên hai chiếc bàn dài kê dọc sát vào nhau, bày biện đồ ăn, thức uống ê hề. Bọn trẻ ngồi hai bên, chúng mời ông bạn già và tôi ngồi vào hai chiếc ghế cạnh nhau ở đầu bàn.

Trước khi vào tiệc, thằng cháu nội của ông già đứng lên thưa:

- Thưa ông nội, thưa ông Tư! Hôm nay chúng cháu mở tiệc "thua cá độ về bầu cử". Kính mời ông Tư và ông nội nâng ly chúc mừng phe ủng hộ cựu Tổng thống Trump thắng cử…

Chúng tôi cùng nâng ly với đám trẻ. Sau đó, ông bạn già đặt ly xuống bàn, hỏi:

- Sau buổi tiệc hôm nay, các cháu có còn vui chơi, thân mật với nhau như trước nữa không?

Một đứa phát biểu:

- Ông ơi! Có gì đâu mà không vui chơi, thân mật. Cá độ trong mùa bầu cử Tổng thống Mỹ rất sôi nổi và hấp dẫn - không chỉ dân Mỹ mà nhiều người ở nước khác cũng chơi cá cược về bầu cử Tổng thống Mỹ như chơi cá độ bóng đá vậy - Tranh cử thì phải có bên thắng, bên thua là chuyện thường - không có gì mà phải giận hờn, ghét bỏ nhau cả.

Ông bạn già nhìn đám con cháu, bảo:

- Vậy là tụi bây văn minh! Trong đám bạn già của ông, có những người trước ngày bầu cử tranh luận, rồi cãi vã... rồi giận hờn... và sau ngày bầu cử không thèm nhìn mặt nhau. Thế mới nhảm!

Đám trẻ cười ồ... nói:

- Quý cụ khó tính quá!

Những đứa cháu của ông bạn già và các bạn bè của chúng đều trên hai mươi tuổi - đa số đã tốt nghiệp đại học. Chúng nó ăn uống vui vẻ và nêu ra những nhận định và tiên đoán: Ông Trump sẽ chọn những nhân vật nào vào nội các và chính sách đối nội, đối ngoại mà ông Trump đã hứa trong mùa bầu cử có thực hiện được không? Có làm cho nước Mỹ "Vĩ Đại Trở Lại" hay sẽ làm cho nước Mỹ thêm chia rẽ? Và chủ trương "Nước Mỹ Trên Hết - MAGA"có làm cho nước Mỹ bị cô lập và mất ảnh hưởng trên trường quốc tế không?

Ngồi nghe chúng nó bàn thảo, phân tích... ông bạn già quay qua tôi, nói:

- Người đời thường bảo: "Trẻ hay nói về tương lai, già thích nói về quá khứ." Quả thực không sai, ông nhỉ?

Một thằng cháu ngồi bên cạnh nghe thế, bèn hỏi:

- Vậy ông nội thấy điều gì đặc biệt và đáng nói

trong cuộc bầu cử ở Mỹ?

- Ông thấy ở Mỹ cứ bốn năm một lần - dân chúng chờ đợi một "trò chơi chính trị" hấp dẫn trong mùa bầu cử Tổng Thống: Trước ngày bầu cử, người dân theo dõi hai ứng cử viên Tổng Thống tranh luận về chuyện quốc gia đại sự, nhưng còn nghe họ đem hết các thói hư, tật xấu của của đối phương bêu ra cho bàn dân thiên hạ nghe chơi... Ngay cả tông chi họ hàng ba đời nội ngoại cũng bị lôi ra đàm tiếu. Trong dân chúng cũng chia hai phe cãi nhau ỏm tỏi, rồi giận hờn, rồi cá độ... Đến ngày bầu cử diễn ra thì thức suốt đêm theo dõi trên truyền hình và hồi hộp như đang xem bóng đá hay xổ số... Sau khi có kết quả bầu cử, ông thua phone chúc mừng ông thắng.

Người dân xem TV thấy hai ông tay bắt mặt mừng - không biết trong lòng thế nào - nhưng bề ngoài trông như đôi bạn "tri kỷ"; sự công kích dữ dội trước ngày bầu cử coi như nước chảy qua cầu. Còn dân chúng thì mở tiệc ăn mừng hay chung cá độ - đa số quên hết mọi chuyện bàn cãi linh tinh ngày trước và chờ xem tân Tổng thống sẽ làm được gì cho nước Mỹ?

Ông bạn già nhấp ngụm bia, rồi phán:

- Chỉ ở xứ Mỹ này, người dân mới "nếm" được

cái "thú" về bầu cử…

Sau bữa tiệc chung vui với đám trẻ, ông bạn già mời tôi vào nhà uống trà, tiếp tục câu chuyện về bầu cử và suy ngẫm chuyện đời.

Biết ông bạn già là người không thích ông Trump và rất kỳ co nên tôi chỉ gợi ý để ông thổ lộ tâm tình, chứ nói lý với ông thì ông cãi đến bến - không bao giờ chịu thua - dân Quảng Ngãi nổi tiếng kỳ co mà!

Bắt đầu câu chuyện, tôi hỏi:

- Sáng nay, ông nói: "Đã thức suốt đêm theo dõi bầu cử, sáng ra vẫn không ngủ được và ngồi suy ngẫm chuyện đời …"Vậy, có phải ông Trump thắng cử làm ông cảm thấy không an tâm?

- Ông biết tôi là người không thích ông Trump về cách ăn nói bỗ bã, châm chọc thô lỗ…Đó không phải là cách nói của một vị Tổng thống, nhưng lần này tôi bỏ phiếu cho ông và mong ông thắng cử.

- Có lẽ ông còn thủ cựu, chưa chịu đàn bà "nằm" trên đàn ông?

- Không! Năm 2016, tôi bầu cho bà Hillary Clinton đấy chứ. Nhưng lần này, xét về mọi mặt, bà Harris chưa xứng tầm với chức vụ nguyên thủ quốc gia Hoa Kỳ - khả năng của bà chỉ đảm nhiệm đến chức Thống đốc một tiểu bang là cùng, nhưng có lẽ "phúc ba đời nhà bà hay do mồ mả tổ tiên đến hồi phát" đã đưa bà đến chức Phó Tổng thống là hết cửa rồi.

- Vậy tại sao ông bảo: Ông Trump thắng cử là chuyện "lọa" - nó "lọa" ở chỗ nào?

- Trước ngày bầu cử, truyền thông đưa ra các cuộc thăm dò: bà Harris dẫn trước ông Trump; gần ngày bầu cử thì thấy hai bên ngang ngửa, nhưng kết quả bầu cử cho thấy ông Trump thắng áp đảo. Thế mới lọa (lạ)!

Tôi góp ý:

- Đấy! Đám già chúng ta tiếng Anh tiếng u chẳng có bao nhiêu, chỉ trông cậy vào các báo, các đài tiếng Việt để biết tin tức, nhưng hiện nay một số những người Việt làm truyền thông cứ loan tin hay bình luận thời sự thiếu khách quan và lương thiện - nếu không muốn nói là một lũ "bát nháo... bất lương"- chúng nó chỉ góp nhặt tin tức từ các báo, các đài ngoại quốc rồi "thêm mắm dặm muối" như những "thằng mù sờ voi" rồi đưa ra những tin tức, nhận định thời cuộc theo "đơn đặt hàng" mà không nghĩ đến thiên chức của người làm truyền thông làm cho nhiều người hiểu sai các vấn đề thời sự…

Ông bạn già tư lự, rồi phát biểu:

- Tôi cũng thấy đa số bọn làm truyền thông bây chừ cứ "sờ voi" rồi "vẽ rắn thêm chân" như các thèng (thằng) hay nói tin tức và bình luận trên đài truyền hình Việt ngữ - chúng nói như đang nằm trong "ruột giòa (già)" của ông Trump để biết ông ta nghĩ và sẽ làm những gì - Dân ta nên tẩy chay những thèng (thằng) như rứa thì may ra mới khá được.

- Bao nhiêu năm ni, Đảng Dân Chủ và đám truyền thông cánh tả mô tả ông Donald Trump phạm tội này, lỗi kia về hình sự và đạo đức với vô số từ ngữ xấu xa … Rồi cái miệng người đời, cứ lặp đi, lặp lại những luận điệu như thế làm cho một số người nghĩ rằng ông Trump bê bối, dốt nát, không có kinh nghiệm về chính trị…v.v…Nhưng bây chừ (giờ) quá nửa số cử tri bầu ông làm Tổng thống - chẳng lẽ những người dân Hoa Kỳ này ngu muội, mù quáng hết hay sao? Đó là điều làm tôi suy ngẫm…"

Nắng chiều ngả bóng, hai chúng tôi ngồi im lặng một lúc khá lâu, cùng trông ra vườn, nhìn những chiếc lá vàng rời cành, chao trong gió rồi rơi xuống đất - nằm yên! Cái không gian êm ả ấy khiến tôi không muốn thêm lời. Nhưng ông bạn già lại lên tiếng với giọng trầm buồn - mất cái giọng kỳ co, cay cú như thường lệ:

- Ngẫm ra, cuộc đời có những cái thay đổi mà ta không thể lường trước được. Ngày chúng ta được định cư trên đất nước này - chỉ hơn ba, bốn mươi năm nay thôi - lúc đó, nếu có ai hỏi: "Nước Mỹ có phải là thiên đàng không?" Ta không do dự trả lời: "Yes, it is." Nhưng bây chừ (giờ), cũng cùng câu hỏi ấy, chúng ta ngần ngại, đắn đo… không biết nên trả lời: "Yes hay No".

Ông bạn già tiếp tục:

- Ngày đó chúng ta đến đây với hai bàn tay trắng, người Mỹ đón nhận chúng ta với tấm lòng nhân ái và hào sảng. Từng bước, chúng ta ổn định được cuộc sống, con cái chúng ta được hưởng một nền giáo dục tân tiến nhất thế giới, chúng ta vui mừng thấy được tương lai tươi sáng của chúng nó. Nhưng bây chừ những phong trào cấp tiến làm chúng ta lo ngại cho thế hệ mai sau. Những chuyện đồng tính luyến ái, chuyển giới, phá thai được phổ biến trong học đường và được xem như quyền của giới trẻ. Ngoài xã hội thì nạn trộm cướp công khai xảy ra ở nhiều nơi; nạn bạo hành càng ngày càng nhiều, làm ta ngại mỗi khi ra đường.

- "Ngày nào những dân biểu, nghị sĩ được kính trọng, nhưng bây chừ dân chúng coi như những tên bát nháo, thời cơ và bè phái! Những năm trước đây: Hạ viện dưới sự lãnh đạo của bà Nancy Pelosi không lo làm ra những đạo luật ích nước lợi dân, mà mất rất nhiều thời giờ và tiền thuế của dân để đàn hạch truất phế một đối thủ chính trị là Tổng thống Donald Trump. Bà này còn có những lời lẽ và hành động thiếu văn hóa làm mất thể diện quốc gia khi bà xé bản Thông điệp Liên bang của một đương kim Tổng thống trước lưỡng viện Quốc hội.

Trông không ra cái thể thống chi cả ông ạ!"

Nhấp ngụm trà, ông bạn già trở lại cái giọng cay cú cố hữu:

- Có đời nào tổng thống của cường quốc số một này mà cúi rạp người trước các quốc vương Ả Rập như ông Tổng thống Obama? Và khi đến Hàng Châu - Trung Quốc dự Hội nghị Thượng đỉnh G20, ông bị nước này chơi "xỏ lá" cho xuống máy bay bằng cửa sau - không theo đúng nghi lễ đón tiếp một vị nguyên thủ quốc gia (trong khi đó Trung Quốc trải thảm đỏ đón Thủ Tướng Ấn Độ, Tổng Thống Nga, Tổng Thống Hàn Quốc)

- Có đời nào mà cả bà Chủ tịch Hạ viện và một lũ 'lâu la bộ hạ' quỳ gối trước quan tài một tên đầu trộm đuôi cướp, có nhiều tiền án là George Floyd. Đám ma của George Floyd được tổ chức linh đình như một vị anh hùng dân tộc hay như một vị Thánh Tử Đạo, có Phó Tổng thống Joe Biden và cũng là ứng viên Tổng thống năm 2020 tham dự, tiễn đưa?

- Những cái quỳ gối vì nhắm vào đám cử tri da đen làm tôi lợm giọng! Sau đó, nhiều cuộc biểu tình bạo động dẫn đến đốt phá và hôi của trên nhiều tiểu bang… Nước Mỹ bấy giờ không còn là nước Mỹ như khi tôi đến đây mấy mươi năm trước. Nếu có ai hỏi: Nước Mỹ bây chừ ra sao? Tôi cúi mặt… làm thinh!"

Bây giờ, ông bạn già mơ màng như kẻ mộng du:

- Còn đâu được nghe thấy những lời tuyên bố cứng rắn của ông Tổng thống trẻ Kennedy, trong vụ 'khủng hoảng tên lửa ở Cuba' vào tháng 10 năm 1962: 'Nga hãy đem các tên lửa ra khỏi Cuba, nếu không, Hoa Kỳ sẽ hành động.' Không ai biết Hoa Kỳ sẽ hành động như thế nào — chỉ thấy Khrushchev lặng lẽ rút giàn tên lửa hạt nhân của Liên Xô ra khỏi Cuba với sự nhượng bộ nhục nhã.

- Còn đâu được chiêm ngưỡng một Tổng

thống già như Ronald Reagan đã đứng trước cổng Brandenburg gần Bức tường Bá Linh (Berlin) ngày 12 tháng 6 năm 1987, thách thức Gorbachev: "... Hãy đến đây, trước cánh cổng này, Ngài Gorbachev, hãy mở cánh cổng này, Ngài Gorbachev, hãy phá đổ bức tường này!" Hai năm sau đó, vào ngày 9 tháng 11 năm 1989, bức Tường Bá Linh bị phá đổ - nước Đức thống nhất vào ngày 3 tháng 10 năm 1990. Sau đó, khối Cộng sản Liên Xô và Đông Âu tan rã.

- Những vị tổng thống như thế đã làm cho các nước đồng minh ngưỡng mộ, các nước thù địch e ngại... Còn người dân Hoa Kỳ cảm thấy hãnh diện được sống trong một nước tự do và hùng mạnh.

Ông bạn già thẫn thờ như thả hồn về quá khứ với vẻ bi quan. Tôi lên tiếng để đưa ông về với hiện tại:

- Mỹ là một quốc gia kỳ diệu! Cứ mỗi lần đất nước này suy thoái hay lâm nguy thì xuất hiện một nhân vật cứu lấy nước Mỹ. Ông có nghĩ Trump sẽ là người làm được việc đó và sẽ làm cho "Nước Mỹ Vĩ Đại Trở Lại" như ông Trump đã hứa trước quốc dân?

Ông bạn già suy nghĩ rồi phát biểu:

- Trong bốn năm vừa qua, chính quyền thuộc Đảng Dân Chủ đã trù dập, tố khổ ông Trump hết cỡ - hình ảnh chịu đựng và bất khuất để sống còn hầu đạt được mục đích của ông Trump trong các phiên xử ở Tòa án làm tôi liên tưởng đến những con người trên chiếc tàu buồm Mayflower rời bỏ nước Anh đi tìm miền đất hứa của Thượng Đế, và nghĩ rằng họ đã lưu truyền lòng quả cảm và sự kiên trì cho những người Âu châu di dân đến Mỹ qua nhiều thế hệ sau này. Trong đó có ông Trump

- Rồi một ngày (13-7-2024) , khi một viên đạn xuyên qua tai, máu loang trên mặt, ông Trump vẫn hiên ngang đứng lên hô to: "Fight! Fight! Fight!" (Chiến đấu! Chiến đấu! Chiến đấu!) Trong khoảnh khắc đó, không phải ai cũng làm được như thế. Chỉ những người có dòng máu dũng cảm lưu truyền trong huyết thống - trỗi dậy lúc lâm nguy để làm nên lịch sử và trở thành một anh hùng mà không ai có thể phủ nhận được. Hình ảnh đó sẽ đi vào lịch sử và lưu truyền trong dân gian như một nguồn cảm hứng về sự can trường của những anh chàng cao bồi đi tìm vàng miền Viễn Tây xứ Mỹ. Trump mang hình ảnh hào hùng đó!

- Trời cho ông Trump cái tố chất phi thường.

Nhưng bốn năm cầm quyền , tôi thấy ông Trump là con người 'hai mặt' - có lúc thể hiện bản chất của người quân tử, nhưng có khi hành xử như kẻ tiểu nhân. Tôi không thích ông Trump là vì vậy.

Tôi góp lời:

- Có lẽ đời đã dạy cho ông Trump làm người "hai mặt" - "Đi với Bụt mặc áo cà sa, đi với ma mặc áo giấy." Ông Trump làm Tổng thống của một đại cường quốc — thù trong, giặc ngoài, nên phải đối phó nhiều mặt.Dân chúng Mỹ bầu ông làm Tổng thống chứ không phải bầu ông làm Đức Giáo hoàng để được nghe những lời đạo đức và ban phước lành.

Thấy tôi có vẻ bênh vực ông Trump, ông bạn già châm biếm:

- Vậy "Quân tử nhất ngôn là quân tử dại, quân tử nói đi, nói lại là quân tử khôn?"

Tôi cười và nêu ý kiến:

- Ở cái thời đại nhiễu nhương, thế giới nhiều biến động này, những người làm chính trị thường mang cái mặt nạ "đạo đức giả", tuyên bố rào trước, đón sau...Nhưng ông Trump thì không - ông cứ nói "toạc móng heo" và để lộ cái cá tính tốt lẫn xấu của mình... Cho nên trong thiên hạ — ai ghét ông thì "ghét thậm tệ", còn người thương thì "thương đến cuồng" — không có kẻ trung dung.

Ông thấy thế nào về nhận xét này? Tôi hỏi ông bạn già.

Nhấp ngụm trà, cười tủm tỉm, ông trả lời:

- Thì cứ nhìn cái nét mặt và ánh mắt "mê tít" của thằng Chí Phèo Kim Jong Un khi bắt tay đưa ông Trump bước qua lằn ranh phân chia Nam và Bắc Hàn tại khu phi quân sự (DMZ) thì biết ông Trump có một sức thu hút khác người.

Tôi nêu thêm câu hỏi:

- Còn một điều kỳ lạ là những hành động của ông Trump không theo truyền thống hay học thuyết chính trị nào. Ông làm những điều bất thường không ai ngờ tới — các chuyên gia phê bình: sai lầm, ấu trĩ...; dân chúng thì chê bai, phản đối lung tung... Nhưng sau một thời gian, thấy việc ông làm có lý và đạt thành công.

- Những quốc gia thù địch thì cho rằng ông là người khó đoán, nên e dè, không dám manh động. Do vậy, trong bốn năm cầm quyền của ông Trump, thế giới không xảy ra cuộc chiến tranh nào và ông làm được những việc mà các tổng thống tiền nhiệm không giải quyết được.

- Nhiều người cho rằng ông Trump là "một hiện tượng" của thời đại. Ông nghĩ thế nào về nhận xét này?

Ông bạn già trả lời:

- Quả là ông Trump tạo ra một hiện tượng lạ trong sinh hoạt chính trị truyền thống của Hoa Kỳ. Người ta gán cho ông nhiều cái tên khác nhau: thiên sứ,độc tài, phát xít hay là "đệ tử" của Machiavelli*. Nhưng tôi thấy ông Trump làm chính trị theo lối "thực dụng Hoa Kỳ", hay nói cách khác, ông áp dụng "chủ nghĩa chính trị thực dụng" phù hợp với trào lưu hiện đại, nên đã giúp ông thắng cử kỳ này.

- Nhưng nguyên do nào đã giúp ông Trump đạt được số phiếu cử tri áp đảo mà ông cho là chuyện lạ? Tôi hỏi.

- Có lẽ Đảng Dân chủ chơi ép ông ta quá, khiến dân thương cảm dồn phiếu cho ông. Ông bạn già trả lời.

Tôi góp ý:

- Đó chỉ là một trong những lý do để ông Trump thắng cử. Nhưng ông Trump thắng cử một cách áp đảo là do yếu tố chủng tộc. Tôi nghĩ như thế. Tuy người Mỹ không có những huyền thoại về tổ tiên như người Việt Nam có truyền thuyết "con Rồng, cháu Tiên" hay như người Nhật có thần thoại "Thái Dương Thần Nữ". Nhưng người Mỹ có những giai thoại như chuyện "chiếc thuyền buồm Mayflower" lưu lại trong ngày Lễ Tạ Ơn(Thanksgiving) truyền thống để họ nhớ về những di dân da trắng châu Âu "đi mở nước" là tổ tiên của họ. Nước Mỹ không có lịch sử lâu đời, nhưng có những cuộc chiến đấu anh dũng của tổ phụ người Mỹ da trắng với Đế quốc Anh để giành độc lập vào năm 1776. Giai thoại về một lá cờ cho thấy lòng yêu nước và tự tôn dân tộc của người Mỹ đến mức tuyệt vời! Chuyện rằng: Pháo đài McHenry ở cảng Baltimore, Maryland bị quân Anh vây hãm hơn 18 tháng. Rồi đêm 13 tháng 9 năm 1814 - một đêm mưa gió bão bùng - quân Anh nã đạn vào pháo đài như bứng đất… Ngày hôm sau, khi bình minh ló dạng, tưởng rằng lá cờ của Anh được kéo lên. Nhưng không! Lá cờ Mỹ lấp lánh những ngôi sao vẫn còn tung bay trên pháo đài McHenry. Francis Scott Key xúc động viết bài thơ "The Star-Spangled Banner", sau này được phổ nhạc và trở thành quốc ca Hoa Kỳ. Những giai thoại như thế là niềm tự hào của chủng tộc da trắng Hoa Kỳ và vinh quang đó thuộc về họ.

- Ngày nay, mọi công dân Hoa Kỳ sống dưới chế độ cộng hòa, được bình đẳng trước pháp luật, được hưởng một nền tự do, dân chủ tối ưu không phải tự nhiên mà có, mà nó đã qua nhiều gian nguy, đấu tranh anh dũng — đã mất nhiều máu và nước mắt của di dân người da trắng từ châu Âu đã đến đây từ bao thế kỷ trước. Cho nên người da trắng có niềm tự hào về tổ tiên của họ và họ nghĩ rằng nước Mỹ là của người da trắng.

- Ai cũng biết Mỹ là quốc gia của người di dân - đa chủng tộc , đa văn hóa và nước Mỹ phồn thịnh cũng nhờ sự đóng góp công sức của nhiều người nhập cư sau này, nhưng hậu thế chớ tự phụ mà quên công ơn tổ tiên của người da trắng.

- Khi nước Mỹ lâm nguy hay suy thoái hoặc người Mỹ da trắng bị xúc phạm, thì họ sẽ đoàn kết để chống lại các thế lực thù địch và chắc chắn họ sẽ chiến thắng. Đó là một thực tế không thể phủ nhận.

- Cứ xem bản thống kê dân số Hoa Kỳ thì biết: Hiện nay dân số Hoa Kỳ có trên 333 triệu (thống kê 2024). Theo chủng tộc - da trắng: 76,3%. Da đen:

13,4%. Người gốc Á châu: 5,9%. Người gốc Tây Ban Nha hoặc Latinh: 18,5%. Đa chủng:2,8%. Người bản địa: 1,3%. Người gốc Thái Bình Dương: 0,2% (trích từ WikipediA)

- Người da trắng chiếm 76%; nếu họ đồng lòng bỏ phiếu cho ứng cử viên nào, thì chắc chắn ứng cử viên đó sẽ thắng cử. Vừa rồi ông Trump thắng cử áp đảo. Tôi nghĩ nhờ yếu tố chủng tộc.

Ông bạn già phát biểu:

- Ông phân tích, tôi hiểu ra: ông Trump thắng cử áp đảo không còn chi lọa (lạ) nữa. Bây chừ ván đã đóng thuyền, chỉ cầu mong ông Trump đừng đi theo "vết xe" của Đảng Dân Chủ trả thù hay trù dập các đối thủ chính trị mà hướng về tương lai: làm cho nước Mỹ hùng mạnh và đoàn kết trở lại.

- Tôi nghĩ nếu ông Trump làm được như thế, ông sẽ là một trong những vị tổng thống vĩ đại của Hoa Kỳ.

Ông bạn già đề nghị:

- Chúng ta hãy cầu nguyện và xin ơn trên soi đường, dẫn lối cho TT Trump.

Nắng chiều đã tắt, chúng tôi chia tay sau gần một ngày nói chuyện về bầu cử. Trong lòng cảm thấy một niềm vui như bình minh đang ló dạng…

(Tháng 12-2024)

**Niccolò Machiavelli (1469-1527), người Ý, viết tác phẩm kinh điển về triết lý chính trị: The Prince - Ông Hoàng (Thuật làm vua) - là quyển sách gối đầu giường của nhiều chính trị gia nổi tiếng trên thế giới.*

TÂN NIÊN HỘI NGỘ

Cách nay năm mươi năm, hay nói cách khác là đúng nửa thế kỷ, cho có vẻ xa xưa, một cuộc chia tay trong ngậm ngùi của năm người bạn tri kỷ. Năm ấy - năm 1975 - họ vào lứa tuổi trên ba mươi, cái tuổi đầy năng lực và ước mơ... Vậy mà thời thế đã đưa đẩy họ đến bước đường cùng với bao gian khổ... Tưởng rằng cuộc đời đã tàn trong ngõ hẹp.

Nhưng Trời cho họ còn sống sót!

Bây giờ sắp bước vào độ tuổi tám mươi, cái tuổi đợi chờ xa rời trần thế, họ hẹn gặp lại nhau nơi "Thiên đàng hạ giới"- Hawaii - vào dịp đầu năm 2025 này.

Năm người bạn tri kỷ đó đã trải qua tuổi thơ êm đềm và vui chơi với nhau nơi làng quê trù phú - đánh bi, đánh đáo, câu cá, thả diều... và cùng học ở một ngôi trường làng.

Những kỷ niệm đó còn hằn in trong ký ức...

Lớn lên, họ cùng ra thị xã Tuy Hòa học lên bậc trung học - đứa vào được trường công lập Nguyễn Huệ, đứa vào trường tư thục: Đặng Đức Tuấn, Bồ Đề... Và sau bao năm cố gắng học hành, tất cả năm đứa đều lấy được bằng Tú Tài 2 và cùng vào Sài Gòn học tiếp.

Như những con chim đủ lông đủ cánh, tự chọn cho mình một hướng bay — những mong muốn tạo nên sự nghiệp để giúp đời và đền đáp công ơn cha mẹ. Nhưng bất hạnh thay, đất nước lâm vào cảnh chiến tranh — họ phải bỏ lại sau lưng "khung trời Đại học" đi vào chiến trường khốc liệt xuất phát từ cái "ý thức hệ chính trị" oái oăm.

Năm người bạn tri kỷ ấy - ba người gia nhập Quân đội Việt Nam Cộng Hòa với lý tưởng: chiến đấu chống lại sự xâm lược của Cộng sản để bảo vệ nền Tự do, Dân chủ cho Miền Nam; một người vô bưng theo Mặt Trận Giải Phóng Miền Nam với lý tưởng: "Đánh cho Mỹ cút, Ngụy nhào" để xây dựng chế độ theo Chủ nghĩa Xã hội; còn một người không đủ tiêu chuẩn gia nhập quân đội VNCH vì lý do sức khỏe thì vào trường Dược.

Trải qua hơn mười năm trong lửa đạn, đến ngày 30-4-1975, cộng sản miền Bắc đánh chiếm toàn bộ miền Nam. May mắn thay, năm người vẫn còn sống sót! Nhưng một tháng sau cái ngày "đánh cho Mỹ cút, Ngụy nhào", chỉ có một người hân hoan, còn bốn người "thọ nạn".

Tuy không còn đối mặt với chiến trường đẫm máu, nhưng ba người phục vụ trong Quân đội Việt Nam Cộng hòa lại "nếm" cảnh huynh đệ tương tàn trong trại tù "tập trung cải tạo" của cộng sản gần bảy năm.

Một người học ra làm dược sĩ, mở được hai tiệm thuốc tây (Pharmacies) bị đánh tư sản và đuổi đi vùng kinh tế mới - sống đời cơ cực và bi thảm: vợ chết, con đau...được người bạn "ra bưng" can thiệp trở lại thành phố, rồi ngày ngày ra chợ trời chạy mối buôn bán thuốc tây - kiếm sống qua ngày.

Người "ra bưng" hân hoan được vài năm thì bị các đồng chí miền Bắc cho "ra rìa" sau ngày Mặt Trận Giải Phóng Miền Nam bị giải tán (4-2-1977) nên bất mãn, rồi gia nhập vào "Câu lạc bộ những người kháng chiến Nam Bộ cũ" cho bớt nỗi thất vọng ê chề... thì lại bị các đồng chí miền Bắc "đì" cho đến bến - may là chưa đưa vào trại "cải tạo" ở chung với "Ngụy quân, Ngụy quyền". Từ đó, người bạn "ra bưng" lang thang cơ cực như một cùng đinh Nam Bộ - được người bạn dược sĩ hướng dẫn cách "chạy chợ trời" - lây lất kiếm sống: bữa đói, bữa no...

Rồi một buổi chiều, chợ trời vắng khách, anh chàng dược sĩ lượm trang giấy báo gói xôi in tiếng Pháp đọc chơi đỡ buồn... Không ngờ trong đó có bản tin: "Nước Côte d'Ivoire rất dễ dãi và tốt bụng - sẵn lòng giúp đỡ những kẻ khốn cùng đến định cư...

Đêm hôm ấy, anh chàng dược sĩ ngồi viết bức thư gởi đến Tổng thống Houphouët-Boigny, một người nổi tiếng nhân từ đang lãnh đạo đất nước này. Thư anh viết như lời tâm sự của một người tù đang sống trong xà lim tăm tối, mơ ước được thấy ánh sáng tự do...gởi đến cho một người thân.

Thư gởi đi, anh không hy vọng nhiều, nhưng vẫn ước mơ. Và chuyện xảy ra như phép lạ: Hai tháng sau, anh ta nhận được visa và vé máy bay cho ba cha con đến nước Côte d'Ivoire.

Mặc dù biết các nước châu Phi chưa phát triển,

nhưng muốn thoát khỏi cái chế độ khắc nghiệt ở Việt Nam, anh ta bán chiếc nhẫn cưới được giấu khi bị đánh tư sản để lo giấy tờ xuất cảnh.

Ba cha con anh ta rời Việt Nam đến Côte d'Ivoire, gây ngỡ ngàng cho nhiều người, nhất là với người bạn "ra bưng".

Khi ba người bạn phục vụ cho chế độ cũ được ra tù, gặp lại người bạn tri kỷ còn lại đang sống trong hoàn cảnh bi đát... Và họ lại chia tay, đi tìm cuộc sống tự do.

Hai người âm thầm vượt biên - một người được tàu Đan Mạch vớt, một người được vào nước Úc; còn một người được sang Mỹ theo diện HO vào năm 1991.

Những bước đầu trên đất khách, anh dược sĩ làm "nghề viết mướn", mấy đứa con chiên chả giò đi bán dạo, vài năm sau mấy cha con mở một tiệm phở - rất đông khách...

Anh đến Úc làm việc ở nông trại một thời gian ngắn, rồi sang một tiệm bán đồ ăn trưa (Lunch Bar) - rất khấm khá...

Một anh qua Mỹ theo diện HO được hưởng trợ cấp một thời gian, rồi xin vào làm việc trong hãng sản xuất máy bay Boeing - cuộc sống ổn định…

Riêng anh chàng được tàu Đan Mạch (Danmark) vớt và cho định cư ở nước này — được mô tả nôm na "như chuột sa bồ nếp". Đan Mạch được xem là một nước hạnh phúc nhất nhì trên thế giới - một xứ không có người nghèo. Những người xin định cư ở Đan Mạch, khi nhận được thẻ thường trú, được hưởng phúc lợi xã hội đầy đủ về mọi mặt như người dân bản xứ - đời sống, vật chất và bảo hiểm sức khỏe, coi như nhất cõi nhân gian. Vậy mà đôi khi anh ta tự hỏi: "Những con chim được nuôi trong lồng son gác tía và những con chim đang tung bay tìm mồi trong trời đất bao la… không biết con nào hạnh phúc hơn con nào?"

Câu hỏi đó cho ta thấy hạnh phúc chỉ là một khái niệm tương đối và sự phức tạp của con người khi cảm nhận về nó.

Bây giờ bước vào tuổi tám mươi, mỗi người một cảnh, không còn bận tâm với chuyện "cơm áo gạo tiền" vì con cái đã học hành thành đạt và có cuộc sống ổn định, không cần đến sự phụ giúp của cha mẹ, nên năm người bạn tri kỷ muốn gặp lại nhau - gặp nhau, không phải để bàn tính chuyện quốc gia đại sự, cũng chẳng phải xem mặt các bạn già đến cỡ nào vì ngày nay với chiếc điện thoại thông minh, chỉ vài cái bấm là nhìn thấy mặt nhau, tha hồ tâm sự… Nhưng họ muốn gặp nhau cho "thỏa tấm lòng".

Mong được gặp nhau cho "thỏa tấm lòng", nhưng khi gặp nhau rồi lại thấy "lòng thêm bận".

Những người đang sống ở nước ngoài bận lòng với tâm trạng "một cảnh hai quê" - cái quê hương gắn bó quá nửa đời người, biết bao kỷ niệm thân thương… nơi đó còn mồ mả cha ông và những người thân yêu ruột thịt cứ mãi canh cánh trong lòng; còn nơi quê hương thứ hai đang sống thì nặng mối ân tình, nên bận lòng chưa biết chọn nơi nào là chốn dung thân tốt đẹp cho tuổi già?

Còn người "bám trụ" với quê hương cũng không khỏi bận lòng. Quê hương yêu dấu ngày nào, bây giờ bị lung lạc bởi ý niệm: "Yêu quê hương là phải yêu xã hội chủ nghĩa!" Yêu quê hương thì đã sẵn lòng,nhưng yêu cái "xã hội chủ nghĩa" thì rất khó lòng! Vì cái chủ nghĩa ấy đã làm mất dần tình tự dân tộc và đưa đất nước đến chỗ bần cùng. Thực tế cho thấy các nước theo xã hội chủ nghĩa đều lụn bại. Cái chủ nghĩa ấy cũng tạo nên một "giai cấp thống trị mới" đặt quyền lợi của Đảng Cộng sản trên quyền lợi quốc gia, dân tộc, và chỉ có thiểu số đảng viên

Cộng sản được hưởng đặc quyền, đặc lợi, còn hạnh phúc của người dân thì "được chăng hay chớ". Việt Nam không tránh khỏi cái hệ lụy đó. Cho nên trên năm mươi năm xây dựng chế độ xã hội chủ nghĩa ở miền Nam và hơn ba phần tư thế kỷ ở miền Bắc vẫn còn rất nhiều người không yêu nổi cái chủ nghĩa ấy và mong muốn tìm cuộc sống tự do ở nước ngoài.

Đó là nỗi lòng trăn trở đối với quê hương của những người đã trải qua cuộc "chiến tranh huynh đệ tương tàn". Những người còn sống sót nay cũng đến tuổi bảy, tám mươi. Họ nhìn lại và suy ngẫm: "Quê hương chỉ có một, nhưng sao lòng người cứ mãi phân ly?"

Ông già đang sống trong nước hỏi các bạn:

- Chừng nào người Việt mình ở nước ngoài và người trong nước mới nhìn cùng một hướng về việc xây dựng quê hương?

Ông già ở Úc:

- Khi những người này quên đi hoài niệm.

Ông già ở Mỹ:

- Khó đấy! Cuộc chiến mấy mươi năm giữa những người theo chủ nghĩa cộng sản và những người theo chủ nghĩa quốc gia dân tộc đều chưa đem lại cho quê hương sự yên bình thịnh vượng. Nhưng hoài niệm về sự tranh đấu và hy sinh của họ rất khó phai mờ trong ký ức.

Ông già ở Phi châu:

- Vậy khi nào thế hệ "đi làm cách mạng giải phóng quê hương" và thế hệ chiến đấu "bảo vệ lý tưởng Tự do, Dân chủ cho Quốc gia Dân tộc" đi chầu Diêm Vương thì quê hương mới được bình an và người Việt Nam mới đoàn kết được?

Ông già ở Đan Mạch phát biểu:

- Chưa đâu! Dù cho đám già này không còn hiện hữu, nhưng câu: "Hy sinh đời bố, củng cố đời con" còn được "truyền thừa" cho thế hệ trẻ có cha ông là đảng viên Cộng sản.

Ông già ở Việt Nam than:

Vậy thì còn lâu dân tộc ta mới "hòa giải hòa hợp" được?

Ông già ở Mỹ:

- Nếu mọi người Việt Nam ý thức được rằng: " Quyền lợi quốc gia dân tộc là trên hết. Đảng phái chỉ là phương tiện trong một giai đoạn lịch sử. Tình tự dân tộc là chất keo gắn bó toàn dân để tạo nên nội lực quốc gia, chứ không đến từ sức mạnh của một đảng phái. Hiểu như thế thì sự đoàn kết sẽ đến.

Ông già ở Úc quay sang ông già đang sống ở Việt Nam:

- Vậy ông về bảo chúng nó vứt cái câu thần chú: "Còn Đảng còn ta" đi cho tương lai của dân tộc được tốt đẹp hơn.

Ông già ở Việt Nam:

- Đấy! Trời sinh ra cái miệng để ăn và nói - ăn sao cho khỏi bệnh, nói sao cho khỏi ở tù. Đó là nỗi khổ tâm của dân ta ở trong nước hiện nay. Bây giờ đồ ăn, thức uống của Trung Quốc tràn ngập thị trường - giá rẻ nhưng tẩm nhiều hóa chất độc hại nhằm đầu độc dân ta, nên ăn phải coi chừng; còn nói cũng phải coi chừng - nói mà không đúng chính sách sẽ bị ghép vào tội phản động.

Ông già ở Côte d'Ivoire hỏi:

- Nghe nói Việt Nam bây giờ kinh tế phát triển và chính trị cũng được đổi mới nhiều lắm kia mà?

Ông già ở Việt Nam, trả lời:

- Phát triển kinh tế thì có - từ nền kinh tế quốc

doanh sang kinh tế thị trường - bắt chước theo mô hình tư bản chủ nghĩa, giúp đời sống của người dân khá hơn trước. Hy vọng khá hơn các nước ở châu Phi một chút!?

- Còn "đổi mới chính trị" - các cán bộ cộng sản bây giờ thường hay nói "đổi mới tư duy".Đây là một tiếng thời thượng ở trong nước hiện nay,nhưng ta cứ nói "đổi mới suy nghĩ" cho dễ hiểu. "Đổi mới tư duy" hay "đổi mới suy nghĩ" cũng phải theo "định hướng xã hội chủ nghĩa". Đòi hỏi đổi mới theo kiểu khác sẽ bị coi là "âm mưu của các thế lực thù địch", là "đứng bên lề trái" — chống phá cách mạng. Cổng "trại tập trung" luôn thấp thoáng trước mắt những người muốn đổi mới theo cách khác.

- Nói về "đổi mới" và "phát triển" của Việt Nam hiện nay, có nhiều nhận định khác nhau tùy theo góc nhìn của từng người. Nhưng có một điều nói ra không bị coi là phiến diện là: "đổi mới" đã làm mất đi "cái hồn của quê hương dân tộc". Bây giờ người ta khó tìm thấy cái êm ả ở phố biển Nha Trang, cái nên thơ ở thành phố cao nguyên Đà Lạt, cái hồn hậu của người Sài Gòn, cái lễ phép của trẻ thơ ngày trước, dưới chế độ Việt Nam Cộng Hòa và bây giờ cũng ít nghe thấy tiếng cảm ơn, xin lỗi…

Ông già ở Úc thêm vào:

- Có người phát biểu thế này: Sự phát triển ở Việt Nam ngày nay giống như sự phát triển của cây tầm gửi. Nhìn mặt nổi thấy có phát triển, nhưng xét theo thời gian thì xem như không có gì đáng kể.

-So sánh với nước Nhật, ta sẽ thấy: Sau khi bại trận trong Thế chiến thứ hai, họ xây dựng lại nền công nghiệp trên đống tro tàn, nhưng chỉ hai mươi năm sau trở thành cường quốc.

-Với Nam Hàn: Khi ông Park Chung Hee lên cầm quyền năm 1961, ông đã khóc trước sự nghèo đói của dân chúng - lúc đó bình quân đầu người (GDP) ở Nam Hàn là 94 USD/người. Mười tám năm sau, năm 1971 Nam Hàn được xem là Con Rồng Á châu - bình quân đầu người đạt đến 1784 USD, đến năm 2023 là 33.147 USD *

- Còn Việt Nam, trải qua năm mươi năm xây dựng "xã hội chủ nghĩa", có lúc bị xếp vào một trong các nước nghèo nhất thế giới. Bây giờ Việt Nam có phát triển - từ nghèo đói tiến lên bình quân đầu người (GDP) năm 2023 là 3.462 USD - hơn Lào (2.567USD) và Campuchia (1.572 USD) * Nhưng trong thời gian qua, con dân nước ta phải tìm cách đi làm công nhân hay đi làm đầy tớ (osin) ở các nước mà trước năm 1975 được xem là kém phát triển hơn Việt Nam Cộng Hòa, trong đó có Nam Hàn.

So sánh con số bình quân đầu người GDP giữa Việt Nam và Nam Hàn ngày nay và sự bươn chải của dân ta mà thấy đau lòng!

Rồi cứ thế niềm đau dân tộc tuôn tràn!

Một ông bạn nhắc lại: Sau Đệ Nhị Thế Chiến, các nước Á Phi lần lượt giành được độc lập không phải tốn hao xương máu, trong khi Việt Nam phải trải qua chín năm kháng chiến gian khổ để rồi đưa đến cảnh: Đất nước chia đôi! Độc lập không vẹn toàn!

Đến khi thế giới bước vào thời kỳ Chiến tranh Lạnh - hai phe Cộng sản và Tư bản tranh giành quyền lực thống trị thế giới - cụ thể là giữa Nga và Mỹ. Lãnh tụ một số quốc gia Á Phi họp hội nghị ở Bandung, Indonesia ngày 24-4-1955 đề ra đường lối "Trung lập phi liên kết" để bảo vệ nền độc lập tự chủ và phát triển kinh tế cho quốc gia của mình thì ở Việt Nam, các nhà lãnh đạo Miền Bắc xung phong "đi làm nghiã vụ quốc tế vô sản" để bành trướng chủ nghĩa Cộng sản theo chỉ thị của Nga, Tàu; còn các nhà lãnh đạo Miền Nam theo Mỹ "làm tiền đồn" cho thế giới Tự do chống lại sự bành trướng của Cộng sản để bảo vệ nền Tự do Dân chủ cho Miền

Nam và các nước Đông Nam Á.

Máu của người Việt Nam đã đổ, quê hương Việt Nam điêu tàn!

Ngẫm ra mà thấy đau lòng cho thân phận quốc gia nhược tiểu của mình đã bị các cường quốc xâu xé, lợi dụng và áp đặt, và tiếc cho dân tộc mình không có những lãnh tụ tài ba lèo lái đất nước và nhân dân qua cơn "địa chấn chính trị" sau Thế chiến thứ hai.

Các cường quốc cung cấp vũ khí cho người Việt hai miền Nam - Bắc đánh nhau đến trời long đất lở! Vũ khí là của các cường quốc, còn xương máu là của người Việt Nam cùng một nòi giống.

Đến khi các cường quốc thỏa thuận chấm dứt chiến tranh ở Việt Nam vì quyền lợi của họ. Miền Nam bị Đồng Minh Mỹ bỏ rơi - xóa sổ cái "tiền đồn chống cộng". Và khi chế độ Cộng sản ở Liên Xô sụp đổ và các nước Xã hội Chủ nghĩa Đông Âu tan rã thì đoàn quân"đi làm nghĩa vụ quốc tế" ngẫm ra mới thấy sai lầm. Tiếp theo, miền Bắc bị đàn anh Trung Cộng "dạy cho bài học" với cuộc chiến tranh biên giới 1979 thì cái mơ tưởng "tiến lên thế giới đại đồng" của chủ nghĩa Cộng sản tan theo mây khói.

Thực chất cuộc chiến tranh là thế! Nhưng còn có

nhiều người Việt Nam chưa thức tỉnh, chưa thấy vết nhơ lịch sử trong cuộc nội chiến tương tàn trong hơn hai mươi năm đã làm đất nước điêu tàn, nhân dân thống khổ…

Đến bây giờ vẫn còn những người hãnh tiến tung hô chiến thắng! Còn mê muội cố tình loại bỏ, đố kị, thanh trừng những thành phần yêu nước nhưng không cùng chính kiến.

Biết đến khi nào mọi người Việt Nam ý thức được rằng: quốc gia, dân tộc là trên hết. Dân tộc là điểm tựa duy nhất cho sự đoàn kết toàn dân để đưa quốc gia đến hùng cường, nhân dân được hạnh phúc?

Một ông bạn nhắc đến câu nói rất xưa, nhưng ngàn đời vẫn còn giá trị: "Làm thầy thuốc mà sai lầm thì giết một người; làm chính trị mà sai lầm thì tàn hại cả nước; làm văn hóa mà sai lầm thì gây tai họa cho muôn đời."

Hơn ba phần tư thế kỷ, ở Việt Nam đã có nhiều người làm chính trị sai lầm, khiến đất nước tụt hậu. Nhìn sang các nước láng giềng như Thái Lan, Đại Hàn, Singapore, Nhật Bản… thấy họ vượt xa Việt Nam trên nhiều phương diện. Biết bao giờ Việt Nam mới theo kịp?

Sau hơn hai tuần họp mặt, năm người bạn tri kỷ chia tay nhau ở phi trường quốc tế Honolulu - trong lòng còn vương vấn tình bạn, tình người và cảnh đẹp trên hòn thần tiên mang danh Thiên Đàng Hạ Giới và mang trong lòng một niềm mơ ước:"Mong cho dân ta thức tỉnh - cùng phát huy tinh thần Dân tộc để tạo được sự đoàn kết toàn dân - đưa đất nước tiến lên ngang tầm với các quốc gia lân bang và đem lại bình an, hạnh phúc cho mọi người."

(Tháng 1- 2025)

**Số liệu tham khảo từ IMF (International Monetary Fund).*

TIẾNG CHUÔNG ĐIỆN THOẠI

Có người bảo rằng tiếng chuông điện thoại là "niềm vui của tuổi trẻ và nguồn an ủi cho tuổi già"

Đối với bà Thoa, tiếng chuông điện thoại còn là tiếng gọi của tình yêu khi còn trẻ, là tiếng lòng thương mến khi làm mẹ, là tiếng gọi mong chờ và là liều thuốc an thần khi nằm trong viện dưỡng lão.

Nhớ thuở xa xưa, lúc tuổi xuân thì, bà có nhan sắc lại con nhà danh giá, nhiều thanh niên con nhà giàu, học giỏi, đẹp trai theo đuổi, nhưng không anh nào lọt vào vòng "chung kết".

Cuối cùng bà "phải lòng" anh phó quận vì tiếng chuông điện thoại.

Lần đầu tiên, bà gặp chàng qua sự giới thiệu của cô bạn cùng lớp với bà, trong đêm văn nghệ Mừng Xuân ở sân trường Đại học Văn Khoa. Lúc ấy, anh chàng không có nét gì độc đáo để bà để ý, nhưng bà tỏ ra vui vẻ, lịch sự cho đúng phép xã giao. Còn anh chàng, tuy nổi tiếng là tay "tán phét" có hạng bên Trường Quốc gia Hành chánh, nhưng khi đứng trước vẻ đẹp cao sang của nàng, chàng ngẩn ngơ, lúng túng, không nói nên lời...

Những lần gặp gỡ về sau, nàng vẫn không để ý hay ngây thơ không nhận biết ánh mắt si tình và những cử chỉ vụng về, lúng túng của chàng; nàng cứ hồn nhiên, vui vẻ với người bạn mới quen như các bạn trai khác... làm chàng thất vọng!

Nhưng tiếng lòng đã gọi, chàng quyết tâm theo đuổi.

Qua cô bạn học của nàng, chàng biết: nàng có nhiều nơi dạm hỏi, toàn là những tay học giỏi, có bằng cấp - là bác sĩ, kỹ sư... con nhà giàu. Cha mẹ nàng lại rất khó, còn theo nếp xưa — môn đăng hộ đối. Biết phận mình, con nhà nghèo ở miền Trung, làm sao tranh nổi với những tay "công tử" ở Sài Gòn, nên chàng không dám "tấn công trực diện".

Thế là, đêm đêm, chàng gọi điện thoại thăm nàng

từ một quận lỵ xa xôi, trên vùng cao nguyên xanh mát Lâm Đồng.

Ban đầu chỉ tả cảnh, chưa dám tỏ tình.

Chàng tả nơi chàng đang làm việc: Núi đồi trùng điệp với những rừng thông bạt ngàn; ở lưng chừng đồi, nhìn xuống các thung lũng xa xa, sương mù bao phủ trên các đồi trà, đồn điền cà phê như làn khói mỏng - lúc ẩn, lúc hiện - trông như bức tranh thủy mạc. Vào mùa hoa dã quỳ nở rộ, đi trên con đường uốn lượn lưng đồi, dưới ánh nắng ban mai trong trẻo với khí trời se lạnh, trông hoa vàng rực rỡ, cứ tưởng như mình đang lạc vào chốn thiên thai.

Cái giọng Quảng Nam trầm trầm, thỉnh thoảng chêm vào một câu tán thán ngô nghê: "Răng mà đẹp rứa hè!". Lúc đầu nghe ngồ ngộ, nhưng rồi thấy thinh thích, cuối cùng bà "ghiền!"

Và đêm không có tiếng chuông gọi về, bà nhớ, bà mong… khi được nghe lại cái giọng "ngồ ngộ" ấy, bà mừng, rồi trách: "Sao mấy hôm nay không gọi về?"

Thế là chàng tiến lên bước thứ hai - nói chuyện tâm tình - than thở: lạnh giá, cô đơn…

Không hiểu do những lời tả cảnh, tả tình của

chàng hay do cha mẹ bà nói xa, nói gần về việc hôn nhân với anh chàng bác sĩ, con của bà bạn thân của mẹ, mà bà muốn rời cái nóng bức, nhộn nhịp ở Sài Gòn, lên vùng cao nguyên mát mẻ với thiên nhiên thơ mộng?

Giữa mùa hè năm ấy, bà xin phép cha mẹ đi nghỉ mát ở Đà Lạt.

Cái se lạnh của Đà Lạt lồng trong không gian trong trẻo rực rỡ ngàn hoa: hoa dại ven đường, hoa trước hiên nhà, hoa trong công viên, hoa leo lơ lửng trên tường, hoa trên đồi thấp…

Đâu đâu cũng thấy hoa, làm cho Đà Lạt thêm thơ mộng.

Một ngày ở Đà Lạt, bà có thể cảm nhận được cái khí hậu bốn mùa: buổi sáng sớm là cái se lạnh mùa xuân, buổi trưa nắng vàng rực rỡ như mùa hạ, buổi chiều ảm đạm, sương mù như mùa thu, và đêm về nếm cái lạnh của mùa đông.

Đà Lạt thơ mộng, quyến rũ bà như cơ duyên tiền định.

Qua một người bạn giới thiệu, bà được ông hiệu trưởng một trường trung học tư thục mời dạy môn Việt văn. Đây là cơ hội để bà ở lại với Đà Lạt.

Trở về Sài Gòn, bà xin phép cha mẹ cho lên Đà Lạt dạy học. Có chút lo âu, nhưng cha mẹ bà không ngăn cản vì bà đã trưởng thành.

Mùa tựu trường năm ấy, bà trở lại Đà Lạt làm giáo sư dạy môn Việt văn.

Từ đây, bà được gặp gỡ thường xuyên với anh chàng phó quận vào những ngày cuối tuần. Bây giờ cả hai không còn trẻ để mơ mộng về chuyện tình lãng mạn của tuổi đôi mươi. Những buổi chiều bên nhau trên bờ hồ Xuân Hương hay trên thảm cỏ ở sân Cù, họ trao đổi quan niệm về tình yêu, hôn nhân, cuộc sống gia đình và xã hội… Cả hai cùng quan điểm.

Rồi một buổi chiều, hai người ngồi sát bên nhau trong vườn hoa Thung Lũng Tình Yêu, chàng Phó quận run run nắm tay nàng, thì thầm: "Anh yêu em ngay lần gặp gỡ đầu tiên ở sân trường Đại học Văn Khoa." Nàng xúc động, ngả đầu vào vai chàng, khẽ nói: "Tiếng chuông điện thoại đêm đêm gọi về đã làm em xúc động, em biết lòng em đã bắt gặp tình yêu."

Họ trao nhau nụ hôn say đắm với lời nguyện ước sẽ gắn bó bên nhau suốt đời.

Bà về thưa với cha mẹ chuyện tình duyên của bà với anh Phó quận và cho cha mẹ biết hoàn cảnh của chàng. Tuy có chút ngỡ ngàng, nhưng khi nghe bà giãi bày tâm sự, cha mẹ chiều lòng con, chấp nhận cuộc hôn nhân, không còn nghĩ đến chuyện môn đăng hộ đối.

Một năm sau, đám cưới được tổ chức ở hội trường quận lỵ. Ông quận trưởng đại diện nhà trai làm chủ hôn (mẹ chàng già yếu, ở ngoài miền Trung xa xôi, không vào tham dự được). Cha mẹ bà từ Sài Gòn lên chứng giám.

Sau đám cưới, chàng đưa nàng ra Trung, ra mắt con dâu với mẹ. Bà mẹ vui mừng, xúc động, cầm tay con dâu rưng rưng, nói: "Đám cưới tụi bây, mẹ không vào được, mẹ áy náy vô cùng. Khi thằng Phong viết thư báo tin sẽ làm đám cưới. Nó bảo mẹ đừng lo, nó sẽ tự lo liệu được...Mẹ mừng, nhưng không biết rồi sẽ ra sao? Mẹ già yếu, mắt lại mờ, không thể đi xa, chỉ còn biết cầu xin ơn trên phù hộ cho mọi điều tốt đẹp. Hôm nay các con về đây thăm mẹ và ra mắt tổ tiên, ông bà, mẹ không biết nói sao cho hết nỗi vui mừng."

Bà mẹ thắp nhang lên bàn thờ, lấy khăn lau tấm di ảnh của chồng, lâm râm khấn vái: "Hôm nay thằng Phong đưa vợ về ra mắt tổ tiên, ông bà, xin ông chứng giám và phù hộ cho các con được may mắn, hạnh phúc và sớm có đứa con trai nối dõi tông đường."

Bà lấy cái tráp cẩn xa cừ trong ngăn tủ thờ, mở nắp lấy đôi bông tai và chiếc kiềng vàng, đeo vào tai, vào cổ con dâu. Ngước nhìn con dâu, bà nói: "Ngày đám cưới của mẹ, bà nội các con đã đeo đôi hoa tai và chiếc kiềng này cho mẹ. Bây giờ mẹ trao lại cho con, coi như bảo vật của gia đình."

Bà tiếp tục kể: "Ngày mẹ về làm dâu nhà ông huyện, mẹ rất lo lắng, nhưng bà nội của các con là người nhân hậu đã chỉ dạy cho mẹ cách ăn ở, đối xử sao cho phải phép gia phong, dòng họ nhà ông huyện. Ông nội của thằng Phong làm tri huyện, nhưng gia đình vẫn thanh bạch; bà nội của các con và mẹ vẫn tiếp tục công việc đồng áng, nuôi tằm, dệt lụa để nuôi sống gia đình. Ông nội của thằng Phong là ông quan huyện thanh liêm, được dân kính mến, nên năm 1945, Việt Minh cướp chính quyền, họ không công khai kêu án tử hình, mà đưa ông đi "an trí" ở đâu đó, gia đình không biết tin. Sau này mới hay, họ đã thủ tiêu ông ở vùng núi cấm. Dân chúng trong huyện luôn nhắc nhở tên ông với lòng thương tiếc."

Bà quay sang, nói với thằng Phong: "Phong à, trong chín năm kháng chiến, cha con không chịu đựng được sự gian khổ, mắc bệnh lao, không có thuốc men chữa trị, cha con qua đời lúc con chưa đầy sáu tuổi. Từ đó, một mình mẹ làm lụng cực khổ nuôi con. Đến năm 1954, phía Quốc gia tiếp thu vùng này, cuộc sống dễ thở hơn, con được đi học. Hết tiểu học, mẹ gởi con ra Đà Nẵng học trung học, rồi con vào Sài Gòn học tiếp… Con được thừa hưởng thông minh và phúc đức của tổ tiên, bây giờ là ông "Phó Quận". Con phải noi gương ông nội, làm quan thì phải thanh liêm để danh thơm cho dòng họ. Con nên nhớ rằng: 'Quan nhất thời, dân vạn đại.' Hành xử thế nào để người dân không ta thán khi mình làm quan, và không bị phỉ nhổ khi mình về làm dân."

Đến đây, bà bảo: Ngày mốt, chúng ta sẽ làm cỗ cúng tổ tiên, ông bà và mời ít bà con thân thuộc đến chung vui với gia đình mình.

Ở chơi với mẹ gần tuần lễ, vợ chồng Phong trở lại Đà Lạt.

Cuộc sống của họ êm đềm, hạnh phúc và cho ra đời hai đứa con trai kháu khỉnh (sinh đôi).

Rồi cuộc chiến mỗi ngày thêm ác liệt, nhưng họ vẫn còn hưởng được sự bình an nơi hậu phương tươi đẹp và trù phú ở vùng cao nguyên. Phong không trực tiếp đối diện với làn tên, mũi đạn như các chiến sĩ ở chiến trường, nhưng mối hiểm nguy luôn rình rập… Dù vậy, đêm đêm vẫn có tiếng điện thoại gọi về cho vợ.

Ngày 30-4-1975, đất trời như sập đổ, cuộc đời của họ cuốn theo vận nước tang thương.

Phong bị bắt! Bà không còn được đi dạy học!

Không thể kể hết những nghiệt ngã họ đã trải qua, sau ngày Miền Nam rơi vào tay giặc — chồng bị đọa đày sáu năm trong các trại tù cải tạo; còn bà gian truân nơi chợ trời, bươn chải kiếm sống nuôi con, tiếp tế cho chồng…

Rồi đến một ngày, chính phủ Hoa Kỳ cho những người phục vụ trong chế độ cũ đã bị tù trên ba năm được đi định cư trên vùng đất hứa. Họ mới thoát cảnh lầm than.

Những ngày đầu tiên trên đất khách, cũng như bao nhiêu người tỵ nạn khác, vợ chồng lăn vào công việc, bất kể ngày đêm. Nơi nào có việc mà người Mỹ chê thì dân tỵ nạn nhảy vào. Phong xin được một chân hốt rác trong nhà in, còn bà xin làm phụ bếp cho nhà hàng Tàu. Phong làm ban đêm, ban ngày đi học - mấy năm sau lấy được bằng CPA (Certified Public Accountant) . Còn bà, ngoài giờ làm phụ bếp ở nhà hàng, bà đi học Anh văn.

Số tiền kiếm được trong mấy năm lao động cực nhọc, ông bà ra thuê căn phố, trương bảng hiệu: "Khai Thuế và Real Estate Broker." Lúc ấy, nhiều người Việt mới sang, chưa rành tiếng Anh, nên thường đến nhờ ông khai thuế và nhờ bà hướng dẫn mua nhà.

Văn phòng lúc nào cũng đông khách. Vận may đến với ông bà như "diều gặp gió". Thế là giàu và được xem là một gia đình thành công lúc bấy giờ.

Tuy công việc bận rộn, bà vẫn để tâm đến chuyện học hành của hai đứa con trai. Có tiền nên ông bà cho con vào học trường tư. Qua bậc trung học, bà cho con vào những đại học danh tiếng, đóng học phí rất cao. Nhưng tiền bạc không mua được chữ nghĩa, và hình như ông trời cho cái này thì mất cái kia — chuyện học hành của hai đứa con không ra gì. Bà buồn lắm! Bà thường xuyên gọi điện thoại khuyến khích chúng nó học hành, nhưng vẫn không đạt được điều mong muốn.

Thời gian qua mau, hai đứa con trai đến tuổi trưởng thành. Ông bà lo việc hôn nhân cho chúng nó. Rồi chúng nó ra riêng, ông bà bù đắp mua cho mỗi đứa một căn nhà.

Bây giờ đã đến tuổi về hưu, hai vợ chồng già hủ hỉ bên nhau trong căn nhà cũ. Tiếng điện vẫn reo đều, nhưng không phải là tiếng điện thoại của khách hàng hẹn đi xem nhà, hay hẹn giờ khai thuế, mà là tiếng điện thoại của con dâu, gọi nhờ mẹ sang trông giúp đứa cháu nội để nó đi mua sắm, hay tiếng điện thoại của thằng con trai nhờ ba đi đón đứa cháu nội ở trường. Những tiếng điện thoại ấy làm ông bà bận rộn, nhưng đó là niềm vui trong hạnh phúc.

Những lần đi chơi xa, không có bà đi theo, đêm đêm ông gọi về cho vợ, tỉ tê những chuyện vui buồn nơi ông đang ở, làm bà nhớ lại kỷ niệm năm xưa. Hay những lần lạc nhau trong shopping mall rộng lớn, tiếng điện thoại lại reo, để ông đến dẫn bà ra xe, về nhà… làm bà bớt bối rối. Bà thương chồng và cảm ơn chiếc điện thoại.

Gần mười năm, từ ngày về hưu, tiếng chuông điện vẫn reo đều… Cho đến một ngày, ông ra đi đột ngột vì cơn đau tim. Thế là bà ngậm ngùi vĩnh biệt một tiếng chuông điện thoại yêu thương.

Sau đó, những tiếng chuông điện thoại thưa dần, vì bây giờ sức bà đã yếu, đâu còn giúp con dâu trông cháu được nữa. Nó gọi để làm gì? Thỉnh thoảng đứa con trai gọi đến hỏi thăm sức khỏe, nhưng giọng không tha thiết như lúc nó còn đi học, gọi về cho mẹ để xin tiền. Đôi lần, vắng tiếng điện của con, bà nhớ, bà lo: không biết có chuyện gì xảy ra… Bà gọi cho con. Khi biết mọi sự bình an, bà mừng. Rồi bà kể lể chuyện: cô đơn, buồn chán, đau nhức, bệnh tật của tuổi già…Đứa con dâu nghe thấy, nó nói một câu phũ phàng: "Mẹ nhõng nhẽo, làm nũng đấy…" Thằng con trai thương mẹ cũng an ủi vài câu, rồi tắt máy.

Đến một ngày xui rủi, bà trượt chân té ngã, bị bể xương bàn tọa, vào nhà thương chữa trị hơn sáu tháng. Bà không đi đứng được nữa, phải ngồi xe lăn và không tự lo vệ sinh cho mình được. Ở nhà thương có y tá giúp đỡ, chứ về nhà, con trai bà đâu có chăm sóc cho mẹ được, còn con dâu thì khó lòng trông cậy. Biết làm sao bây giờ? Bà đành chấp nhận đề nghị của nhà thương chuyển qua một viện dưỡng lão.

Từ ngày vô viện dưỡng lão, thỉnh thoảng con trai bà đến thăm vào dịp Tết, Giáng sinh, ngày Mother's

Day, nhưng rất hiếm khi được nghe tiếng chuông điện thoại.

Các con của bà chọn một viện dưỡng lão cao cấp, mỗi tháng trả năm ngàn đô. Chúng nghĩ như vậy là sung sướng cho mẹ - thực tế không sai, vì ở đây có những điều dưỡng viên kinh nghiệm, tận tụy, phục vụ chu đáo…Tuổi già mấy người được như vậy?

Nhưng tiền bạc không thể đáp ứng được mọi vấn đề. Ngày xưa, thương con, bà chọn những trường danh tiếng cho con vào học, đóng học phí rất cao, nhưng tiền bạc không mua được chữ nghĩa. Bây giờ, các con thương mẹ, chọn nhà dưỡng lão cao cấp với chi phí cũng rất cao, nhưng không mua được ước vọng yêu thương.

Ở đây, bà mong đợi tiếng điện thoại reo như một liều thuốc an thần để bớt cảm thấy cô đơn. Nhưng chồng bà không còn gọi về nữa, các bạn bè của bà cũng lần lượt ra đi, bà chỉ còn mong tiếng chuông điện thoại của các con. Nhưng than ôi! Tiếng chuông điện thoại thưa dần rồi mất hút.

Những lúc nhớ đến con cháu, bà gọi về; chúng nó không bắt phone vì lần nào bà cũng kể lể dông dài, chỉ chừng ấy chuyện, không có gì mới mẻ. Chúng nó chán và cũng không gọi lại cho bà. Chúng nó ỷ lại. Nếu có điều gì bất trắc, văn phòng viện dưỡng lão sẽ gọi thông báo, chúng nó đến ngay. Chúng đâu có biết - nghe được giọng nói của con, bà cảm thấy khỏe ra như được uống viên thuốc bổ.

Ngày lễ Mother's Day năm nay, hai đứa con dẫn vợ con vào nhà dưỡng lão, thăm mẹ. Món quà tặng mẹ trong ngày Mother's Day là chiếc iPhone 14. Từ trước đến giờ, món quà mà bà thích nhất vẫn là chiếc điện thoại di động (cell phone). Tặng món gì, dù đắt giá hơn, bà cũng không thích bằng cái điện thoại di động. Biết ý vợ,ông chồng lúc còn sinh tiền, hễ chiếc điện thoại di động nào mới ra đời, nổi tiếng là mua tặng cho vợ, không cần biết giá cả bao nhiêu, cũng không cần đợi ngày sinh nhật hay lễ Tết. Bây giờ các con của bà cũng bắt chước cha mua tặng bà chiếc iPhone 14.

Bà cảm động cầm chiếc iPhone 14 lên săm soi, rồi cúi xuống. Hai giọt nước mắt lăn trên gò má nhăn nheo. Bà thở dài, khẽ nói: "Mẹ biết gọi ai bây giờ?"

Tháng 5-2023

TÌM MỘT NGƯỜI MẤT TÍCH

Hôm ấy, một buổi chiều cuối thu, trời trong và se lạnh. Một ông già râu tóc bạc phơ, ước chừng vào tuổi tám mươi, ngồi đăm chiêu trên ghế đá công viên gần Viện dưỡng lão Mission De La Casa ở thành phố San José — lặng lẽ nhìn lá vàng rơi...

Bỗng từ xa, một thằng bé khoảng chín, mười tuổi chạy đến nắm tay ông, hỏi:

- Ông ngoại ơi! Sao ông ngồi đây một mình, có vẻ buồn thế?

- Ờ! Ông chỉ có một mình.

Từ ngày ông ngoại thằng bé qua đời, nó thường

ra đây tìm lại bóng hình ông ngoại. Trông xa, hễ thấy ông già nào râu tóc bạc phơ là nó chạy đến nắm tay thân mật kêu lên: "Ông ngoại!" Tiếng kêu đó hình như làm nguôi ngoai nỗi nhớ thương... lúc nào cũng đầy ắp trong tâm hồn nó.

Thằng bé liến thoắng, dễ thương, vào trạc tuổi cháu ngoại của ông mà mấy năm nay ông không được gặp. Một thoáng xúc động, ông già thân mật hỏi:

- Giờ này chiều rồi, sao con không ở nhà học bài hay giúp việc cho mẹ con mà ra đây làm gì cho lạnh.

- Con ra đây mỗi chiều thứ Bảy, Chủ nhật - hy vọng gặp lại ông ngoại của con.

Hơi ngạc nhiên, ông già hỏi:

- Sao lại ra công viên tìm ông ngoại? Ông ngoại không ở chung với cha mẹ con à?

Hai giọt nước mắt lăn trên má. Thằng bé thút thít, khóc! Nó mếu máo, nói:

- Ông ngoại con chết rồi!

Im lặng! Nghẹn ngào!

Sự ngây thơ của thằng bé làm ông già cảm thấy ngậm ngùi, ông bảo:

- Chết rồi thì âm dương ly biệt - ông ngoại con không còn ở trên trần gian này nữa đâu mà tìm.

- Nhưng đêm đêm, ông ngoại về trong khi con ngủ; sáng dậy, ông ngoại đi đâu mất tiêu. Con đoán có lẽ ông ngoại đang lang thang trong công viên này.Thằng bé vừa nói vừa khóc sụt sùi… Ông già rưng rưng, xoay người ôm thằng nhỏ vào lòng — im lặng!

Ông thầm nhủ: Làm sao nó hiểu được cái vô thường trong kiếp nhân sinh?

Nắng chiều đã tắt. Sương thu lãng đãng phủ mờ cánh rừng thông phía trước. Lá vàng nơi các cây phong cổ thụ tiếp tục rời cành, chao trong gió. Công viên không còn ai lai vãng. Cảnh vật chung quanh mờ nhạt, hắt hiu…Một già, một trẻ lặng lẽ ôm nhau trên ghế đá công viên, như đang thả hồn về với quá khứ đau buồn.

Bỗng tiếng chuông nhà thờ vang lên rồi loãng ra trong buổi chiều tà.

Thằng nhỏ ngước lên, thấy những giọt nước mắt lăn trên đôi má nhăn nheo của ông già. Nó nắm tay ông già, lắc nhẹ…, khẽ hỏi:

- Sao ông lại khóc?

- Ông đang nghĩ đến "cái sự đời".

- Cái sự đời là gì vậy, ông? Khi ông ngoại còn sống, ông hay nói: "cái sự đời", nhưng con không hiểu nó ra làm sao.

- Sự đời là cái vui, buồn, sướng, khổ; là cái phù du, bất định; là sự sống và cái chết; là cái mơ hồ mộng tưởng và cái thực tế phũ phàng... Bây giờ, con chưa hiểu hết được đâu. Lớn lên, con sẽ thấu hiểu "cái sự đời."

Không biết bao nhiêu lần ông già đã kể "cái sự đời" bi thảm của đời ông cho những người ở trong viện dưỡng lão, cho bạn bè và cho những ai ông gặp. Tựu trung, có ba điều sầu thảm giày xéo tâm can ông: thứ nhất là cái sầu mất nước, thứ hai là mất vợ, thứ ba là không được ở cùng con gái để vui chơi với thằng cháu ngoại mà ông thương yêu hết mực và quý như vàng!

Bởi vậy, ông luôn luôn biểu lộ nỗi buồn hiu hắt trên khuôn mặt già nua. Những người trong viện dưỡng lão gán cho ông cái tên: "Ông Ba Sầu".

Hôm nay, ông Ba Sầu gặp thằng bé - bổn cũ soạn lại... ông không cần biết nó có hiểu và có thích nghe chuyện đời bi thảm của ông hay không - ông cứ kể:

“Sau năm 1975, Việt cộng bắt ta vào trại cải tạo - cơ cực, nghiệt ngã! Đêm đêm, trong phòng giam, từ chỗ ngủ của mình, ta nghe một người bạn tù hô lên: “Về Sài Gòn, anh em ơi!” Lúc ấy, ta chỉ mơ được về Sài Gòn sum họp với gia đình là thỏa nguyện lắm rồi.”

“Thế mà qua chương trình HO, ta được định cư trên nước Mỹ - tự do và sung túc… Nhưng trong tim ta vẫn ngậm ngùi - mang nỗi sầu mất nước! Cuộc đời như giấc mộng!”

“ Rời bỏ quê hương, ta đem vợ và đứa con gái thân yêu sang đây, tưởng rằng đời ta sẽ được hạnh phúc, ấm no…

Nhưng chỉ được mấy năm, vợ ta qua đời sau cơn bạo bệnh - ta hụt hẫng! Cuộc sống thật vô thường!”

“Ta sống trong cảnh cô đơn - gà trống nuôi con! Sau khi con gái ta học xong đại học, nó ra trường, có việc làm tốt. Tưởng rằng cha con sẽ nương tựa vào nhau để sống, nhưng sau đó nó lấy chồng người Mỹ, sinh đứa con trai đầu lòng. Ta được bồng bế đứa cháu ngoại. Ta hạnh phúc vô cùng… Nhưng khi nó được ba tuổi, cha mẹ nó lên Tiểu bang Virginia vì công việc. Ta muốn đi theo, nhưng thằng chồng con gái ta không ưng, viện cớ trên đó lạnh lẽo…

"Vợ chồng nó sắp xếp cho ta vào viện dưỡng lão Mission de la Casa. Xa thằng cháu ngoại ta buồn đứt ruột… Nhưng cũng đành! Con gái ta an ủi, hứa rằng sẽ đưa thằng cháu ngoại về thăm ta hằng năm, nhưng sáu, bảy năm nay, chúng nó chỉ về thăm ta có một lần - ngoài ra, ta chỉ trông thấy hình hài thằng cháu ngoại trên cell phone. Nó không nói được tiếng Việt. Nó xem ta như người xa lạ… Nó không hiểu được lòng ta yêu nó là dường nào! Năm nay nó cũng vào trạc tuổi của con. Tình đời bạc bẽo lắm! Con ơi!"

Ông già rưng rưng nước mắt, than:

- Đời ta thật bất hạnh, cô đơn!

Thằng nhỏ không có vẻ gì xúc động, ráo hoảnh, nói:

- Cuộc đời của ông buồn thật, nhưng không bi thảm bằng ông này đâu.

Nó rút trong túi ra một tờ rơi (flyer) đưa cho ông Ba Sầu xem. Ông đã biết mọi chuyện. Chiều nay ông ra đây cũng để mong được gặp lại người bạn cố tri này. Nhưng ông không nói ngay cho thằng nhỏ biết — lặng lẽ nhìn lá vàng rơi! Và ông đang nghĩ về người bạn tâm giao, một thằng bạn cùng khóa, cùng trường - cần cù, nhẫn nại, siêng năng, có nhiều sáng kiến; sống chân thật và sòng phẳng với bạn bè và có tinh thần trách nhiệm trong mọi công việc…

Ấy thế mà đời hắn lắm nỗi gian truân!

Nếu như Nam Cao, Thế Lữ sống lại, nhìn cuộc đời của hắn mà viết nên truyện ngắn thì có thể bi thảm hơn cuộc đời của "Lão Hạc", "Nhà Mẹ Lê" gấp nhiều lần.

Ba Sầu biết hắn từ cái đêm liên hoan đầu tiên trên đồi 4648 ở Đà Lạt. Đêm ấy, tất cả SVSQ (Sinh viên Sĩ quan) tập hợp chung quanh đống củi xếp ở lưng đồi, bên hông Bộ Chỉ huy doanh trại. Đêm liên hoan có vẻ như đêm lửa trại của thời học trò hơn là một buổi lễ được tổ chức trong quân trường. Khi vị Chỉ huy trưởng và quan khách đến — đứng vào vị trí — tiếng vỗ tay vang vang… rồi từ trên cao, trong màn đêm dày đặc sương mù, một ngôi sao từ trên trời rơi ngay vào giữa đống củi — nổ "bùm!" — ánh lửa bùng lên phừng phực trong đống củi thông… thắp sáng lưng đồi và ấm cả không gian. Tiếng reo hò vang dội…

Ai đã làm nên cái cảnh ngoạn mục này?

- Chính là SVSQ Nguyễn Văn Duyến!

Đó là kỷ niệm đầu đời quân ngũ - hắn được bạn bè đồng khóa mến mộ và Ba Sầu kết bạn tâm giao với hắn từ đấy.

Nhưng cũng trong bước đầu quân ngũ, hắn mang mối hận suốt đời do cái la bàn gây nên cớ sự (sẽ kể lý do tại sao trong phần sau).

Ba Sầu nhớ lại cái thời: Cả một thế hệ thanh niên đã hy sinh tuổi thanh xuân cho một cuộc "chiến tranh không cần thiết" — do các lãnh tụ cộng sản cuồng tín của miền Bắc gây nên — để bảo vệ nền tự do cho Miền Nam.

Bạn bè cùng khóa với Duyến, ai cũng phải trải qua: gian nguy nơi chiến trận, khổ nhục trong lao tù và khó khăn bước đầu trên đất khách... Kể sao cho xiết! Nhắc đến, lại thấy đau lòng!

Khi đến được miền đất hứa, có nhiều cơ hội để vươn lên mà Thượng Đế đã dành cho những kẻ khốn cùng. Họ xây dựng lại cuộc đời từ hai bàn tay trắng để tìm cuộc sống ấm no, hạnh phúc và tự do cho gia đình và tương lai của con cháu.

Nhưng với Duyến thì không! Suốt cuộc đời cứ mãi gian truân trong nghèo khó, chỉ hưởng được cái tự do để "chửi đổng!"

Bây giờ thì mất tích — không ai biết Duyến ở nơi đâu và sống chết thế nào?

Ba Sầu ngậm ngùi nhớ lại cuộc đời gian truân của người bạn tâm giao: Ra trường, Duyến chọn về Sư đoàn 5 Bộ Binh. Sau hai năm tác chiến, Duyến được thuyên chuyển về trường Mẹ, giữ chức Đại đội trưởng SVSQ. Nhưng tính tình xuề xòa, không thích hợp với chức vụ nên được chuyển qua khối Quân huấn vụ - dạy địa hình. Oái oăm thay cái sự đời! Ngày mới vào quân ngũ, cái la bàn (địa bàn) làm hắn ôm hận suốt đời. Bây giờ, ngày nào hắn cũng ôm cái la bàn.

Một câu chuyện dài dòng: Trong khi học môn địa hình ở trường Bộ Binh Thủ Đức (SVSQ/CTCT được gởi học cơ bản quân sự bốn tháng nơi đây, cùng với Khóa 24, trước khi lên trường chính ở Đà Lạt) , mỗi SVSQ được phát một cái la bàn, hết giờ học phải nộp lại. Nhưng khi hết giờ học, huấn luyện viên kiểm tra thấy thiếu một cái, bảo SVSQ tìm khắp nơi, nhưng không thấy. Ông ta cho lục soát trong ba lô của mỗi SVSQ, để xem anh nào đã "thó". Duyến nộp rồi, nên yên chí ngồi nghỉ ngơi. Nhưng oái oăm thay:cái la bàn nằm trong ba lô của Duyến! Duyến ngỡ ngàng, ngơ ngác - "thanh minh thanh nga"...

thề sống chết! Thì ra, tên phải tội là thằng bạn kế bên nhanh tay bỏ cái la bàn vào ba lô của Duyến. "Tình ngay lý gian!" Nhưng sĩ quan huấn luyện viên cho qua - chẳng phạt vạ gì…

Nhưng Duyến cảm thấy nhục…và để lại trong lòng hắn mối hận suốt đời. Từ đó, cái tình "huynh đệ chi binh" chết hẳn trong lòng Duyến và nghi ngờ sự tử tế của mọi người. Hắn luôn có những lời cay cú, ngang phè với bạn bè cùng khóa.

Như hôm nay, khi hay tin Duyến bị ung thư mũi, anh em cùng khóa đến thăm. Hắn chẳng xúc động và cảm ơn mà buông lời phũ phàng: "Tụi bay nghe tao bịnh, đến phúng điếu đó hả?".

Một chuyện khác cũng rất buồn cười: Khi biết vợ Duyến là em ruột của một người khóa đàn em, anh bạn cùng khóa với Duyến hỏi chơi: "Ra ngoài, thằng anh vợ gọi mày là niên trưởng, vậy về nhà mày gọi nó là gì?" - "Gọi gì kệ cha tao! Mày hỏi làm gì?".

Đó là ngôn ngữ của Duyến đối với bạn bè cùng khóa, làm một số anh em phiền trách. Nhưng "trách vẫn trách mà thương vẫn thương!"

Ba Sầu nhớ lại cái thời mới ra tù: đứa nào cũng

rách như xơ mướp… nhưng cố bám bám lấy thành phố. Riêng Duyến lên tận vùng núi rừng Long Khánh - đốt than, đốn củi - khổ nhọc nhưng kiếm chẳng được bao nhiêu tiền, lại mang bệnh sốt rét - thân tàn ma dại! Đúng là: *"Ma đưa lối, quỷ đưa đường/ Cứ tìm những lối đoạn trường mà đi…"* (ND)

Một người đàn em khóa 2 thấy vậy đem về nuôi ăn, nuôi ở…Ngày ngày chỉ có công việc lái xe Honda, đưa vợ anh khóa 2 này đi giao hàng và thu tiền. Một chuyện mới nghe thì cười, nhưng ngẫm ra mới thấy thảm: khi vợ anh khóa 2 vào gặp khách hàng, Duyến dựng xe chờ bên ngoài. Người khách hàng trông thấy Duyến, bèn hỏi: "Ông già của chị đó hả?" - "Không, anh ta là bạn của chồng tôi." Ôi! Lúc đó Duyến chưa đến tuổi bốn mươi.

Thế mới biết: Duyến đã tàn tạ đến mức nào trong những ngày cơ cực ở núi rừng Long Khánh!

Thời gian trôi qua, cũng chính người đàn em khóa 2 này đứng ra tổ chức đám cưới cho Duyến. Một đám cưới nghe như chuyện "phong thần!". Vậy mà thực sự đã diễn ra vừa xúc động vừa xôm tụ: Chàng rể không có nhà, phải mượn căn nhà của một ông cựu thiếu tá - rộng rãi để rước dâu và mời khách. Các bà vợ của các bạn cùng khóa đến trang hoàng, sửa soạn bữa tiệc cưới khá xôm tụ vào cái thời "gạo châu củi quế..." và bọn công an khu vực luôn theo dõi sinh hoạt của đám "ngụy quân, ngụy quyền" mới ra tù. Ấy vậy mà đám cưới được ông cựu Đại tá Chỉ huy trưởng của trường đứng ra làm chủ hôn - có cả ông Chỉ huy phó cùng mười lăm anh em Khóa 1, hai mươi anh em Khóa 2, một số đàn em Khóa 3, Khóa 4 và quý phu nhân tham dự.

Như vậy, coi như huy hoàng trong thời mạt vận! Mấy ai có được cái vinh dự như thế!

Có một giai thoại cười ra nước mắt (!?), do vài anh bạn kể lại: Trước ngày đám cưới, Duyến trốn ra từ bệnh viện - tấm thân tiều tụy, mũ áo xác xơ, chân mang dép xẹp... Anh em xúm nhau "tân trang" chú rể để ra chụp hình với cô dâu và quan khách. Tấm hình khá đẹp, chú rể tươi vui!

Sau đám cưới, vợ chồng dắt díu nhau về khu Xóm Mới Gò Vấp, cắt rau muống đem bán cho dân "Bắc Kỳ hai nút"* - bấy giờ tràn ngập Thành Hồ. Công việc nhọc nhằn: buổi sáng chồng kéo, vợ đẩy...chiếc xe ba gác chở mấy cần xế rau muống đi vào thành phố bán - chiều về chỉ đủ cho bữa cơm độn khoai với rau muống chấm tương. Nhưng thôi cũng đành! Vì thời đó, đám công dân hạng bét là "ngụy quân, ngụy quyền" mới ra tù - ai mà chả khổ!

Chuyện đến tai "Anh Sáu Vẹc Ni", một người bạn cùng khóa và cùng phục vụ ở SĐ5BB. Anh này khởi nghiệp nhờ bán vẹc ni ở Ngả Tư Bảy Hiền mà trở nên giàu có, đã tìm đến Duyến, rủ về làm trong lò nấu rượu cồn của anh ta. Sáu Vẹc Ni rất tốt bụng, luôn luôn giúp đỡ các bạn đồng môn… Với Duyến, dĩ nhiên có ưu đãi đặc biệt. Cuộc sống của Duyến bớt khổ và tương đối đầy đủ hơn.

Nhưng chỉ được một thời gian, công việc làm ăn của Sáu Vẹc Ni đi xuống vì Liên Xô không nhập rượu cồn nhiều như trước. Một hôm, vợ Sáu Vẹc Ni vô tình nói chơi: "Từ ngày có mặt ông Duyến, công việc làm ăn cứ ì ạch…"

Thế là Duyến lặng lẽ ra đi, không lời từ giã.

Sáu Vẹc Ni tìm kiếm khắp nơi để kéo Duyến về, vì Duyến là bạn cùng khóa và là một tay đắc lực, giúp Sáu Vẹc Ni nhiều việc. Rồi một hôm gặp nhau trong chợ Tân Bình, Duyến đang ngồi bán quần áo cũ. Sáu Vẹc Ni năn nỉ, bảo Duyến trở về. Nhưng Duyến nhất định không nghe.

Sáu Vẹc Ni than: - Cái thằng tự ái to bằng Trời - "Nói ngọt không ưa, nói vừa không chịu!"

Rồi chương trình HO cứu vớt đời Duyến! Một anh bạn cùng khóa bảo trợ Duyến sang Nam CA.

Đa số anh em trong diện HO, bước đầu trên đất khách, ai cũng đi làm "thợ đụng" (đụng việc gì làm việc đó). Ba Sầu nhớ lại: qua thời "thợ đụng" thì mua được xe, kiếm được nhà ở. Còn thằng Duyến - lạ lùng thay: "đụng" đâu "bể" đó! Cuộc sống cứ lêu bêu...

Một anh bạn khác, cũng cùng khóa với Duyến, thấy vậy, rủ Duyến về Louisiana — nơi cá biển, tôm đầm... bám trụ một thời gian, nhiều người trở thành triệu phú, như anh bạn của Duyến chẳng hạn. Thế mà Duyến bỏ một nơi có nhiều cơ hội tốt để tìm cuộc sống ổn định. Duyến về San Jose.

Ở đây, được một người bạn cùng khóa nữa giúp đỡ: hướng dẫn chia sẻ công việc cắt cỏ. Công việc này, lúc đầu xem qua tưởng là "làm chơi" mà về sau trở thành "ăn thiệt" — đã giúp bao nhiêu người Việt nên cơ nghiệp. Duyến cũng thế - nghề cắt cỏ giúp Duyến mua được cái Mobile Home. Rồi sau đó bắt được cái job - lái xe cho trường học (School bus driver) - cái nghề, tuy không phải là sang cả, nhưng với anh em HO - lỡ thầy, lỡ thợ, lỡ culi... thì đó là cái job thơm!

Anh em đồng môn mừng cho Duyến và nghĩ rằng Duyến đã qua khúc sông định mệnh bần cùng. Đời sẽ lên hương!

Nhưng không hiểu lý do gì mà sau đó Duyến không giữ được nhà, mất luôn cả cái job thơm?

Một ngày nọ, người ta thấy Duyến bày một cái bàn nhỏ ở góc chợ trời San Jose, làm nghề cắt chìa khóa. Nghề này do người đàn em khóa 2 hướng dẫn và giúp đỡ mua đồ nghề.

Ai làm nghề này cũng kiếm sống được, nhưng với Duyến chẳng khác Ông Đồ Già của Vũ Đình Liên:

Mỗi khi chợ trời mở/ Lại thấy ông Việt Nam
Bày đồ nghề cắt khóa/Bên chợ đông người qua
Bao nhiêu người thuê cắt/ Tấm tắc khen khéo tay
Nhưng mỗi ngày một vắng/ Người thuê cắt nay đâu?
Máy cắt buồn không mở/ Mẫu khóa treo lung lay
Ông già vẫn ngồi đó/ Khách qua đường không hay
Năm nay chợ trời mở/ Chẳng thấy ông già đâu!?...

Người ta thường ví von rằng "Ở Mỹ, đói và làm giàu khó ngang nhau." Đúng là như vậy! Duyến không đói nhưng đã bước xuống nấc thang cuối cùng trong xã hội Mỹ - được cơ quan An Sinh Xã

Hội cấp cho nhà ở (housing) và nhu yếu phẩm vừa đủ sống - trừ phi Duyến muốn đọa đày đời mình để tìm "cái thú đau thương" của nhân loại mới bi thảm hơn mà thôi.

Ba Sầu xem xét thằng bạn tâm giao không có ý tưởng đó. Cứ xem cách đặt tên cho đứa con trai đầu lòng với người vợ cả (đã qua đời khi Duyến ở trong tù) thì biết hắn vẫn có những ước mơ đầy tham vọng: Nguyễn Kỳ Đại Thức.

Ba Sầu thương cho số phận người bạn tâm giao đã ở nấc thang cuối cùng trong xã hội, vẫn chưa yên thân - người vợ (cưới sau ngày ra tù)bị ung thư ngực, lại mất trí nhớ (alzheimer) phải đưa vào nursing home. Duyến ở nhà đâm ra lẩn thẩn…Bấy giờ cơ quan An Sinh Xã Hội cung cấp mỗi ngày hai bữa ăn, có người mang đến tận nhà. Một hôm, người đưa cơm phát hiện: Duyến không có mặt ở trong nhà — đã đi đâu… mất tích!

Ba Sầu thở dài… thầm hỏi: Hắn sinh ra đời dưới ngôi sao xấu hay lòng lành của Chúa đã lãng quên hắn?

Thằng bé thấy ông già cứ ngồi bất động, thẫn thờ … nó sốt ruột lay tay ông, nói nhỏ:

- Ông có thấy người ta treo giải thưởng năm ngàn đô la cho ai tìm được ông Duyến? Ông cháu mình cùng đi tìm ông. Tiền sẽ được chia đôi.

- Ờ! Nếu tìm ra, ông sẽ cho con lãnh hết.

- Không được! Như thế không fair.

Sợ thằng nhỏ mất hứng, bỏ cuộc, ông Ba Sầu gật đầu, nói:

- Ờ! Thì chia đôi.

Tấm lòng ngay thẳng của thằng nhỏ làm Ba Sầu nghĩ về nền giáo dục ở Mỹ mà nó được hấp thụ — cái gì cũng sòng phẳng. Ông ôm chặt nó vào lòng, nói:

- Vậy, ngày mai chúng ta bắt đầu đi tìm. Nhưng con phải xin phép cha mẹ con trước và sáng mai cha hoặc mẹ con dẫn con ra đây gặp ông mới được.

- Dạ! Dễ thôi! Ba con biết ông Duyến mà. Lúc trước, khi ông ngoại con còn sống, thỉnh thoảng ông Duyến có sang chơi. Ông ngoại con thường nói: "Thời trai trẻ, ông Duyến ngon lành lắm: Cả hai ngàn người dự thi vào một trường ở Đà Lạt - ông ngoại con cũng dự thi - nhưng rớt! Ông Duyến được đậu trong số hai trăm người được tuyển chọn." Qua đây, ông Duyến lái xe School Bus - ổng có cái oai nghe ông - mỗi khi tụi con ồn ào nghịch phá, ông hét một tiếng như trời gầm là tụi con hết hồn, êm re, chẳng đứa nào dám hó hé! Nhưng có khi ổng rất dễ thương, thân mật và phát kẹo cho tụi con. Bọn học sinh Mỹ và Mễ thường gọi lén: "Crazy old man!"

Đèn công viên bật sáng. Ông già chia tay thằng nhỏ, lững thững đi về phía nhà dưỡng lão. Thằng bé theo ngã rẽ về nhà. Hẹn gặp lại vào ngày mai để thực hiện cuộc "Tìm Người Mất Tích".

Những ngày thứ Bảy, Chủ nhật và ngày lễ - một già, một trẻ lang thang đây đó - trong thành phố rồi ra ngoại ô -tìm kiếm ông Duyến… chủ yếu đi vào những nơi có đông người homeless.

Ba tháng trôi qua, sự tìm kiếm không có kết quả!

Nhưng trong cuộc tìm kiếm này giúp Ba Sầu ngộ được ý nghĩa của hai chữ "tư do và hạnh phúc":

Ai bảo những người homeless là bất hạnh? Chưa chắc đúng đâu! Đi vào sinh hoạt của người homeless: thăm hỏi, chuyện trò… Ba Sầu nhận thấy: Tuy mỗi người một cảnh ngộ …và tùy duyên mà định phận… nhưng họ là những người đã tìm được sự tự do tuyệt đối và hạnh phúc đích thực cho cuộc đời mình.

Mấy ông lãnh tụ chính trị thường bảo: sẽ đem lại tự do và hạnh phúc cho mọi người dân, đều là tán phét! Vì tự do và hạnh phúc đến từ cảm nhận tự phát trong con tim, khối óc của mỗi con người.

Ngày cuối cùng sau ba tháng tìm kiếm, ông Ba Sầu ngậm ngùi nói với thằng nhỏ:

- Có lẽ ông ta sinh ra đời dưới ngôi sao xấu và lòng lành của Chúa cũng đã lãng quên. Chỉ còn lại cái tình người… mà tình người đối với ông ta đến thế là cùng rồi, con ạ!

- Chúng ta đành bỏ cuộc sao, ông? Thằng bé hỏi.

- Ừ! Cũng đành thôi, con ạ!

- Nhưng nếu hôm nào gặp được ông Duyến, dẫn ổng về, mình có nhận được tiền thưởng không, ông?

- Chuyện đó, con hỏi Hội Ái Hữu của ông ta, ông không biết!

Một già, một trẻ chia tay nhau trong nỗi ngậm ngùi!

(Tháng 2/2024)

**Người Bắc vào miền Nam sau năm 1975.*

**Chúng tôi viết truyện này là chuyện có thật - những mong bạn đọc nào biết được trường hợp tương tự xin vui lòng liên hệ với người viết (703-216-2971) để giúp chúng tôi tìm được " Một Người Mất Tích".*

TÌNH ĐỜI TRONG CHÍNH TRỊ

Trong lãnh vực chính trị, người ta hay có cái tật: thích nghe, thích cãi, thích bàn ra, tán vào những điều ai cũng biết hoặc đoán biết. Hiện tượng này thường thấy vào những năm có bầu cử tổng thống Mỹ.

Các ứng cử viên tổng thống Mỹ "tán hươu, tán vượn" xoay quanh các vấn đề: đối nội, đối ngoại. Nghe mãi cũng chán! Nhưng vẫn có nhiều người quan tâm theo dõi, không chỉ công dân Hoa Kỳ mà còn ở khắp nơi trên thế giới.

Dù "ba hoa" đến thế nào, người ta vẫn thấy chính sách đối ngoại của Hoa Kỳ sau thời kỳ Chiến tranh Lạnh không ra ngoài một câu ngắn gọn là " *không có bạn muôn đời cũng không có kẻ thù truyền kiếp - tất cả chỉ vì an ninh và quyền lợi của quốc gia Hoa Kỳ."*

Bởi vậy, những chính trị gia ở các nước Trung Đông thường bảo nhau: *"Thật nguy hiểm khi làm kẻ thù của Mỹ, nhưng làm bạn với Mỹ còn nguy hiểm gấp đôi."*

Cố Tổng thống Nguyễn Văn Thiệu của Việt Nam Cộng Hòa, cũng đã nhắn nhủ nhân dân miền Nam những câu nhớ đời: Đối với kẻ thù thì "đừng nghe những gì cộng sản nói mà hãy nhìn kỹ những gì cộng sản làm"; đối với đồng minh thì "làm kẻ thù của Mỹ thì dễ, làm bạn với Mỹ thì rất khó."

Các ứng viên tổng thống Mỹ, khi tranh cử, không thể thiếu ba vấn đề: kinh tế, phá thai và di dân.

Kinh tế là vấn đề sinh tử. Hai ứng cử viên đều ca bài "Con cá sống nhờ nước, dân ta sống nhờ tiền…"

Khi nghe ông đương kim Tổng thống ca bài "Con cá …", vợ tôi bảo: "Biết rồi, khổ lắm, nói mãi!" Ngày trước đi chợ khoảng 50 đô, gia đình có được bữa ăn ngon lành; bây giờ tiêu đến 90 đô tiền chợ mà mấy đứa con chê: dạo này mẹ nấu ăn dở ẹc…

Khi nghe ông kia đòi vào ngồi trong Bạch Cung để cải thiện nền kinh tế, vợ tôi bảo: "wait and see…"

(chờ xem).

Vậy, ở nhà cứ hỏi vợ giá cả thực phẩm như thế nào, ra đường nhìn bảng giá ở các trạm xăng sẽ biết ngay nền kinh tế đang lên hay xuống như thế nào - vừa đơn giản vừa chính xác, hơn là ngồi nghe các ông tiến sĩ giải thích những học thuyết về kinh tế.

Vấn đề phá thai và di dân, các ứng cử viên tổng thống nói "vòng vo Tam Quốc..." sao cho thật êm tai để "câu phiếu", chứ trong thâm tâm của các ông, các bà cũng như người dân đều biết đây là "hai mặt của một vấn đề" —nói sao nghe cũng phải. Cho nên, qua bao đời, Tổng thống Mỹ vẫn không giải quyết được hai vấn đề này một cách rốt ráo.

Phá hay cấm phá thai là một vấn đề nan giải - gây tranh cãi, kiện cáo lâu rồi! Phe bảo thủ lấy đạo đức và niềm tin tôn giáo để cấm phá thai; phe cấp tiến lấy quyền tự do riêng tư của con người đang sống trong một xã hội thực dụng để chống lại việc cấm phá thai.

Cả hai đều nêu ra các luận cứ hợp lý, hợp tình. Mới đây, Tòa án Tối cao Hoa Kỳ ra phán quyết với nội dung tóm tắt:"Phá thai không phải là quyền hiến định (Hiến pháp Hoa Kỳ không đề cập cụ thể đến quyền phá thai). *Do đó, các tiểu bang sẽ tự định đoạt vấn đề cấm hay cho phép phá thai thông qua ý nguyện của người dân và các dân biểu mà họ tin tưởng bầu chọn."*

Điều này thể hiện nét đặc biệt trong nền tự do dân chủ của Hoa Kỳ — quyền tự do cá nhân được lắng nghe và tôn trọng. Đó là điều may mắn và hạnh phúc cho những ai được làm công dân của đất nước Hoa Kỳ.

Khi bàn đến chuyện di dân, lòng tôi xao xuyến! Tôi không có một lập trường dứt khoát cho vấn đề này. Khi xem phóng sự trên truyền hình thấy những đoàn người bồng bế, dắt dìu nhau chui trốn qua hàng rào kẽm gai, lội suối, vượt sông ở biên giới phía nam Tiểu bang Texas hay chết khô, chết khát trên sa mạc Arizona để mong đuợc vào nước Mỹ, khiến tôi ngậm ngùi nhớ lại thảm cảnh vượt biên của người Việt Nam mấy mươi năm về trước - cũng vì muốn tìm một cuộc sống ấm no, tự do và hạnh phúc mà nhiều người đã chết trên đường đi, trên biển cả hay bị xua đuổi, sỉ nhục ở các quốc gia tạm dung, trông còn thê thảm hơn cảnh những người Mễ đang tập trung ở biên giới phía nam Hoa Kỳ hiện nay. Nhưng họ đã liều thân!

Nói chung, di dân hay người tị nạn liều thân tìm

đến nước Mỹ vì sự thịnh vượng của quốc gia này chỉ đúng một phần. Cái động lực khiến họ phải liều thân là vì họ phải sống dưới sự cai trị nghiệt ngã của nhà cầm quyền trên quê hương của họ - độc tài, áp bức, bất công và tàn bạo là màn đêm khủng khiếp phủ lên cuộc đời khốn cùng…Vì vậy, họ phải liều thân đi "tìm sự sống trong cái chết". Đó là bản năng sinh tồn của con người.

Nền tự do dân chủ ở các nước tân tiến: Âu châu, Úc châu hay Hoa Kỳ là ánh sáng rọi vào màn đêm u uất, làm cho những kẻ khốn cùng thấy được nguồn hy vọng là sẽ thoát cảnh lầm than khi đến được những nơi này.

Họ đành lìa bỏ quê hương yêu dấu để tìm đến ánh sáng văn minh với sự ray rứt và liều thân. Nhưng mấy ai thấu hiểu nỗi niềm!?

Cứ đến năm bầu cử tổng thống Mỹ là người ta đem vấn đề di dân ra tranh luận: kẻ ủng hộ nói lời êm thắm, người phản đối có lời xúc xiểm… các chính trị gia nhảy vào khai thác vấn đề này như một trong những sách lược để đánh bại đối thủ. Đó là điều đáng buồn!

Người đời thường nói: Hoa Kỳ là nơi Thượng Đế dành cho những kẻ khốn cùng có chốn dung thân.

Sau khi nhà thám hiểm Christopher Columbus (1451-1506) khám phá ra châu Mỹ năm 1492, những người di dân từ châu Âu và nhiều quốc gia khác trên toàn cầu đã đến đây với lòng quả cảm và trí tuệ hơn người để tạo nên vùng "Đất Hứa."

Rồi qua bao nhiêu thăng trầm của lịch sử, vùng "Đất Hứa" được những người di dân cùng nhau xây dựng nên một quốc gia với tên gọi là Hợp chúng quốc Hoa Kỳ - viết ngắn gọn là Hoa Kỳ (USA) - hiện tại gồm có 50 tiểu bang với diện tích 3,8 triệu dặm vuông (9,8 triệu km vuông), dân số hơn 340 triệu.

Hoa Kỳ được xem là một quốc gia của những người nhập cư - đa chủng tộc, đa văn hóa. Nó không thuộc về người da trắng, da đen hay da vàng mà chỉ là người đến trước, kẻ đến sau cùng chung sức xây dựng nên một quốc gia hùng mạnh và hưởng ân sủng của trời đất, hay nói một cách khác là của Thượng Đế.

Biết vậy, nhưng ngày nay vấn đề di dân trở nên phức tạp. Dân chúng Hoa Kỳ chia làm hai phe: Một phe bảo rằng: "Cương thổ quốc gia phải được bảo vệ, không thể để tình trạng những di dân ồ ạt kéo vào đất nước Hoa Kỳ như chỗ không người - gây nên sự bất an cho xã hội, là gánh nặng cho nền kinh tế, và ảnh hưởng đến công ăn việc làm và đời sống của dân bản xứ.” Không sai!

Phe khác bảo rằng: “Không có người di dân lấy ai làm những công việc nặng nhọc với đồng lương rẻ mạt mà dân Mỹ chê, như làm đường, vét cống, xây dựng nhà cửa, thu hoạch mùa màng, lao động trong các trại chăn nuôi, lau chùi quét dọn nhà thương, khách sạn…v…v…?”

Cả hai phe đều nói đúng với thực trạng của Hoa Kỳ ngày nay.

Nếu để di dân tràn vào nước Mỹ mà không kiểm soát chặt chẽ. Bọn buôn người sẽ đưa vào những thành phần bất hảo làm xã hội Mỹ bất an; bọn buôn bán ma túy đưa bạch phiến vào làm dân Mỹ bại hoại. Đó là chưa kể đến các nước thù địch đưa gián điệp, khủng bố vào để phá hoại nước Mỹ.

Nhưng nếu đuổi hết những người di dân bất hợp pháp đang làm việc trong cơ sở hạ tầng, sẽ thấy ngay hậu quả.

Thực trạng ấy ai cũng biết. Nhưng có người nói ra, có kẻ im lặng — ông nói thế này, bà nói thế kia… Đó là cái tình đời trong chính trị.

Ngày nay, trước cửa tiệm 7-Eleven, McDonald’s,

Home Depot ..., mỗi ngày một đông dân gốc Nam Mỹ — họ tụ năm, tụ ba... đứng đợi những người địa phương đến gọi đi làm như: cắt cỏ, trồng cây, dọn vườn, khuân vác đồ đạc, phụ sửa nhà cửa...v.v. Nói chung là các việc linh tinh trong nhà. Người Việt thường gọi họ là dân Mễ vì họ vào nước Mỹ từ xứ Mễ Tây Cơ (Mexico). Và dù không biết chắc họ là di dân hợp pháp hay bất hợp pháp, các chủ tiệm nhỏ như quán ăn, giặt ủi... vẫn thích thuê những người Mễ làm việc dài hạn, trả lương thấp, mà họ vẫn làm việc chăm chỉ, lại không đòi hỏi các điều kiện bảo vệ cho người lao động.

Ngày mới được định cư ở Hoa Kỳ, những người Việt Nam tị nạn như tôi cũng làm những công việc mà người Mễ đang làm bây giờ là: rửa chén cho nhà hàng, lau cầu tiêu trong khách sạn, nhưng khác với một số người Mễ là chúng tôi thuộc thành phần di dân hợp pháp và sau mấy năm tìm được công việc ổn định hơn, tiền lương khá hơn đủ nuôi con cái ăn học. Khi học hành thành tài, con cái không "nối nghiệp" cái nghề ban đầu của cha ông mà làm kỹ sư, bác sĩ, dược sĩ, nha sĩ, luật sư... phục vụ đời sống dân sinh và đóng thuế cho nước Mỹ, góp phần làm cho nước Mỹ thêm giàu mạnh. Ngày nay, di dân người Mễ lang thang trên khắp nẻo Hoa Kỳ, rồi cũng như những người tị nạn Việt Nam, chính bản thân hay con cháu của họ sẽ góp sức tạo nên sự thịnh vượng cho đất nước này.

Trước đây, các nhà lãnh đạo Hoa Kỳ có chính sách di dân gạn lọc để tìm nguồn nhân lực lao động có tay nghề cao, đồng thời áp dụng chính sách trọng dụng nhân tài trên thế giới - mời gọi nhân tài nhập cư Hoa Kỳ với ưu đãi đặc biệt dưới nhiều hình thức như: cấp học bổng, khuyến khích sinh viên ngoại quốc sau khi tốt nghiệp ở lại làm việc với các ưu đãi tài chánh, tôn trọng tự do cá nhân không phân biệt chủng tộc, màu da, tôn giáo, giới tính và nguồn gốc quốc gia…Nhờ thế, "chất xám" của nhân loại đã quy tụ về đây, làm cho Hoa Kỳ trở thành một siêu cường thời đại.

Ngày nay, vì muốn thu hút lá phiếu của người Mỹ gốc Latinh và Tây Ban Nha (Latino and Hispanic), một số chính trị gia làm ngơ hay dễ dãi cho dân Mễ nhập cư vào Hoa Kỳ một cách ào ạt, tạo ra những vấn nạn cho xã hội. Đó là một chính sách lệch hướng…

Nhiều người dân Hoa Kỳ lo ngại tình trạng dân Mễ nhập cư không được thanh lọc kỹ lưỡng sẽ làm thay đổi "bộ mặt" của Hoa Kỳ. Trong khi dân da trắng "biếng đẻ" lại có số người ủng hộ phá thai, thì dân Mễ cứ đẻ sòn sòn... Vậy, trong tương lai, người Mỹ gốc Mễ sẽ chiếm đa số và sẽ có một tổng thống người Mễ xuất hiện. Đó là điều nằm trong tay với...

Viết đến đây, tôi lại nghĩ về người tị nạn Việt Nam - chỉ trong vòng 49 năm định cư trên đất Mỹ mà đã có bảy vị tướng gốc Việt trong quân đội Hoa Kỳ; ngoài ra, thế hệ hai cũng đã có mặt trong các cơ quan hành pháp, lập pháp và tư pháp của Hoa Kỳ. Vậy thì vài ba thế hệ nữa, một tổng thống Mỹ mang họ Nguyễn, họ Lê, họ Đoàn... cũng nằm trong tầm tay của người tị nạn Việt Nam.

Người ta bảo: Hoa Kỳ là một xứ có nhiều cơ hội - chuyện gì cũng có thể xảy ra. Đã có một ông Tổng thống da trắng gốc Đức, một ông Tổng thống da đen, gốc Kenya (Châu Phi), một bà Phó TT da màu, lai Ấn Độ.... Vậy, tại sao chúng ta không hy vọng sẽ có một ông tổng thống da vàng gốc Việt Nam chứ? Đó là "giấc mơ Mỹ - American Dream".

Khi nghe hai đảng Dân Chủ và Cộng Hòa nói về chính sách di dân, tôi có cảm tưởng như đang ngồi nghe cặp vợ chồng khắc khẩu: cãi thì cứ cãi mà lòng vẫn thương - nên sinh con đẻ cái liên tù tì...Có lúc ông chồng bảo: "Bà đẻ một lũ báo cô, tôi nuôi khổ quá!" Bà vợ bảo: "Rán nuôi, mai sau sẽ nhờ..." Chuyện chẳng khác nào ông Cộng hòa bảo dân Mễ vào báo cô nước Mỹ; bà Dân chủ "dễ dãi" cho dân Mễ nhập cư, bảo rằng nước Mỹ cần lao động chân tay - bây giờ nhờ họ mà nhà thương, trường học, khách sạn được gọn gàng sạch sẽ; các nông trại có người phục vụ và mai sau có thêm lá phiếu của cử tri gốc Mễ. Thế là dân Mễ cứ vào nước Mỹ liên tù tì...khó lòng chấm dứt! Đó là cái tình đời trong chính trị.

Trong lịch sử cận đại, có hai cuộc di dân lớn của dân Cuba và Việt Nam vào Hoa Kỳ; gần đây có thêm dân Afghanistan. Xem lại những bài báo viết về những người tị nạn mới thấy "cái tình đời trong chính trị" sao quá phũ phàng! Nhưng cũng tìm thấy nơi đây lòng nhân ái và cao cả về " tình người trong chính trị".

Trong những năm 1978-1980, vấn đề thuyền nhân Việt Nam trên Biển Đông đã làm thức tỉnh lương tâm nhân loại - sự ào ạt ra khơi với ghe thuyền mỏng manh, bất chấp hiểm nguy trên biển cả để lánh nạn cộng sản; họ hy vọng sẽ được Hoa Kỳ và các nước Tây phương chấp nhận cho định cư.

Nhưng lúc bấy giờ, theo thăm dò của The New

York Times, trên 60% người dân và một số nhà lập pháp Hoa Kỳ không muốn nhận người tị nạn Đông Dương vào nước Mỹ. Đứng trước tình trạng khó khăn đó, Tổng thống Jimmy Carter - vị tổng thống thứ 39 của Hiệp chúng quốc Hoa Kỳ - đã trả lời câu hỏi của một sinh viên: "Liệu người tị nạn có lấy mất đi việc làm của công dân Hoa Kỳ?"

Theo tường thuật của ký giả Bill Peterson đăng trên tờ Washington Post, ngày 23 tháng 8 năm 1979, Tổng thống Jimmy Carter đã phát biểu và đưa ra lời kêu gọi rất cảm động trước hai ngàn cư dân đang tụ họp bên bờ sông Mississippi: "*Cho tôi nhắc với quý vị rằng Hoa Kỳ là một quốc gia của những người di dân. Chúng ta là một quốc gia của những người tị nạn. Những người tị nạn Đông Nam Á từng là đồng minh của chúng ta trong cuộc chiến tranh Việt Nam. Họ đang chạy trốn khỏi một đất nước đã tước đi các quyền căn bản của họ. Họ tin vào giá trị, khả năng của mỗi người cùng sự tự do cá nhân. Về mặt tâm thức, họ gần gũi chúng ta hơn là chế độ cộng sản.*"

Ông nói tiếp: "*Tôi tin rằng, cứ 1.000 người Mỹ có thể giúp cho một người tị nạn đang tìm kiếm tự do chỉ trong vài tuần, đặc biệt là khi những người này đã chứng tỏ rằng họ mong muốn học ngôn ngữ của chúng ta. Họ quyết tâm đứng bằng đôi chân của mình. Vì vậy, tôi hy vọng rằng tất cả người dân Mỹ sẽ nhận ra rằng gia đình của quý vị đã đến quốc gia này từ nhiều năm trước để tìm kiếm chính xác những điều mà những người tị nạn Việt Nam đang tìm kiếm hiện nay."*

Những lời kêu gọi tha thiết từ tấm lòng nhân ái của vị Tổng thống thứ 39 của Hoa Kỳ, Jimmy Carter, đã cứu biết bao người Việt tị nạn Cộng sản thoát cảnh khốn cùng và xây dựng lại cuộc đời trên quê hương thứ hai thân thương này.

Ngày nay, nhiều người đổ xô vào nước Mỹ vì tính "thời cơ" hơn là do "khủng hoảng nhân đạo". Cho nên cái " tình đời" được đề cập nhiều hơn là "tình người" trong sinh hoạt chính trị ở Hoa Kỳ.

Tôi cứ phân vân tự hỏi: Đây là sự tiến bộ cần thiết cho một xã hội thực dụng hay là lòng nhân ái, vốn đã có từ lâu đời, nay đã mai một trong quốc gia đa chủng tộc này?

(tháng 8 năm 2024)

TUỔI GIÀ TRÊN ĐẤT MỸ

"Biết rồi, khổ quá, nói mãi..." Đây là câu nói của cụ cố Hồng, một nhân vật trong tiểu thuyết trào phúng Số Đỏ của nhà văn Vũ Trọng Phụng (1912–1939). Ngày nay, câu nói ấy không còn thuộc về cụ cố Hồng mà đã trở thành một lời châm biếm phổ biến trong dân gian mỗi khi nghe mãi những mẩu chuyện đến nhàm tai.

Khi nghe kể những chuyện vừa dễ thương vừa dễ ghét của các cụ già Việt Nam đang sống trên đất Mỹ, có người ngao ngán thở dài, bảo rằng: "Biết rồi... khổ quá... nói mãi..."

Ngày xưa, nhà văn Thạch Lam (1910-1942) viết truyện ngắn Nhà Mẹ Lê, người đời nay mới biết cái đói, cái nghèo, cái cơ cực của kẻ bần cùng bị người dân trong huyện thời đó gọi một cách khinh bỉ là "những kẻ ngụ cư". Và cũng trong truyện ngắn này, cho người ta thấy cái vô cảm của bọn cường hào ác bá thời phong kiến.

Truyện ngắn Lão Hạc của nhà văn Nam Cao (1915 - 1951) cho người đời nay hiểu được cái thân phận hẩm hiu của những phu đồn điền cao su thời Pháp thuộc.

Vậy thì, những truyện ngắn kể về người già đang sống trên đất Mỹ để độc giả đời nay đọc chơi và cho thế hệ mai sau hiểu tại sao cha ông của họ đã có mặt trên đất Mỹ này và để lại một câu gây nhiều tranh cãi: "Nước Mỹ là thiên đàng hạ giới mà cũng là địa ngục trần gian".

Tôi xin kể cuộc đời của ba ông già Việt Nam đã sống trên đất Mỹ gần tròn nửa thế kỷ để nghiệm xem câu nói trên đây có đúng với thực tế hay không.

Trước tiên là ông Hai Thìn.

Sau khi chiếm được miền Nam, chính quyền Việt Cộng tiến hành chính sách "cải tạo công thương nghiệp" – xóa bỏ giai cấp tư sản mại bản.Gia đình ông Hai Thìn bị "đánh tư sản" — nhà cửa, tài sản bị tịch thu. Những người trong gia đình bị bắt đi "xây dựng vùng kinh tế mới."

Ông Hai Thìn trốn vào Chợ Lớn, theo một gia đình người Hoa vượt biên theo diện bán chính thức — đến Hoa Kỳ năm 1979.

Nhờ biết cách làm ăn kinh doanh trên một đất nước có nhiều cơ hội, ông Hai Thìn thành công và trở nên giàu có nhanh chóng — năm bốn mươi lăm tuổi đã là một triệu phú.

Vợ ông qua đời khi ông bước vào tuổi 75. Ông hụt hẫng! Các con của ông thương cha già và có lòng hiếu thảo, muốn ông ở cùng với con cháu để được phụng dưỡng chu đáo và bớt cô đơn. Nhưng ông Hai Thìn không ở chung với đứa con nào. Ông xin vào nhà dưỡng lão để không gây phiền hà cho con cháu.

Đây là một nhà dưỡng lão hạng sang bậc nhất ở vùng biển Florida. Chỉ giới thượng lưu giàu có mới vào được nơi này - mỗi tháng phải trả đến mười ngàn đô la - cho nên nhà dưỡng lão có một hệ thống chăm sóc sức khỏe hết mức và có trách nhiệm rõ ràng. Họ bảo đảm: các cụ sẽ có một cuộc sống an toàn, tiện nghi và ổn định - từ bữa ăn, giấc ngủ đến việc theo dõi sức khỏe mỗi ngày.

Thế mà, một buổi sáng, ông Hai Thìn biến mất khỏi nhà dưỡng lão. Nhân viên của nhà dưỡng lão xôn xao tìm kiếm — không biết ông đi đâu và đang ở nơi nào.

Cả ban giám đốc, đến y tá, bồi phòng sốt vó đi tìm suốt cả buổi sáng nhưng không có kết quả. Cuối cùng, họ phải thông báo cho thân nhân của ông Hai Thìn và báo cáo với sở cảnh sát địa phương để nhờ tìm kiếm.

Chuyện ông Hai Thìn mất tích làm xôn xao dư luận. Các đài truyền thông, truyền hình thông báo tin tức. Các con ông thuê thám tử tư đi tìm, đồng thời đăng báo: "Ai tìm được tung tích ông Hai Thìn sẽ thưởng hai trăm nghìn đô la."

Người ta tìm đủ mọi cách, nhưng mọi nỗ lực tìm kiếm đều vô hiệu, như thể ông Hai Thìn đã tan trong không gian, không để lại dấu tích.

Người ta đồn đoán rằng: có thể ông bị bọn "xã hội đen" bắt cóc để đòi tiền chuộc mạng hoặc là ông chán cảnh giàu sang, muốn tìm nơi thiền định (?)

Sự mất tích của ông Hai Thìn chẳng những làm cho con cháu ông lo lắng, đau buồn mà cộng đồng người Việt Nam ở đây cũng tỏ lòng thương tiếc, vì ông là một doanh nhân thành đạt, có tiếng tăm với tấm lòng nhân ái và hào sảng. Ông đã đóng góp công sức và tiền bạc trong việc phát triển cộng đồng.

Gần hai năm trôi qua, các con ông không ngừng ra công tìm kiếm người cha kính yêu với sự lo âu và thương nhớ.

Bỗng một buổi chiều, ông xuất hiện trước cửa nhà.

Ngỡ ngàn, xúc động, vui mừng như đang nằm mơ — người con trai cả đón ông vào nhà, rồi vội thông báo cho anh em, bà con biết: "Ba đã về ...".

Chỉ hai giờ sau, con cháu, dâu rể và bà con thân thích có mặt đông đủ. Trông ông tiều tụy, mọi người ái ngại... Mặc dù có nhiều điều thắc mắc, nhưng chưa ai dám nêu câu hỏi. Cuối cùng, người con trai út ngồi cạnh, nắm tay cha, rưng rưng khẽ hỏi:

- Sao ba bỏ nhà dưỡng lão? Ba đã đi đâu, ở đâu và làm gì trong thời gian qua?

- Ba đi tìm "cái thú đau thương."

Ôi! Đi tìm cái thú đau thương! Một câu trả lời mơ hồ như đùa cợt. Nhưng lúc ấy ông Hai Thìn tỏ ra rất minh mẫn với thần thái ung dung, nên người con cả nêu tiếp câu hỏi:

-"Cái thú đau thương!" Nó như thế nào? Ba có tìm được không?

Ông nhìn các con trìu mến, rồi nói như một linh mục đang giảng đạo trong nhà thờ:

- Ngày trước, ba bận rộn với công việc, nghe người ta mô tả sự bất hạnh của những kẻ vô gia cư, ba chỉ gởi tiền cứu trợ. Khi vào nhà dưỡng lão, được người ta cung phụng hết mức, ba có cảm tưởng mình giống như một con chim quý nuôi trong lồng son, nên ba muốn được tự do và thử đi tìm "cái thú đau thương" của những kẻ vô gia cư. Thế là ba trốn khỏi nhà dưỡng lão, tìm đến với những người homeless (vô gia cư). Khi nhập bọn và sống cùng với họ, ta mới hiểu thấu cái trớ trêu của kiếp người trong cõi nhân gian - mỗi người có một cảnh ngộ, một số phận - có khi là: một lần mất việc, một cuộc ly hôn, một cơn bịnh không tiền chữa; đôi khi là do cái mỏi mệt của tâm hồn sinh ra trầm cảm, nghiện ngập, mất niềm tin vào chính mình. Và quan trọng là họ cảm thấy mình không còn thuộc về đâu nữa.

- Cũng có người không chấp nhận những gì mình hiện có, cố đi tìm những cái tuyệt đối như tự do tuyệt đối, sung sướng tuyệt đối, hay đau khổ tuyệt đối, như ba. Nhưng được sinh ra trên cõi đời này - có kẻ thông minh, người đần độn; có kẻ giàu sang, người cùng khổ... Đó là điều tất yếu trong xã hội loài người. Nếu con người có mặt trên thế gian này đều giống nhau trên mọi phương diện thì chẳng khác gì đàn cừu trên đồng cỏ. Cho nên không có cái "tuyệt đối" trong xã hội loài người.

- Gần hai năm sống cảnh vô gia cư, ba ngộ ra một điều: hạnh phúc hay đau khổ là do cảm nhận của con tim và khối óc trong mỗi cá nhân.Nó không rơi rụng bên ngoài để ta góp nhặt.

- Cho nên, ba trở về với những gì mình hiện có, do số phận an bài.

Người thứ hai là ông Triệt.

Ông Triệt qua Mỹ năm 1991 theo diện HO. Mặc dù sống trên đất Mỹ mấy mươi năm, ông chưa hội nhập được vào nền văn hóa của Hoa Kỳ. Ông vẫn giữ nề nếp gia phong xứ Huế. Ông sống với hoài niệm oanh liệt của thời trai trẻ.

Mỗi lần con cháu đến thăm chơi — thằng cháu nội, đứa cháu ngoại — đưa tay ngoắc ngoắc, miệng cười toe toét, nói: "Hi!"Khi chúng đến. Lúc ra về, chúng vẫy tay: "Bye bye..." như các lãnh tụ chính trị vẫy tay chào dân chúng. Thấy bực trong lòng, nhưng ông chỉ mắng yêu: "Bố chúng mày - cứ hai với bai (Hi với Bye) - cái khoanh tay, thưa gởi biến đâu mất rồi?

Cha mẹ chúng nó chỉ cười trừ về cái khó tính của ông già.

Mỗi lần gia đình sum họp, con cháu ngồi nghe ông kể cái thời oanh liệt khi ông nắm chức vụ Tiểu đoàn trưởng Nhảy dù với bao chiến công lừng lẫy. Lần đầu nghe kể, các con ông thích thú lắng nghe và hãnh diện về người cha hào hùng của mình. Nhưng tội cho tuổi già hay quên - đã kể chuyện ấy mấy mươi lần rồi, khi gặp con cháu vẫn kể lại y chang. Con cháu không dám nói ra, phải chịu trận ngồi nghe những chuyện ông đã kể không biết bao nhiêu lần. Chúng nó nhìn nhau ngầm hiểu: "Biết rồi… khổ quá… nói mãi…"

Tôi nhớ một đoạn trong tiểu thuyết Số Đỏ: "Thằng bồi ngồi tiêm thuốc phiện cho cụ Hồng đã đếm đúng 1872 câu gắt của cụ: "biết rồi, khổ quá, nói mãi" trong thời gian gia đình tổ chức tang lễ cho cụ tổ (cha của cụ Hồng). Lúc ấy, người nhà ra vào - kẻ đề nghị thế này, người góp ý thế kia. Cụ Hồng không thêm vào, cũng chẳng bớt đi, chỉ nằm hút thuốc phiện và nói một câu duy nhất: "Biết rồi, khổ quá, nói mãi."

Không biết con cháu của ông Triệt đã có bao nhiêu lần thì thầm với nhau: "biết rồi… khổ quá… nói mãi…" khi nghe người cha kể mãi câu chuyện hào hùng? Tôi cười thầm, tự hỏi.

Với ông Triệt thì có rất nhiều chuyện để kể. Ông là người khẳng khái, kiên định lập trường chính trị của một người quốc gia chân chính. Ông ôm trong lòng nỗi sầu mất nước và nuôi chí quang phục quê hương.

Mỗi khi gặp lại bạn bè cùng chí hướng, ông thường "lẩy" vài câu Kiều, hay ngâm vài câu thơ cổ để giãi bày tâm sự.

Để ôn lại quãng đời oanh liệt của người lính Dù, ông cất giọng:

Đường đường một đấng anh hào
Côn quyền hơn sức, lược thao gồm tài
Giang hồ quen thói vẫy vùng
Gươm dài nửa gánh, non sông một chèo. (ND)

Rồi nhớ lại cuộc sống hào hùng ngày trước, ông cao giọng:

Dọc ngang nào biết trên đầu có ai (ND).

Sau khi về hưu, các bạn già thường gặp nhau uống trà, nhấp rượu, tán gẫu chuyện đời và nhắc lại cái uất hận của ngày ba mươi tháng Tư.

Ông Triệt hồi tưởng mới ngày nào những người trai trẻ xông pha nơi chiến địa để bảo vệ quê hương, bây giờ ngồi đây với mái tóc điểm sương, nhưng trong lòng vẫn tha thiết với quê hương và đau lòng khi thấy dân ta sống dưới chế độ độc tài, bị cai trị bởi lớp người chẳng ra gì. Ông Triệt khẽ ngâm mấy câu thơ trong bài Cảm Hoài của Đặng Dung (1373-1414), một danh tướng cuối thời nhà Trần.

Quốc thù vị báo đầu tiên bạch
Kỷ độ Long Tuyền đái nguyệt ma.

Cụ Phan Kế Bính dịch:

Thù trả chưa xong, đầu đã bạc
Gươm mài bóng nguyệt biết bao rày.

Đối với kẻ không ra gì mà có cơ hội lên cầm quyền, ông lại đọc thơ của Đặng Dung:

Thời lai đồ điếu thành công dị
Vận khứ anh hùng ẩm hận đa.

Cụ Phan Kế Bính dịch:

Bần tiện gặp thời lên cũng dễ
Anh hùng lỡ bước ngẫm càng cay.

Khi nói đến những kẻ hợp tác với chính quyền cộng sản hay có ý muốn hòa giải hoà hợp, Ông "lẩy" mấy câu Kiều:

Bó thân về với triều đình
Hàng thần lơ láo phận mình ra đâu,
Áo xiêm ràng buộc lấy nhau
Vào luồn ra cúi công hầu mà chi…

Ông Triệt tỏ ra thất vọng về cái tật mau quên của những người từng chịu cảnh khổ nhục trong nhà tù Việt Cộng. Ông ngâm mấy câu trong bài thơ Hổ Nhớ Rừng của Thế Lữ, nghe não lòng không kém gì GS Trần Văn Khê đã ngâm bài thơ ấy vào Xuân Canh Dần 2010:

Gặm một mối căm hờn trong cũi sắt,
Ta nằm dài, trông ngày tháng dần qua
Khinh lũ người kia ngạo mạn, ngẩn ngơ
Giương mắt bé diễu oai linh rừng thẳm…

Ông ngừng, nhấp ngụm trà, giải thích: "Cái lũ mắt bé mà ngạo mạn, ngẩn ngơ là mấy thằng quản giáo đấy." Rồi ông ngâm tiếp:

Nay sa cơ, bị nhục nhằn tù hãm,

Để làm trò lạ mắt, thứ đồ chơi.
Chịu ngang bầy cùng bọn gấu dở hơi,
Với cặp báo chuồng bên vô tư lự...

Ông lại ngừng, giải thích: "Bọn gấu dở hơi là mấy đứa làm ăng-ten đấy, bọn vô tư lự là mấy đứa cúi đầu hầu hạ bọn cai tù."

Rồi ông cúi xuống, nghẹn ngào:

Than ôi! Thời oanh liệt nay còn đâu?

Hôm nay, qua mùa đông tuyết giá, mấy bạn già gặp nhau uống trà để vui đón cái ấm áp đầu mùa xuân. Bên ngoài, những cành hoa anh đào rực rỡ dưới ánh nắng vàng trong màu hổ phách. Buổi sáng đầu mùa như đang bừng lên sức sống. Lẽ ra là một cuộc chuyện trò vui vẻ, bỗng trở nên trầm mặc khi ông Triệt khơi lại những quá khứ đau buồn.

Ông Triệt nhận ra điều đó. Ông mở tủ lấy ra chai Cognac Rémy Martin, rót mời mọi người. Ông nâng ly mời khách.

Một ông bạn già thấy chuyện gì ông Triệt cũng "lẩy" Kiều "đá" thơ được, bèn hỏi:

- Có bài thơ nào mô tả cảnh thiên đàng hay địa ngục ở nước Mỹ này, ông ngâm cho anh em nghe chơi ?

Ông Triệt bóp trán suy nghĩ, rồi trả lời:

- Chưa bắt gặp bài thơ nào, nhưng tôi có thể nói: Nước Mỹ là một thiên đàng — thiên đàng ở đây không phải là cơm áo gạo tiền mà là sự tự do. Con người được tự do bày tỏ những nhận định và suy nghĩ của mình mà không sợ bị "sờ gáy".

Nâng ly, mời mọi người, ông nói tiếp:

- Thay vì tìm những vần thơ mô tả thiên đàng, địa ngục, tôi ngâm bài thơ Hồ Trường của Nguyễn Bá Trác (1881-1945)* để hầu quý cụ.

Giọng ông sang sảng vang lên:

Đại trượng phu không hay xé gan bẻ cột, phù cương thường.
Hà tất tiêu dao bốn bể/ luân lạc tha hương.
Trời Nam nghìn dặm thẳm/ Non nước một màu sương.
Chí chưa thành, danh chưa đạt.
Trai trẻ bao lâu mà đầu bạc
Trăm năm thân thế, bóng tà dương.
Vỗ gươm mà hát/ Nghiêng đầu mà hỏi.
Trời đất mang mang/ Ai người tri kỷ
Lại đây cùng ta/ cạn một hồ trường....

......

Hô trường! Hô trường!

Ta biết rót về đâu?

Rót về Đông phương, nước biển Đông chảy xiết sinh cuồng loạn.

Rót về Tây phương, mưa phương Tây từng trận chứa chan.

Rót về Bắc phương, ngọn Bắc phong vi vút, đá chạy cát dồn.

Rót về Nam phương, trời Nam mù mịt,
Có người quá chén như điên như dại.
Nào ai tỉnh, nào ai say?
Chí ta ta biết, lòng ta ta hay.
Nam nhi sự nghiệp ư hồ thỉ,
Hà tất cùng sầu đối cỏ cây!

Ông Triệt đặt ly rượu lên bàn, gục xuống. Đôi vai ông rung nhẹ. Ông khóc!

Bây giờ sang ông già thứ ba - ông Thường.

Hình như cái tên Thường mà cha mẹ đặt cho ông có ảnh hưởng đến cuộc đời của ông. Ông đến Mỹ theo diện ODP vào năm 1992, do người em gái bảo lãnh và được định cư ở California.

Đến đất nước xa lạ này với vợ và hai con, ông lo sự sống hơn là suy nghĩ chuyện đời. Ông tìm được việc làm trong hãng điện tử; vợ ông giúp việc cho một tiệm bán thực phẩm Á Đông - lương không cao, nhưng ông cảm thấy như vậy là may mắn và đầy đủ.

Nhớ lại ngày nào, khi còn ở trong nước - mỗi ngày, ông đẩy chiếc xe ba gác chở mướn cát sạn cho người ta xây nhà - làm suốt ngày,nắng mưa cơ cực, tấm áo lúc nào cũng đẫm mồ hôi, mà chiều về chỉ đủ mua gạo, mắm, rau cho bữa cơm chiều cùng gia đình. Bây giờ ở Mỹ, ông làm trong hãng điện tử tám giờ mỗi ngày. Tiền tiêu dùng cho gia đình theo lối sống cần kiệm chỉ khoảng hai giờ tiền lương là đủ cho cuộc sống một ngày. Sáu giờ lương còn lại, ông để dành.

Nhờ vậy, ông Thường mua được xe hơi, bốn năm sau có đủ tiền đặt cọc mua nhà và nuôi hai đứa con ăn học thành tài. Nhà không lớn, xe không sang, nhưng đáp ứng nhu cầu cho cuộc sống bình thường ở Mỹ.

Được như thế là ông mãn nguyện. Ông không mơ ước cuộc sống cao sang, cũng chẳng bon chen danh lợi.

Hai đứa con của ông tốt nghiệp đại học - thằng con trai ra kỹ sư điện toán, đứa con gái ra dược sĩ.

Mặc dù lương khá cao, nhưng noi gương cha, chúng nó sống cuộc đời bình thường - không mê nhà lớn, xe sang, cũng chẳng đua đòi thời trang, hàng hiệu.

Năm sáu mươi lăm tuổi, ông Thường về hưu. Con cái đã lập gia đình, ra ở riêng. Vợ chồng ông vẫn ở căn nhà cũ, vui sống tuổi già.

Ông bà Thường có thu nhập thấp, nên đủ điều kiện xin được Medi-Cal.Medi-Cal giúp chi trả tiền khám bệnh, thuốc men, nằm viện khi bị đau ốm... Nhờ vậy, ông bà an tâm, không phải lo cái bảo hiểm sức khỏe. Với số tiền trợ cấp mỗi tháng, đủ cho ông bà có cuộc sống ung dung thong thả, không phải nhờ con cái phụ giúp tài chánh.

Năm nay, ông Thường bước vào tuổi tám mươi, nhưng vẫn còn mạnh khỏe. Ông thích trồng cây kiểng và cây ăn trái trong khu vườn nhỏ sau nhà; bà vợ thích trồng cây ớt, cây cà và chăm bón vạt rau thơm. Đó là cái thú vui của tuổi già.

Ông bà Thường rất hiếu khách. Mỗi khi các bạn già đến thăm chơi, ông bà rất vui. Người đời thường nói: "giàu nhờ bạn, sang nhờ vợ". Ông Thường được cái "sang nhờ vợ". Bà Thường biết chiều chồng lại khéo nấu ăn. Mỗi lần bạn bè của ông đến chơi, bà rất vui vẻ, niềm nở... nấu những món ăn ngon đãi khách.

Nhân dịp ông Thường qua tuổi tám mươi, các cụ rủ nhau đến nhà ông ấy để chúc mừng tuổi thọ. Hôm nay, tinh thần của các cụ đều hưng phấn. Một bạn già đề nghị ra sau vườn ngồi uống trà để hưởng cái nắng ấm đầu mùa xuân hơn là ở trong nhà. Ông Thường chiều ý khách, đem khay trà, bình cà phê đặt trên chiếc bàn đá kê dưới gốc cây khế. Mọi người ngồi uống trà, nhâm nhi cà phê, chúc tụng nhau, chứ không bàn luận chuyện thời sự hay chính trị gây tranh cãi như những lần họp mặt trước đây.

Qua tuần trà, cà phê… bà Thường đem những đĩa mì xào giòn, bò tái chanh…thơm phức…mời khách. Ông Thường khui chai rượu vang đỏ, rót ra, mời các bạn già nâng ly - chúc mừng tuổi thọ.

Khì khà vài ly rượu, các cụ thấy lâng lâng…

Nhìn quanh khu vườn với những cây mãng cầu, cây khế, cây bưởi, cây cam sai trái; những chậu kiểng hoa cúc, hoa hồng khoe sắc; bên kia là luống rau thơm xanh mượt; rồi tiếng nước róc rách phát ra từ hòn non bộ ở góc vườn làm một ông bạn già ngây ngất với cảnh vật chung quanh, ông đặt một câu hỏi bâng quơ:

- Không biết trên thiên đàng có được cái cảnh như thế này không?

Một câu hỏi bâng quơ nhưng sau đó gây nhiều tranh luận.

Một ông bạn già khác trả lời:

- Sau khi chết, có ai trở lại trần gian kể cho ta nghe cảnh thiên đàng hay địa ngục như thế nào đâu? Toàn là do con người tưởng tượng vẽ vời ra cả.

- Vậy mà tôi thấy trên các cáo phó, chia buồn , bao giờ người ta cũng có lời cầu xin cho linh hồn người quá cố sớm được vào cõi Thiên đàng hay Niết bàn. Một ông già có ý phản bác.

Một ông khác thêm vào:

- Nếu Thiên Chúa lòng lành và Đức Phật từ bi mở lòng thương xót chấp nhận lời cầu xin của người trần thế, thì thiên đàng chật chỗ mà địa ngục chẳng có ai.

Ông già ngồi cạnh chen vào:

- Ông nghĩ thế là sai rồi, có người muốn vào địa ngục đấy. Tôi kể các ông một chuyện, nghe như tiếu lâm mà có thật: Khi chúng tôi vào trại "tập trung cải tạo" ở Suối Máu - Biên Hòa, do bọn bộ đội quản lý, nên dễ thở hơn bọn công an. Sau bữa cơm chiều, chúng tôi được đi dạo lòng vòng quanh doanh trại hay ngồi tán gẫu với nhau đến chín giờ mới vào lán ngủ. Các anh lính trẻ thích ngồi nghe các ông linh mục kể chuyện đạo, chuyện đời.Các cha thường kể chuyện rất hấp dẫn. Một hôm cha K. nói về thiên đàng, địa ngục. Vừa hết chuyện, một anh ngoéo tay cha K, nói: "Cha ơi! Khi chết, cha đừng xin lên thiên đàng, hãy xuống địa ngục với chúng con vui hơn - ở dưới đó có thịt chó, có nhảy đầm và mọi thứ linh tinh". Cha K. cười, không có lời phản bác.

Câu chuyện chấm dứt, các cụ nâng ly, cười thoải mái…

Bấy giờ, một ông đặt lại vấn đề:

- Hiện nay có một số người bảo rằng: "Hoa Kỳ là thiên đàng hạ giới mà cũng là địa ngục trần gian." Quý ông nghĩ sao về ý tưởng này?

Ông Thường phát biểu:

- Hạnh phúc nơi thiên đàng hay nhục hình ở địa ngục là do con người tưởng tượng ra. Rồi cũng chính con người kéo cái thiên đàng xuống, lôi cái địa ngục lên, chụp cho cái mũ phàm trần. Cho nên, khi thấy sự cơ hàn của kẻ vô gia cư thì bảo: Hoa Kỳ là địa ngục; khi thấy cảnh phồn thịnh, tự do thì cho Hoa Kỳ là thiên đàng. Thực chất Hoa Kỳ chẳng phải thiên đàng, mà cũng không phải là địa ngục. Đây là vùng đất hứa dành cho những kẻ khốn cùng nhưng họ mang dòng máu bất khuất, phiêu lưu và mạo hiểm. Họ đến đây để tìm hay tạo nên cơ hội xây dựng cơ đồ. Nó không có chỗ cho những kẻ thiếu ý chí và lười biếng dung thân.

Ông kết luận: Tôi cho rằng vấn đề chỉ đơn giản như thế.

(Tháng 4- 2026)

** Khi phong trào Đông du thất bại ở Nhật Bản, ông Nguyễn Bá Trác, lưu lạc sang Tàu, viết bài thơ này bằng chữ Hán. Sau đó, chính tác giả dịch ra chữ Nôm, đăng trên Tạp chí Nam Phong, số 41, vào đầu năm 1920.*

THÂN PHẬN ĐÀN ÔNG

Hồi nhỏ, khi tôi học trường làng, ngoài câu cách ngôn: "Tiên học lễ, hậu học văn" thầy giáo còn cho viết vào vở bài học thuộc lòng đầu tiên:

"Công cha như núi Thái Sơn,
Nghĩa mẹ như nước trong nguồn chảy ra.
Một lòng thờ mẹ kính cha.
Cho tròn chữ hiếu mới là đạo con."

(khuyết danh)

Bài học thuộc lòng này được cha truyền con nối và theo tôi suốt cả cuộc đời.

Tôi nhớ thời thơ ấu, vào dịp Tết, các chú thím, cô

cậu đem biếu ông bà nội hộp trà, cân mứt… Trong năm, vườn nhà trồng được thứ gì thì đem đến cho ông bà thứ ấy - khi quả bí, lúc trái bầu… Khi ông bà ốm đau thì sớm hôm thăm viếng, thuốc thang…

Như thế, coi như làm "tròn chữ hiếu".

Những việc làm đó là tấm gương ảnh hưởng đến đời tôi - khi lớn khôn, làm có tiền, đi đây, đi đó, nơi nào có món ngon, vật lạ không quên mua về biếu cha mẹ, và ngày Tết bao giờ cũng chuẩn bị cho cha mẹ một món quà đặc biệt.

Rồi đến lượt tôi được làm cha, đem các con sang Mỹ sinh sống vì những biến cố của thời cuộc. Nơi đây có hai ngày lễ mang tính nhân văn mà hồi đó quê nhà chưa có. Đó là Ngày Lễ Cha (Father's Day) và Ngày Lễ Mẹ (Mother's Day). Các con tôi báo hiếu cha mẹ dưới một hình thức khác với thế hệ cha ông.

Ngày còn đi học, đến Ngày Lễ Cha hay Lễ Mẹ, chúng nó viết trên tấm thiệp in sẵn hay tự tay làm ra tấm thiệp với dòng chữ nắn nót rất dễ thương "Happy Father's Day - Happy Mother's Day", thêm vào mấy chữ "Love Dad - Love Mom", làm vợ chồng tôi cảm động.

Rồi theo tập quán ở Mỹ, đến Ngày Lễ Mẹ

(Mother's Day) bao giờ tôi cũng đưa cả nhà đi ăn nhà hàng - rất vui vẻ đầm ấm... còn ngày Father's Day lúc rảnh rang thì đi, bận thì thôi, tôi không nhắc nhở vì ngại "cái tôi."

Khi các con lớn lên, học hành thành đạt, đến ngày Lễ Cha, Lễ Mẹ, chúng nó "bao giàn." Cha mẹ già chỉ ngồi hưởng lộc - lúc được mời đi ăn nhà hàng, lúc tổ chức tại nhà, có khi rủ cha mẹ cùng đi du lịch.

Nhưng xem ra Ngày Lễ Mẹ ở nhà hàng bao giờ cũng đông khách hơn Ngày Lễ Cha. Ngày Lễ Mẹ tưng bừng, xôm tụ từ nhà ra phố — các cửa hàng bày biện nhiều món hàng mua tặng Mẹ; còn Ngày Lễ Cha thường thì âm thầm, lấy lệ.

Ngày còn trẻ, đàn ông ít ai để ý đến những chuyện như thế để phân bì hay ganh tị mà chỉ thấy thương vợ quanh năm chắt chiu lo cho chồng con từng bữa ăn, cái quần, cái áo... nên đến Ngày Lễ Mẹ, các ông chủ động và khuyến khích các con cùng tổ chức Ngày Lễ Mẹ sao cho xôm tụ để an ủi và tỏ lòng biết ơn cho xứng đáng với công khó của Mẹ.

Nhưng khi về già, đến Ngày Lễ Mẹ, thấy các con tổ chức linh đình, còn đến Ngày Lễ Cha thì chúng nó lúc nhớ, lúc quên... không nói ra, nhưng trong lòng thấy "tủi!"

Sau ngày lễ Mother's Day năm nay, ba ông già ngồi uống trà, khoe các con báo hiếu cho Mẹ - nào là bó hoa tươi, cái bóp đầm, hộp kem dưỡng da... rồi kéo nhau đi ăn ở nhà hàng sang trọng nhất trong thành phố.

Ba ông già đều có lòng thương vợ và nhớ lại những năm bị tù đày dưới chế độ cộng sản, các bà ở nhà lặn lội thân cò tần tảo nuôi con, tiếp tế cho chồng, cho nên bây giờ thấy các con báo hiếu cho Mẹ, các ông rất vui lòng - mặc dù chỉ được ăn theo, vui ké...

Bỗng một ông ngẫm ra mà "thầm tủi" cho thân phận cánh đàn ông, mới than rằng:

- Ở Mỹ, đàn bà cái gì cũng được ưu tiên hơn đàn ông. Ngày xưa ở bên nhà, ông bà ta thường bảo "kính lão đắc thọ". Sang đây thì từ nhà ra ngõ, lúc nào cũng "Lady first!"

Ông thứ hai phát biểu:

- Đến bây giờ ông mới than thì chậm tiến quá, tôi đã chịu "lép vế" từ lúc mới sang đây. Theo lời khuyên của những người đã sống lâu trên đất Mỹ, tôi chấp nhận đứng hàng thứ ba sau đàn bà và chó với mèo.

Ông thứ ba bảo:

- Thế là ông khôn! Loạng quạng mang họa vào thân. Nhiều ông không thức thời, quen thói "chồng chúa vợ tôi", bị mấy bà chơi cho sát ván - khicó chuyện xô xát với nhau, các bà chỉ cần nhấc điện thoại quay số 911, báo: tôi đang bị chồng bạo hành… Khoảng mười phút sau, cảnh sát tới - điều đầu tiên là anh chồng ôm cái còng số 8, bị đẩy lên xe đưa về bót - lỗi phải hạ hồi phân giải. Sau đó, nếu tình trạng vợ chồng không hòa giải được, đem ra tòa xin ly dị thì — cái nhà là nhà của bà, con là con của bà… Nếu anh chồng không có nghề nghiệp gì - trên răng dưới dép - thì buồn tình đi lang thang, rồi nhập vào đám homeless; nếu anh chồng có nghề nghiệp, lương cao thì mỗi tháng phải chu cấp cho bà một số tiền, theo án lệnh của tòa.

Từ chỗ nói chuyện nhân văn trong Ngày Lễ Mẹ, bước sang chuyện than thở "thân phận đàn ông" trước sự lấn lướt của đàn bà trên đất khách.

Ông già thứ nhất, nãy giờ ngồi nghe, bây giờ nổ lớn:

- Thiệt tình với mấy ông, tôi chịu hết nổi cái "lấn lướt" của đàn bà ở bên này. Hồi trước ông bà mình thường bảo: "Phu xướng phụ tùy." Nhưng sang đây thì: "Phu xướng, phụ xù…"

- Tôi kể ra vài chuyện cụ thể, nghe vừa buồn cười vừa tức: Hồi trước, lúc còn khỏe mạnh, anh chồng lái xe, bà vợ ngồi bên "điều khiển": *chậm lại coi chừng ăn ticket, nhanh lên… lái chậm như rùa! Ông lái xe dở ẹc!* Anh chồng bực quá, quát: *"Bà có ngồi yên để cho tui lái được không?"* Thế là từ đó bà im lặng, mặt lạnh như tiền, và bữa cơm chiều hôm ấy chỉ có trứng luộc dằm nước mắm. Đến khi về già, bà vợ lái xe, ông chồng ngồi cạnh, trông cách lạng lách, vượt bảng cấm của bà mà "teo…" Ông chồng nhắc nhở thì bà quát: "Ngồi yên cho người ta lái…" Ông chồng im re — hồi tưởng mới ngày nào ông hướng dẫn từ lý thuyết đến thực hành để cho bà lấy được bằng lái xe mà ngán ngẩm sự đời. Ôi! Còn đâu cái thuở "nhất tự vi sư, bán tự vi sư."

- Còn được vợ lái xe đi đây, đi đó là hạnh phúc lắm rồi - cứ tưởng tượng như ta là đại gia, có tài xế riêng… thế là thấy mình vẫn còn oai phong, ngán ngẩm làm chi cho khổ. Một ông già phát biểu như thế.

Ông già kể câu chuyện này cười hóm hỉnh, bảo:

- Ngán ngẩm là vì khi thuê tài xế riêng, nếu nó lơ mơ thì cho nghỉ việc, còn đằng này đã ký giao kèo rồi - suốt đời! Không thể đuổi được. Thế mới khổ!

Ba ông già cùng cười, nhâm nhi trà tách Ô Long, tiếp tục kể khổ.

Một ông bảo:

- Những chuyện như trên là cái "tức", còn lắm cái "bực" nữa kìa…

- Như chuyện gì, ông kể cho nghe có hợp lý không nào. Một ông yêu cầu.

Ông già kia bắt đầu kể:

- Đây là chuyện của một ông bạn: Hôm ấy, bà vợ sai lái xe đi chợ cùng bà. Vào chợ bán thực phẩm, ông chồng đẩy xe theo sau, qua hết hàng thịt đến quầy rau, mỗi nơi bà ta lấy tờ báo quảng cáo ra so giá - chọn lựa mãi gần cả giờ mà không mua được món nào - bà bèn phán: *"Đi chợ khác!"* Lúc này ông chồng đã thấm mệt, nhưng "phụ xướng, phu phải tùy" — ra ngoài lái xe đi chợ khác mất hơn nửa giờ mới tới. Cũng như cái chợ vừa rồi - ông chồng đẩy xe theo sau, bà vợ lấy rau, lấy thịt bỏ vào xe, trông có vẻ khoái chí… Ông chồng xem kỹ: phẩm chất thịt, rau không hơn chợ trước, nhưng mỗi món giá rẻ hơn khoảng 25 cent đến 30 cent. Ông chồng bực quá nói: *"Mỗi thứ chỉ rẻ hơn mấy chục cents mà mất hơn nửa giờ lái xe, tính ra tiền xăng còn hơn cả tiền mua rẻ…" "Đàn ông không biết tính toán gì cả, hễ bốc lên là mua, không cần xem giá."* Bà vợ bảo chồng như thế. Ông chồng lấy ra từng món, cộng lại, chứng minh cho bà vợ thấy: rẻ hơn được 1 đô, mà tiền xăng từ chợ này sang chợ kia tốn hơn 2 đô. Bà vợ hết cãi, nhưng bảo: *"Mua mắc hơn, tức lắm, không chịu được…"* Ông chồng im lặng, chịu thua và than:*"Hết thuốc chữa!"*

Qua những câu chuyện "tố khổ" đàn bà, một ông già nhận ra có những cái "bực" của đàn ông không phải lối, nên có lời bào chữa cho đàn bà. Ông ta kể:

- Một ông có bà vợ trẻ, khi vào nhà hàng, mấy người phục vụ đến hỏi *"Thưa bác dùng món gì?"* Rồi quay qua vợ ông: *"Chị dùng món gì?"* Ông ta thấy "bực" cái lối gọi thiếu tế nhị, nên khi ăn xong, ông không cho tiền "típ".Nhưng ở môi trường khác như hội hè đình đám hay trên xe buýt, ông lại bực khi thấy đám trẻ không "kính lão đắc thọ" để ông được hưởng những ưu tiên dành cho người già. Đó là những người mang tính ích kỷ - "nắng không ưa, mưa không chịu…"

Ông nhấp ngụm trà, thong thả kể tiếp:

- Vừa rồi là chuyện vợ trẻ, bây giờ sang chuyện

vợ già: Một hôm đi dự tiệc cưới, tôi ngồi cạnh đôi vợ chồng già. Bà vợ thường tiếp thức ăn cho ông chồng. Khi người phục vụ đem lên đĩa thịt bò lúc lắc - thơm phức! Ông chồng vừa cầm nỉa, định lấy vài miếng... Bà vợ cầm tay bảo: *"Gút! Gút!"* Ông chồng hạ cái nỉa xuống, ngồi yên... Tôi lấy làm ngạc nhiên, hỏi ông chồng: *"Bà nhà mới nói món đó "tốt! tốt!" "Sao anh lại ngừng tay?" "Bả sợ tôi mắc bệnh gút." "Ồ, thì ra thế! Anh mắc bệnh gout lâu chưa?" "Đâu có "gút, gout" khỉ khô gì! Suốt ngày bả đọc trên YouTube, rồi bà này "phết" (facebook) cho bà kia - kháo với nhau rằng: "ăn thịt bò sinh bịnh gout, lại được các ông bác sĩ 'nổ' thêm, làm mấy năm nay, tôi thèm tô phở bò nhưng đành nhịn vì bả cấm tiệt..."*

Trong khi tôi và ông chồng nói chuyện với nhau, bà vợ nhanh tay gắp bỏ vào đĩa của ông chồng cái đùi gà to đùng. Liếc nhìn, tôi thấy bà mở ví lấy ra cái kéo nhỏ, cắt cái đùi gà thành từng miếng. Ông chồng ngồi nhìn có vẻ hờ hững...làm tôi nhớ đến chuyện "gân gà" của Tào Tháo trong truyện Tam Quốc Chí.

- Dù thông cảm với ông già, nhưng thái độ hờ hững trước sự chăm sóc của bà vợ đã biểu hiện sự vong ân, khiến tôi cảm thấy bất bình với ông ta.

- Lòng ích kỷ và sự vong ơn đã đưa đẩy một số đàn ông tuy già mà còn "thích chơi trống bỏi" nên về Việt Nam ăn chơi -không biết đến liêm sỉ và đạo đức là gì - hễ được những đứa con gái đáng tuổi con cháu vuốt ve, thủ thỉ "anh ...anh, em... em..." là khoái. Rồi vung tiền cho các "em đồ đểu" để được phục vụ và thưởng thức các món ngon, vật lạ.... và nghĩ rằng đang được thoát "vòng cương tỏa" của bà vợ già mà quên cái "nghĩa tào khang."

- Rồi chỉ một thời gian ngắn, những món ngon, vật lạ kia chứa đầy các chất phụ gia độc hại do bọn Tàu đem vào, đầu độc dân ta, phát sinh ra đủ thứ bịnh. Bấy giờ, các em "đồ đểu, đồ giả" cho các ông đi chỗ khác chơi ...

Cuối cùng, những con người ích kỷ và vong ân ấy mang tấm thân tàn ma dại về Mỹ báo hại người vợ già đã bị các ông xem như "đồ cổ".

- Lưu Quang Vũ (1948-1988) - nhà viết kịch, nhà thơ, nhà văn nổi tiếng của Việt Nam trong thập niên 80 đã nói trong vở kịch "Ông Không Phải Bố Tôi" một câu cách nay đã hơn bốn mươi năm, vẫn còn đúng cho đến ngày hôm nay: "Chúng ta đã sống qua các thời kỳ đồ đá, đồ đồng, để rồi bước sang thời ... đồ đểu."

- Trải qua mấy chục năm, bây giờ ở Việt Nam có thêm: " đồ giả, đồ dởm, đồ điên..."Nhưng không thể qua mặt được "đồ cổ".

Ba ông già cùng cười và đồng thuận: "Đồ cổ" là vô giá và bền lâu - "đồ đểu, đồ giả, đồ dởm"không sao sánh được.

Cuối cùng, một ông đưa ra kết luận:Đàm đạo cho vui vậy thôi, chứ núi Thái Sơn có cao đến mấy cũng không bằng biển rộng bao la - sự hy sinh của người mẹ là vô lượng vô biên... Tôn vinh Ngày Lễ Mẹ hơn Ngày Lễ Cha là hợp lẽ trong cuộc sống trần gian.

Ngoài trời mây vẫn bay, gió vẫn thoảng, chim vẫn vui ca và cuộc đời vẫn lặng lẽ trôi. Ba ông già nhìn qua khung cửa, tuy không nói ra, nhưng trong lòng tự nguyện sẽ ôm "đồ cổ" cho đến giấc ngủ ngàn thu....

(Tháng 5 - 2024)

TRÊN TÁM MƯƠI TUỔI ĐI MÁY BAY KHỎI TRẢ TIỀN

Năm nay ông Tư đã qua tuổi tám mươi, nhưng trông ông khỏe mạnh và trí tuệ còn minh mẫn — so với những ông lão cùng lứa tuổi, ông được xếp hạng trên trung bình.

Những buổi họp mặt ở Hội Cao niên, các cụ thường ngồi lại với nhau uống trà, tán gẫu chuyện đời. Có ông kể chuyện buồn bị con cháu bỏ bê; có ông than thở chuyện ốm đau; có ông nuối tiếc chưa trả được mối thù vong quốc đầu đã bạc, bèn ngâm mấy câu thơ của Đặng Dung :

"....Thời lai đồ điếu thành công dị/Vận khứ anh hùng ẩm hận đa...

"Quốc thù vị báo đầu tiên bạch/ Kỷ độ Long Tuyền đới nguyệt ma"(1).

Khác với mấy ông bạn già, ông Tư không buồn phiền, không than thở, không nuối tiếc điều gì. Nhưng ông hay nói về tình đời và tình người.

Ông thường tâm sự với bạn bè: "Tám mươi năm cuộc đời đã đong đầy những nỗi vui, buồn, sướng, khổ trong cõi ta bà này; qua tám mươi tuổi đáng lẽ phải đi 'chỗ khác chơi…' nhường chỗ cho các thế hệ kế tiếp. Nhưng nếu 'số trời' chưa gọi, thì ta phải sống sao cho phải đạo làm người - tìm nguồn vui cho mình và chớ gây phiền muộn trong chốn nhân gian."

Khi luận về cái khổ, ông Tư bảo:

"Sự sướng, khổ là vô cùng - không có rạch ròi biên giới - chỉ do suy nghĩ, tưởng tượng và cảm nhận của mỗi người mà ra cả. Về già, mắt ta mờ, chân ta yếu…Ta than khổ! Nhưng khi nghĩ đến những người mù, họ ước mơ có được giây lát để nhìn ánh sáng mặt trời; hay những kẻ khuyết tật không có đôi chân để đi đứng, phải chống gậy hay di chuyển bằng xe lăn, ta sẽ thấy mình còn may mắn biết bao! Khi túng bấn, vợ con chỉ làm được những bữa cơm chiều đạm bạc… Ta nhớ lại những bữa ăn trong các trại 'tập trung cải tạo' của Việt Cộng hay nghĩ về những người đang bới thùng rác kiếm thức ăn hằng ngày, sẽ thấy đời còn ưu đãi cho ta có được một mái ấm gia đình…"

Thuyết thêm về cái khổ trong cõi nhân gian, ông Tư nói:

"Vạn vật trên vũ trụ này không thoát khỏi quy luật: 'Sinh, Trụ, Hoại, Diệt'.Nhân loại không thoát được tiến trình: 'Sinh, Lão, Bệnh, Tử'. Tôi tin cái quy luật và tiến trình đó phải do một đấng tối cao có quyền năng tuyệt đối điều khiển và chi phối. Người đời thường gọi đó là Đấng Tạo Hóa, Thượng Đế hay Ông Trời.

"Chỉ bàn về tiến trình của 'Sinh , Lão, Bệnh, Tử' mà con người thường cho là 'bốn cái khổ' trong cuộc đời. Nhưng suy nghĩ cho cùng và quán chiếu, ta sẽ thấy sự huyền diệu của Ông Trời khi tạo dựng muôn loài trong vũ trụ. Ông Trời cho con người có trí thông minh hơn cả, nhưng biết trước con người 'lắm chuyện' nên Ông Trời chủ động tạo ra hai cái: Sinh và Tử, nếu không thì sẽ loạn…

"Này nhé! Con người không ai lựa chọn được thời gian và nơi chốn đểđược sinh ra. Nếu được lựa chọn thì đứa nào cũng đòi sinh ra ở vùng dầu mỏ Trung Đông, cứ lấy dầu dưới lòng đất lên bán, rủng rỉnh thu tiền. Vậy thì Trái Đất này nhiều nơi sẽ trống vắng. Có đứa đòi sinh ra trong những gia đình quyền quý cao sang - ngồi mát ăn bát vàng thì lấy đâu ra kẻ làm lụng vất vả và tạo ra lương thực và sản phẩm tiêu dùng? Có đứa đòi sinh ra được da trắng, tóc vàng thì nhân loại sẽ đơn điệu như một vườn hoa chỉ có hoa hồng - vườn hoa đẹp phải có muôn màu, nhân loại phải có da đen, da trắng, da đỏ, da vàng mới hấp dẫn... Cho nên ông Trời đã chủ động trong việc sinh - con người cho là định mệnh.

"Sang cái 'Tử' thì ông Trời giữ bí mật tuyệt đối. Nếu con người biết được ngày chết của mình thì trước lúc ra đi sẽ thanh toán cho xong mọi mối ' ân oán giang hồ' chất chứa trong lòng nhưng không dám hành động khi còn sống vì sợ tù đày, nên Ông Trời không cho con người biết trước ngày chết, nếu không sẽ đầy dẫy chuyện bạo hành.

"Cũng vì không biết trước ngày chết của mình, nhiều người già vẫn tằn tiện chắt chiu vì sợ cái cơ khổ: 'sống hoài không chết, lấy gì mà tiêu?' Và vì không biết đích xác ngày chết, nên ít ai dám vung tay quá trán - ăn chơi trác táng mà phải sống chừng mực và lo cho tương lai.Nhờ vậy, xã hội loài người mới được bình an."

Bàn thêm 'cái Tử' ông Tư nói:

"Hiện nay có khoảng tám tỷ người sinh sống trên địa cầu này và hằng năm sinh sản thêm ra. Nếu con người cứ sống mãi thì Trái Đất không còn chỗ chứa. Vậy chết là điều tất yếu nằm trong quy luật ' Sinh, Trụ, Hoại, Diệt' của vũ trụ do Ông Trời định đoạt."

Khi nói về 'cái Lão' ông Tư phát biểu:

"Những gì hiện hữu trên hành tinh này một thời gian (trụ) cũng phải thoái hóa (hoại) — chiếc xe chạy lâu ngày, máy móc phải hao mòn; lục phủ ngũ tạng trong con người cũng thế. Đó là quy luật của 'Sinh, Trụ, Hoại, Diệt'. Nhưng ông trời đã tinh tế cho con người được hưởng những ưu ái trong việc lão hóa. Này nhé! Về già, mắt ta mờ để bớt nhìn thấy cái trần trụi của cuộc đời; tai ta điếc để bớt nghe những lời thị phi cho thân tâm được an lạc! Còn chuyện 'nhớ nhớ... quên quên...' là một ân sủng. Nếu sống đến tám mươi mà chuyện gì cũng nhớ vanh vách thì hận thù chồng chất và đầy ắp yêu thương! Vậy làm sao chịu thấu?

"Bỏ qua chuyện hận thù, chỉ nói chuyện yêu

đương thôi. Cứ tưởng tượng: đêm đêm nhớ đến những người yêu thuở trước, rồi sáng ra với tuổi đời trên tám mươi - đau nhức toàn thân mà chống gậy đi tìm người yêu cho thỏa lòng mong nhớ thì quá khổ!"

Sau cùng ông Tư bàn về 'cái Bệnh':

"Bệnh là điều con người sợ nhất, nhưng xem ra tự con người gây ra nhiều hơn là do Ông Trời. Ông Trời tạo dựng muôn loài, nên lo toan mọi thứ - vật nào thức ấy... Tạo dựng con trâu, con bò - ông cho đồng cỏ; con chim, con sóc có hạt đậu, hạt mè; con ong có hoa để hút mật; con cá có rong rêu để ăn; con người có ngũ cốc để sinh sống...Nói chung, Ông Trời lo trước mọi thứ cho muôn loài - cứ sống thuận theo ý Trời thì muôn loài sẽ có cuộc sống thoải mái . Trong dân gian có câu 'Trời sinh voi thì Trời sẽ sinh cỏ' và trong sách thánh hiền cũng khuyên nhủ: 'Thuận Thiên giả tồn, nghịch Thiên giả vong.' Thế mà con người cứ mãi bon chen, đèo bồng món nọ, thức kia - làm những điều trái với thiên nhiên do Ông Trời tạo dựng. Rồi trách ông trời gây ra bệnh tật!?"

Về già, ông Tư tìm được hai nguồn vui là đọc sách và du lịch, nên ông góp nhặt nhiều chuyện lạ bốn phương — khó tin nhưng có thật để kể lại cho các bạn già nghe chơi…

Ông kể chuyện về những ngôi làng dưới chân núi Hy Mã Lạp Sơn, thuộc nước Bhutan: Ở đây con người hòa nhịp cuộc sống với thiên nhiên, với núi rừng bát ngát xanh tươi, với không khí trong lành; họ ăn uống những thổ sản sẵn có ở địa phương, không du nhập các thực phẩm chế biến bên ngoài; họ có cuộc sống nhẹ nhàng, thoải mái…không chú trọng nhiều về những nhu cầu vật chất như những người ở các thành phố gọi là "văn minh hiện đại". Có lẽ nhờ vậy họ không mắc những bệnh ngặt nghèo như ung thư, đột quỵ hay cao mỡ, cao đường…Tuổi thọ của họ rất cao (trên chín mươi, trông còn khỏe mạnh). Những người ở các nước được cho là văn minh hiện đại du lịch đến nơi này đã ngưỡng mộ, nói rằng: "Đây là thiên đàng hạ giới — cuộc sống của người dân nước Bhutan được đánh giá là hạnh phúc nhất trên hành tinh này."

Vậy xem ra chẳng biết đâu là bến bờ hạnh phúc… Ông Tư kết luận như thế.

Cuộc họp mặt vui chơi kéo dài hơn ba tiếng, đến mười hai giờ, các cụ móc ví đóng hai đô la cho bữa ăn trưa. Nhờ có quỹ xã hội yểm trợ, nên thực đơn khá hấp dẫn: cháo cá, phở, hủ tiếu, bún bò, chả giò, bánh hỏi thịt nướng…v.v. Các cụ tha hồ lựa chọn và thưởng thức.

Trong bữa ăn, có người vui miệng hỏi: "Cùng lãnh tiền già như mình, nhưng không hiểu ông Tư đào đâu ra tiền mà đi du lịch đó đây liên tục?"

Ông Tư cười dễ dãi đáp: "Trên tám mươi tuổi đi máy bay khỏi trả tiền…lo gì!?"

Câu trả lời của ông Tư chẳng mấy ai tin — coi như nói vui cho qua câu chuyện, chỉ có ông Ba Râu để bụng, nhưng bán tín bán nghi, nên cố tìm cho ra sự thật.

Ông Ba Râu được con gái bảo lãnh qua Mỹ từ bảy năm nay. Lúc mới sang, ông làm những việc phất phơ - tiền kiếm được chỉ đủ cà phê, thuốc lá, vui chơi với bạn bè…Từ ngày thi đậu quốc tịch, ông được lãnh tiền già - mỗi tháng hơn tám trăm đô la - ông dự tính mỗi tháng để dành một ít để thực hiện một chuyến về thăm quê hương mà không phải ngửa tay xin con cái.

Nhưng ông Ba Râu là người quảng giao và hào phóng. Cứ vài tháng "góp tiền lộ phí" cho một ông bạn già đi về Nước Chúa hay về miền Tây Phương

Cực Lạc… Rồi các Hội Đoàn, Hội Ái Hữu mời tham dự tiệc gây quỹ yểm trợ chỗ nọ, nơi kia; rồi các đứa cháu ở bên nhà gởi thư sang xin tiền chữa bịnh hay sửa chữa nhà cửa do bão lụt làm hư hại… Chúng mô tả hoàn cảnh rất bi đát, thương tâm - ông không nỡ từ chối!

Khoản tiền già tám trăm đô la mỗi tháng đôi khi không đủ cho các chi phí linh tinh nói trên - trương mục (account) ngân hàng của ông ít khi lên đến ngàn rưỡi - không đủ để mua một vé máy bay về Việt Nam. Vậy thì chuyện về thăm quê hương coi như "ngàn trùng xa cách…"

Nay, nghe ông Tư nói: "Trên tám mươi tuổi, đi máy bay khỏi trả tiền" - *"Được lời như cởi tấm lòng"* (ND) nên ông Ba Râu nuôi hy vọng.

Ngoài cái tính hào phóng, Ba Râu còn thích le lói với đời. Ông muốn khi về thăm quê hương phải huy hoàng: có tiệc tùng chiêu đãi, có quà cáp cho bà con, bạn bè và có ít tiền cho người nghèo khó trong làng — nhẩm tính cũng hơn vài ngàn đô. Nếu không phải trả tiền máy bay thì ông rút hết tiền trong ngân hàng và hy vọng con gái cũng cho thêm ít tiền lộ phí. Như vậy là dư sức thực hiện chuyến về thăm quê hương huy hoàng…

Một ngày đẹp trời, trong lòng tràn trề hy vọng, ông Ba Râu đến văn phòng chuyên bán vé máy bay về Việt Nam nằm trong Thương xá EDEN, nơi có cô thư ký là bạn thân với con gái của ông để lấy một vé máy bay không phải trả tiền.

Bước vào văn phòng, ông Ba Râu được cô thư ký chào hỏi ân cần và lễ phép:

- Dạ, chào bác! Hôm nay bác đến để mua vé máy bay về Việt Nam? Vé đang on sale (bán hạ giá) đó, bác - chỉ có ngàn rưỡi thôi.

- Ừ! Nhớ quê hương quá, muốn về thăm một chuyến, nhưng lâu nay chưa có cơ hội. Con gái của bác, như cháu đã biết, không dư giả gì - nợ tiền nhà, tiền xe và đủ thứ chi tiêu… nó phải lo toan, nên bác không dám xin tiền của nó để mua vé máy bay. Bây giờ nghe nói: Những người trên tám mươi tuổi đi máy bay khỏi phải trả tiền, nên đến nhờ cháu lấy cho bác một vé.

Cô thư ký ngạc nhiên hỏi lại:

- Bác bảo sao? "Người già trên tám mươi tuổi đi máy bay không phải trả tiền?" Ai nói với bác như thế? Chuyện này nghe lạ quá!

- Ừ! Ông bạn của bác nói thế! Ông này đi du lịch

khắp nơi - ông thường kể những chuyện khó tin, nhưng mà có thật.

Vì là bố của đứa bạn thân, nên cô thư ký nói nhỏ nhẹ như để an ủi:

- Bác về hỏi lại ông bạn của bác cách thức làm thế nào - nếu được, cháu sẽ giúp bác.

Sáng hôm sau, ông Ba Râu đến nhà ông Tư rất sớm. Hai ông già gặp nhau vui vẻ - thường là trà, rượu - tán hươu, tán vượn... cả buổi mới chia tay, nhưng lần này ông Ba Râu đặt ngay vấn đề "lấy vé máy bay khỏi trả tiền." Ông kể cho ông Tư nghe chuyện gặp cô thư ký ở văn phòng bán vé máy bay hôm qua.

Ông Tư cười cười, bảo:

- Ông nói với cô ta ghi vào: "đứa con có hiếu" ngay sau số điện thoại của người thân, khi cần báo tin thì ông mới không phải trả tiền.

Ông Ba Râu vội vã chào ông Tư và đến văn phòng bán vé máy bay ngay buổi sáng hôm ấy.

Ông Ba Râu bước vào văn phòng với phong cách rất tự tin.

Cô thư ký niềm nở, ân cần hỏi:

- Dạ! Bác đã hỏi kỹ cách làm thế nào để lấy được một vé không phải trả tiền chưa?

- Ông bạn của bác bảo: Phải ghi ngay sau số điện thoại của người thân khi cần báo tin mấy chữ "đứa con có hiếu" thì mới được.

Cô thư ký tinh ý hiểu ngay vấn đề, cô ôn tồn nói:

- Bác ngồi đây chờ cháu một chút nghen.

Ra trước cửa văn phòng, cô ta lấy cell phone gọi… Ông Ba Râu không nghe rõ lời nói, chỉ nghe tiếng cười dòn của cô thư ký. Mấy phút sau cô ta trở lại, vui vẻ:

- Xong rồi! Bác không phải móc ví trả tiền máy bay… nhưng chờ ít hôm khi có người đến mua vé cùng về quê với bác, cháu sẽ nhờ họ giúp bác các thủ tục ở phi trường và lên xuống máy bay… như thế sẽ tiện lợi cho bác.

- Ồ! Được như thế thì may quá! Già rồi, ít khi đi máy bay mà có người giúp đỡ,hướng dẫn các thủ tục ở phi trường thì bác đỡ bận tâm lo lắng.

Ông Ba Râu chào cô thư ký ra về, chan chứa niềm vui…

Nhưng một nỗi thương cảm tuổi già dâng lên

trong lòng cô thư ký khi đưa ông Ba Râu ra cửa văn phòng. Cô ta cười như mếu!

Ngày lên đường, con gái ông Ba Râu đưa bố ra phi trường - lòng nó vui như bố đang vui… Vài tuần trước đó, nó sắm cho bố mấy bộ đồ mới, mua nhiều món quà để bố về biếu bà con bên nhà - đầy ắp hai thùng. Khi vào phi trường, con gái ông tìm người cùng quê để gởi gấm bố già. Xong xuôi, nó đưa bố bao thư trong đó có hai ngàn đô - ông Ba Râu ngần ngừ không muốn nhận vì sợ con gái thiếu tiền tiêu, nhưng nó dí vào tay ông, bắt ông phải nhận và thì thầm: "Bố cất kỹ vào túi trong, kẻo rơi mất." Ông Ba Râu cảm động rưng rưng chia tay con gái, xếp hàng nối đuôi đến nơi gởi hành lý.

Con gái đứng chờ cho đến khi bố đến cuối hành lang, đi vào phòng khám an ninh. Hai bố con vẫy tay chào tạm biệt.

Trên đường lái xe về nhà, con gái ông Ba Râu nhớ lại những lời của người bạn thân bán vé máy bay nói qua cell phone hôm trước: "Bác bảo: Nhớ quê hương quá, mà không dám xin tiền mua vé máy bay, vì sợ mày phải đi vay mượn… Bây giờ nghe người ta nói chơi, nhưng bác tin là thật: 'Trên tám mươi tuổi đi máy bay không phải trả tiền', nên bác đến nhờ tao lấy một vé. Tao không nỡ nói thẳng cho bác biết sự thật - sợ làm bác thất vọng - tội nghiệp! Nên phone hỏi ý kiến của mày - mày tính làm sao?"

Mặc dù đã âm thầm đưa tiền mua vé máy bay cùng dặn dò đứa bạn thân tìm người cùng chuyến bay gởi gắm bố già và lo mọi thứ chu đáo… nhưng những lời nói qua điện thoại hôm ấy như còn vang vọng bên tai: "Nhớ quê hương quá, mà không dám xin tiền mua vé máy bay…" làm nó xúc động - nước mắt cứ ứa ra…

Rồi bao ký ức thời thơ ấu hiện về như cuốn phim quay chậm: Mẹ nó qua đời lúc nó vừa tròn bảy tuổi, bố con côi cút bên nhau, bố dành hết mọi tình yêu thương cho đứa con gái. Bố hay nói: "Con ơi! *Mấy đời bánh đúc có xương/Mấy đời dì ghẻ mà thương con chồng!"* Cho nên bố nhất định ở vậy trong cảnh "gà trống nuôi con" cho đến ngày con khôn lớn.

Ngày con gái theo chồng sang Mỹ, bố ở lại một mình trong cảnh cô đơn, nhưng bố nói: "Tương lai đời con và mấy đứa cháu ngoại quan trọng hơn nỗi cô đơn của bố - nếu trời thương cho bố khỏe mạnh năm bảy năm nữa thì bố con ta sẽ gặp lại nhau - không phải buồn lo cho bố…" Vậy là suốt cả cuộc đời, bố đã quên mình, hy sinh cho con.

Về đến nhà, đậu xe vào ga ra, nước mắt còn đọng ven mi, nó lên bàn thờ mẹ đốt nén nhang, thì thầm khấn vái: "Mẹ ơi! Hôm nay bố về thăm quê hương. Mẹ phù hộ cho bố được bình an và có những ngày vui trọn vẹn ở quê nhà." Nó mường tượng như có lời mẹ thì thầm: "Con à! Bố con là người tử tế, thủy chung nhớ lời trăng trối của mẹ trước lúc lâm chung, nên bố đã ở vậy để bảo bọc cho con đến ngày khôn lớn.Mẹ đã ở bên bố và con và phù hộ cho hai bố con trên mỗi chặng đường đời. Con nhớ chăm sóc tuổi già cho bố."

Nó nghẹn ngào úp mặt vào di ảnh của mẹ - khóc nức nở!

Sau gần một tháng ở Việt Nam, ông Ba Râu trở lại Mỹ, kể những chuyện vui buồn ở quê nhà cho các bạn già trong Hội Cao niên nghe chơi.

Và chuyện đó đến tai Bà Sáu, làm bà suy nghĩ ngẩn ngơ...

Từ ngày được thằng Tuấn, con trai của bà bão lãnh sang Mỹ, bà Sáu cảm thấy hạnh phúc vì thằng con hiếu thảo lo cho bà chu đáo - nó hiểu lòng mẹ nhớ thương bà chị và mấy đứa cháu ngoại còn sống khổ cực ở bên nhà, nên thỉnh thoảng nó đưa tiền cho mẹ gởi về cho chị và mua cho bà cái Smartphone (điện thoại thông minh) để bà nói chuyện và xem hình (Face Time) mấy đứa cháu ngoại cho đỡ nhớ. Như thế là bà mãn nguyện và an phận tuổi già…

Nhưng khi nghe ông Ba Râu về thăm quê hương mà không phải trả tiền máy bay làm bà rạo rực và ước mơ…

Có những buổi chiều đi làm về, thấy mẹ ngồi bên cửa nhìn trời hiu quạnh với vẻ mặt thật buồn, thằng con trai hiểu lòng mẹ nhớ quê - nó đến an ủi và hỏi: "Chắc mẹ đang nhớ chị Hai và mấy đứa cháu?" " Ừ! Mẹ nhớ, nhưng biết một chuyến về Việt Nam rất tốn kém, nên mẹ không dám nghĩ tới, nay nghe ông Ba Râu nói: trên tám mươi tuổi đi máy bay không phải trả tiền, nên mẹ thèm…"

Thằng Tuấn và con gái ông Ba Râu làm chung sở, nên thường kể những chuyện lẩm cẩm dễ thương của cha mẹ già. Nó hiểu hết chuyện con gái ông Ba Râu sắp xếp chuyến về thăm quê hương cho bố như thế nào, nên nó dịu dàng bảo mẹ: "Mẹ hỏi bác Ba kinh nghiệm lấy vé máy bay và chuyện đi đứng ra làm sao? Rồi tính…"

"*Được lời như cởi tấm lòng*" (ND). Bà Sáu hỏi con: "Vậy mẹ đi được?" "Được! Mẹ nhờ Bác Ba dẫn đến chỗ mua vé bay. Họ sẽ sắp xếp chuyến bay, đến ngày con đưa mẹ ra phi trường, bay về Việt Nam dễ dàng như Bác Ba đã đi."

Bà Sáu nhìn con cảm động, nói: "Cảm ơn con - như thế thì mẹ thỏa lòng mong nhớ, chứ vài ba năm nữa mẹ yếu, chưa chắc về thăm chúng nó được."

Sau ba tuần về thăm con gái, bà Sáu trở lại Mỹ an toàn. Và chuyện Bà Sáu về Việt Nam không phải trả tiền vé máy bay được lan truyền đến các cụ trong vùng VA, MD.

Một ông già đang nằm trong viện dưỡng lão, buồn hiu hắt suốt mấy năm nay, nghe nói thế, ông mò mẫm đến văn phòng bán vé máy bay trong thương xá EDEN, hy vọng lấy được một vé máy bay miễn phí về Việt Nam để gởi nắm xương tàn trên quê hương của mình.

Nhưng khi cô thư ký hỏi: "Bác cho cháu số điện thoại của người con hiếu thảo." Ông trả lời: "Thằng con trai gởi tôi vào Viện Dưỡng Lão, rồi đi mất biệt từ mấy năm nay, bây giờ không biết nó ở phương nào và tôi không có số điện thoại của nó."

Cô thư ký nhìn ông già hom hem, lòng đầy thương hại, rưng rưng, cô nói: "Vậy thì cháu đành chịu, không giúp cho bác được."

Ông già im lặng, đứng dậy, xiêu xiêu chống gậy bước ra khỏi văn phòng.

Nắng chiều xuyên qua những đám mây trôi lờ lững chiếu ánh vàng lung linh trên khuôn mặt già nua đầy thất vọng của ông già…

Một chiếc Uber trờ tới, ông già leo lên, chiếc xe lao đi… Những chiếc lá vàng tung bay theo gió, rồi rơi xuống nằm yên bên vệ đường.

Ông già trở về viện dưỡng lão - khép lại ước mơ: "Gởi nắm xương tàn trên quê hương yêu dấu!"

Không ai biết cuộc đời ông lão rồi sẽ ra sao và cũng không ai lưu tâm đến. Chỉ có cô thư ký cảm thấy ngậm ngùi và thầm trách ai đã phao ra tin đồn thất thiệt!?

Mọi việc xảy ra đều đến tai ông Tư.

Một buổi sáng Chú Nhật, ông Tư đến gặp các bạn già trong Hội Cao Niên nói rõ ngọn ngành: "Chuyên thật là thế này: Khi qua tuổi tám mươi, mỗi lần đi du lịch, tôi nhờ đứa con gái hay con dâu mua vé máy bay vì tụi nó giỏi máy vi tính hơn mình - tìm được giá rẻ… Nhưng khi tôi trả tiền lại, tụi nó nhất định không nhận và bảo biếu bố đi chơi. Cho nên có ai hỏi: 'Đào đâu ra tiền mà đi du lịch nơi nọ, chỗ kia?' Tôi nói đùa: 'Trên tám mươi tuổi đi máy không trả tiền…' là vậy! Nhưng đã làm nhiều người hiểu lầm và gây thất vọng cho một ông bạn già trong Viện Dưỡng Lão. Tôi ân hận!"

Ông Tư nhấp ngụm nước trà, định nói tiếp điều gì, nhưng ông Ba Râu xúc động… lẩm bẩm: - Thì ra thế! - Ôi! Đứa con hiếu thảo! Ôi, những đứa con hiếu thảo! Thằng Tuấn con bà Sáu cũng là đứa con hiếu thảo…

Qua cặp kính lão, người ta thấy mắt ông Ba Râu đỏ hoe…

Ông Tư vỗ vai Ba Râu: "Rồi ông sẽ còn nghe nhiều chuyện người đời: "Nói vậy mà không phải vậy!""

(Tháng 10 /2024)

(1) Phan Kế Bính dịch

TRUYỆN DÀI DI DÂN GỐC MỄ

Từ khi chuyển sang ngôi nhà mới, có khu vườn rộng hơn và nhiều cây cối — việc cắt cỏ, tỉa cây, hốt lá… không còn là công việc nhẹ nhàng — coi như thú vui cuối tuần khi bước qua tuổi trên bảy mươi lăm, nên tôi phải thuê người đến giúp. Những công việc này không ai làm tốt hơn các anh chàng người Mễ — làm khỏe và chu đáo lại lấy tiền công rất phải chăng.

Cư dân trong vùng phụ cận Thủ đô Hoa Thịnh Đốn kiếm một vài anh Mễ về giúp các việc như thế rất dễ dàng và tiết kiệm được nhiều tiền. Những công việc như sơn lại cái deck, cái cửa sổ tróc sơn, sửa cái máng xối, thay sàn nhà hay dọn vườn, tỉa cây, trồng cây…nếu gọi một tay chuyên nghiệp người Mỹ trả công ít nhất cũng trên 25 đô la một giờ; còn gọi các nơi chuyên sửa chữa nhà cửa, trồng cây đăng quảng cáo trên các báo, họ tính đến bạc ngàn. Trong khi kiếm vài anh Mễ về làm - trả khoảng 15 đô la một giờ - xong công việc chỉ tốn chưa quá năm trăm.

Mặc dù có luật cấm thuê mướn những di dân bất hợp pháp, nhưng chỉ những người có địa vị hay có ý định tranh cử một chức vụ nào đó mới tuân thủ vì sợ bị kiện thưa; còn người dân bình thường cứ phớt lờ - thuê anh Mễ, chị Xì về giúp các việc lặt vặt trong nhà thoải mái vì không ai để ý hay thưa gởi gì.

Các anh Mễ tụ năm, tụ bảy ở trước cửa các tiệm Seven-Eleven, McDonald's, Home Depot… tay cầm ly cà phê, môi phì phèo điếu thuốc lá… chờ người đến gọi đi làm. Cảnh sát biết họ là di dân bất hợp pháp, nhưng làm ngơ vì bắt về chỗ đâu mà chứa, cơm đâu mà nuôi!?

Lướt qua một vài tờ báo cho thấy: chi phí cho một tù nhân ở Mỹ trung bình là 15.000 đô la/một năm; có một số tiểu bang lên đến 32.000 đô la - gồm các chi phí ăn ở, dịch vụ y tế cho tù nhân và trả lương cho cai tù…v.v… Cho nên có kẻ ví von: "Ngồi tù ở Mỹ, coi như đi nghỉ dưỡng một thời gian…"

Có lẽ biết được con bài "tẩy" của nước Mỹ, các anh Mễ cứ nhởn nhơ...ngày ngày đứng đợi khách đến đón đi làm, chẳng lo bị cảnh sát tóm. Chiều về ghé vào tiệm tạp hóa - anh này mua két bia, anh kia mua túi thực phẩm, cùng về khu chung cư có đông người Mễ cư ngụ. Họ nấu nướng, ăn uống thoải mái - "cụng" nhau vài lon bia, cảm thấy lâng lâng ngây ngất... rồi lăn ra ngủ. Họ rất dễ dãi trong việc ngủ - nằm trên sofa, lăn lóc trên sàn nhà, ngồi tựa lưng vào vách...ngủ! Chẳng biết trời trăng.

Khi một người Mễ có giấy tờ hợp pháp thuê được một căn chung cư, theo quy định, căn chung cư một phòng ngủ chỉ cho hai người ở. Anh ta biết thế, nhưng cứ âm thầm cho cả chín, mười người vào ở, coi như một cách giúp đỡ đồng hương mới sang và họ cũng góp một phần trả tiền thuê nhà. Manager của khu chung cư biết điều đó, nhưng làm ngơ, vì các anh Mễ "ở chui" chờ tối mịt mới âm thầm từng người chui vô căn chung cư, không gây náo động gì và hôm sau, khi trời chưa sáng, họ đã biến khỏi nơi này.

Ngày tháng trôi qua, cuộc sống của dân Mễ trên đất Mỹ cũng trôi qua như nước chảy qua cầu. Người Mỹ tỏ ra có cảm tình với di dân người Mễ hơn các sắc dân Trung Đông hay châu Phi theo đạo Hồi, nên chẳng mấy ai rạch ròi anh Mễ này, chị Xì kia là di dân hợp pháp hay bất hợp pháp.

Dân ta ở các tiểu bang như Cali, Texas… gọi họ là dân Mễ vì họ vào nước Mỹ từ xứ Mexico; các tiểu bang miền Đông như Maryland, Virginia… gọi là dân Xì, vì nghe họ nói tiếng Spanish - tiếng gọi khác nhau, nhưng Mễ hay Xì cũng là di dân từ các nước Trung hay Nam Mỹ. Người Mỹ gọi họ là người Hispanic hay Latino.

"Chuyện dài di dân gốc Mễ" — từ nhà ra phố đến chuyện quốc gia đại sự đều có mặt dân Xì — vui buồn, thương cảm hay giận đến căm gan đều có bóng dáng anh Mễ.

Chuyện mấy anh Mễ lái xe gây tai nạn xảy ra hà rầm. Xui cho ai đó lái xe ra đường mà bị anh Mễ lái xe ẩu tông vào — thường thì anh ta tìm cách "dzọt" lẹ, thoát thân… nếu bị chặn lại thì cũng "trớt quớt" vì anh ta đâu có giấy tờ bảo hiểm. Người bị anh Mễ tông mà mua bảo hiểm xe một chiều thì coi như lãnh đủ cái xui - hãng bảo hiểm không bồi thường, anh Mễ thì trên răng dưới dép, có kiện cáo cũng chẳng được gì. Chỉ còn ôm cái giận căm gan và tự móc tiền túi ra sửa xe.

Chuyện các anh Mễ được chữa răng không tốn tiền, tưởng là do lòng lành của những ông Nha sĩ, hay chị Xì lãnh việc "đẻ thuê", tưởng chỉ liên quan đến cặp vợ chồng hiếm muộn và các Bác sĩ sản khoa, nhưng khi nghe các nhà làm chính trị than phiền sự nhập cư ồ ạt của người Mễ gây thêm gánh nặng cho nhân dân Hoa Kỳ, người ta mới vỡ lẽ...

Các anh Mễ đau răng, không có tiền đến nha sĩ, họ mách nhau cái mánh "chữa răng không tốn tiền" như thế này: Khi đau răng, "nốc"mấy lon bia, giả bộ say ngất ngưởng trước mặt mấy ông cảnh sát. Thế nào cũng bị "điệu" về bót. Ở đây cứ rên la thảm thiết chỉ vào cái răng đang đau, các ông cảnh sát thương tình đưa đến bệnh viện cho nha sĩ nhổ cái răng đau, trám cái răng mẻ. Hết đau răng và hết say rượu, anh Mễ lại được thả ra vì cái tội say rượu ngoài đường làm mất trật tự công cộng, chỉ bị phạt tiền và vài ba ngày tù giam - các anh Mễ thì trên răng dưới dép, đồn cảnh sát xét thấy nhốt lâu không tiện... đành phải thả!

Anh Mễ chữa răng đau không tốn tiền, không phải ông nha sĩ có lòng bác ái - chữa răng miễn phí cho người nghèo; chuyện chị Xì "đẻ thuê" đến ngày "khai hoa nở nhụy", chị ta vào bệnh viện được hưởng phúc lợi miễn phí như những bà mẹ đơn thân (single mom) không phải là "nhà thương chùa - bỏ qua chi phí". Ông nha sĩ và bệnh viện sẽ lấy lại tiền từ ngân sách Dịch Vụ Nhân Sinh và Y Tế của chính phủ.

Ngân sách dành cho dịch vụ nhân sinh và y tế trong tài khóa 2022 là 133,7 tỷ USD. Đây là tiền đóng thuế của nhân dân Hoa Kỳ. Cho nên có lời phàn nàn: " Dân Mễ vào càng đông, dân Hoa Kỳ càng khổ vì đóng thuế càng cao..."

Nhưng ai đã xem qua phim "A Day Without A Mexican" (Một Ngày Không Có Người Mễ) của đạo diễn Sergio Arau, phát hành năm 2004, sẽ có cái nhìn và suy nghĩ khác hơn về di dân người Mễ.

Sự khôi hài, châm biếm sâu sắc trong bộ phim cho thấy:"Chuyện gì sẽ xảy ra vào một buổi sáng người Mễ biến mất ở tiểu bang California?"

- Bàn ghế, sàn nhà trong nhà hàng không ai lau chùi, chén bát không ai rửa, thực phẩm không ai giao; ngoài phố rác rưởi, cầu đường không ai sửa sang và dân cư địa phương biết gọi ai tỉa cây, cắt cỏ, dọn vườn... với tiền công rất rẻ?

Ôi! "Một ngày không có người Mễ" — thành phố

sẽ tiêu điều!?

Nếu chưa xem phim mà thấy những anh Mễ cặm cụi trong công việc sửa sang đường sá, cầu cống hay đang chăm chỉ làm việc trong các nông trại dưới cái nóng trên 100 độ F vào mùa hè và dưới 0 độ F vào mùa đông, ta không khỏi chạnh lòng thương cảm.

Ấy vậy mà có lắm lời thị phi về di dân gốc Mễ, nhất là vào năm có bầu cử Tổng thống Mỹ - các anh Mễ, chị Xì đang ở nấc thang cuối cùng trong xã hội - ngày ngày chỉ mong có công việc làm dù là nặng nhọc, khổ cực với đồng lương rẻ mạt… Bỗng một ngày đẹp trời trong mùa bầu cử tổng thống, họ được bốc lên "tới trời!" — liên quan đến chuyện "quốc gia đại sự."

Các ông trong đảng Dân Chủ thì o bế, mua chuộc di dân gốc Mễ và nhắc đến họ như một cộng đồng hữu ích cho nền kinh tế Hoa Kỳ, rồi Tổng thống ký lệnh "ân xá" cho dân Mễ nhập cư bất hợp pháp sớm trở thành công dân Mỹ để được đi bầu.

Các ông Cộng hòa bảo thủ chủ trương: Không thể mở cửa biên giới cho dân Mễ ồ ạt đi vào nước Mỹ mà không thanh lọc, sẽ gây bất an cho xã hội. Nhưng khi xét thấy người Mỹ gốc Latinh lên đến trên 62 triệu - chiếm khoảng 18% tổng số dân số Hoa

Kỳ (theo Cục Điều tra Dân số Hoa Kỳ năm 2020) thì các ông nghĩ đến số lượng cử tri đáng kể của di dân gốc Mễ. Cho nên, các chính khách Cộng hòa "vừa đấm vừa thoa" khiến người ta thấy rõ tính cách "mị dân" của cả hai đảng Dân chủ và Cộng hòa.

Đa số dân Mễ nhận ra cái trò "bá đạo" trong sinh hoạt chính trị, nên họ không mấy "mặn mà" với những lời hứa hẹn của các chính trị gia. Họ nhận ra các ông ấy chỉ là những tay "lấy của người làm phúc ta - mượn hoa cúng Phật." Họ hiểu những người thực sự cưu mang họ chính là những công dân Hoa Kỳ bình thường đã đóng thuế để cho họ được hưởng những phúc lợi xã hội và giúp họ có công ăn việc làm.

Bởi vậy, ta thấy dân Mễ sống rất hồn nhiên, thoải mái — đa số không quan tâm nhiều đến chính trị. Những lời thị phi về dân Mễ chỉ là do "mưu đồ" chính trị, chứ xem ra chính bản thân người Mễ không có "âm mưu".

Người ta quen gọi di dân từ các nước Trung hay Nam Mỹ là Xì hay Mễ cho gọn, vì thấy họ có vóc dáng, màu da gần giống nhau và nói tiếng spanish, nhưng thực sự là dân ở nhiều quốc gia khác nhau, như: Honduras,Guatemala, El Salvador, Nicaragua,

Belize, Panama, Costa Rica thuộc Trung Mỹ và các nước Nam Mỹ như Brazil, Venezuela, Colombia…

Một anh bạn người El Salvador tâm sự: " Sau khi giành được độc lập từ bọn thực dân Tây Ban Nha, những nhà lãnh đạo chính trị ở các nước vùng Trung Mỹ và Nam Mỹ bất tài - không tạo được một nền kinh tế phát triển và bất lực trong việc ổn định xã hội - nghèo đói và băng đảng hoành hành, khiến dân chúng phải 'tha phương cầu thực'- chịu nhiều thiệt thòi và khổ nhục! Bỏ xứ sang đây, chúng tôi chỉ mong kiếm được tiền gởi về nuôi cha mẹ, vợ con, anh emhay gởi về mua nhà, mua đất, cơ sở thương mại… rồi một mai, khi tuổi già sức yếu, chúng tôi sẽ trở về sống với quê hương - không nơi nào đẹp hơn quê hương của mình, ông ạ. Cho nên, được 'ân xá' để trở thành công dân Hoa Kỳ hay bị coi là 'di dân lậu' không quan trọng — vấn đề dân Mễ chúng tôi quan tâm là kiếm tiền."

Anh ta tỏ vẻ bất mãn và nói tiếp: "Theo báo chí cho biết, hiện nay ước tính có trên 13 triệu di dân bất hợp pháp sống rải rác khắp nơi trên nước Mỹ, gồm nhiều sắc dân, chứ không phải chỉ có dân Mễ và họ đã gây ra một số tội phạm. Nhưng mọi sự xấu xa đều đổ lên đầu dân Mễ. Hầu hết người Mễ chúng tôi vào Hoa Kỳ vì lý do kinh tế. Chúng tôi đã cần cù, chăm chỉ làm việc cực nhọc với đồng lương rẻ mạt so với dân bản xứ, nhưng chúng tôi chấp nhận vì dầu sao vẫn hơn ở nước tôi không có việc làm - vừa nghèo đói lại bị băng đảng trấn lột! Bởi vậy, chúng tôi cam phận - chỉ mong có cuộc sống no đủ và bình an ở nơi này, nhưng đôi khi phải nghe tiếng 'bấc', tiếng 'chì'... với bao nỗi buồn thế sự trong mùa bầu cử tổng thống."

Những lời tâm sự trên đây cho ta thấy sinh hoạt chính trị ở Hoa Kỳ còn nhiều "bất cập" trong vấn đề di dân. Tuy người dân Mỹ được thể hiện nguyện vọng của mình qua lá phiếu trong các cuộc bầu cử - cứ bốn năm bầu cử tổng thống một lần, nhưng ông này lên làm tổng thống muốn lấy lòng một số dân Mỹ bảo thủ thì ra lệnh trục xuất; khi ông khác lên muốn nuôi dưỡng đám dân Xì để kiếm phiếu sau này thì ân xá. Trục xuất hay ân xá chỉ là trò chơi chính trị, chứ ai cũng biết nước Mỹ cần nhân công, dân Mễ cần tiền.

Xem lại lịch sử, người ta sẽ thấy: Sau cuộc tranh giành biên giới với Hoa Kỳ vào giai đoạn 1846-1848, Mexico bị thua, phải ký Hiệp ước Guadalupe Hidalgo (ký ngày 2-2-1848 tại Villa de Guadalupe

Hidalgo) - đồng ý bán lại một phần lãnh thổ cho Hoa Kỳ vào năm 1848. Một phần hay toàn bộ lãnh thổ của các tiểu bang: California, Texas, New Mexico, Arizona, Nevada ngày nay là đất của Mexico trước kia.

Cũng theo Hiệp ước này, công dân Mexico tại các lãnh thổ bị bán được chọn ở lại và trở thành công dân Mỹ với đầy đủ quyền lợi như công dân Hoa Kỳ.

Từ đầu thế kỷ 20, sau các cuộc chiến tranh, di dân người Mễ vào Hoa Kỳ dễ dàng vì các lý do kinh tế hay sum họp gia đình. Họ tham gia vào nền chính trị Hoa Kỳ rất sớm - từ năm 1877 đã có Dân biểu và Thượng Nghị sĩ gốc Mễ trong Quốc Hội Hoa Kỳ và đã đóng góp vào sự phát triển kinh tế của Hoa Kỳ qua sản xuất và tiêu dùng.

Bây giờ, thế sự khác xưa. Di dân ồ ạt vào Hoa Kỳ, không phải chỉ là dân Nam Mỹ. Sự mở cửa biên giới không thanh lọc kỹ lưỡng, khiến những thành phần bất hảo như các băng đảng, mua bán ma túy, buôn người, khủng bố quốc tế, gián điệp… ở nhiều nước trên thế giới lợi dụng thời cơ tràn vào, gây ra nhiều tội phạm trong xã hội và nền an ninh của Hoa Kỳ,

Qua lời tâm sự của anh bạn người El Salvador, tôi nghĩ đến thân phận của dân ta - cũng là di dân đến Hoa Kỳ - nhưng khác nhau ở vài điểm: Người Việt đến Hoa Kỳ để tìm tự do; người Mễ đến Hoa Kỳ để tìm cơm áo. Ta lìa bỏ quê hương vì chính trị; họ lìa bỏ quê hương vì kinh tế và xã hội. Ta quyết tâm xây dựng lại cuộc đời và tha thiết với đất nước Hoa Kỳ như quê hương thứ hai; người Mễ coi Hoa Kỳ như nơi đất lành chim đậu - khi vui thì đỗ, khi buồn thì bay…

Người Mễ là dân nhập cư đông thứ hai ở Hoa Kỳ (chỉ sau người châu Âu thời di cư lập quốc) và là cộng đồng có mặt lâu đời nhất so với các sắc dân khác. Tiếng Tây Ban Nha được sử dụng phổ biến sau tiếng Anh. Do vậy, dân Mễ có một chỗ đứng đáng kể trong hoạt động kinh tế, chính trị và văn hóa ở Hoa Kỳ.

Trước đây, người Mễ ra vào Hoa Kỳ như về "quê ngoại". Nhưng trong vài thập niên trở lại đây, trà trộn vào những di dân người Mễ lương thiện, cần cù là bọn buôn lậu ma túy, buôn người, cùng bọn khủng bố quốc tế và gián điệp của các quốc gia thù địch xâm nhập vào Hoa Kỳ, tạo ra những bất ổn trong xã hội và sẽ làm cho Hoa Kỳ suy yếu.

Một ông tổng thống thấy trước nguy cơ nên có biện pháp gắt gao với đám di dân đang tập trung đông đảo ở biên giới phía nam.Ông cho xây hàng rào ngăn chặn và tuyên bố sẽ trục xuất hết những di dân bất hợp pháp.

Nhưng có làm được không? Đó là một câu hỏi gây nhiều tranh cãi.

Trong khi các doanh nghiệp Hoa Kỳ đang khao khát nguồn nhân lực - cần một lực lượng "lao động phổ thông" ở các nông trại, trại chăn nuôi, các doanh nghiệp chế biến thực phẩm…v…v…Người Mỹ chê công việc nặng nhọc mà lương thấp, không làm hoặc không đủ người làm. Vậy chỉ có di dân lao động mới đáp ứng được nhu cầu và nhờ đó di dân bất hợp pháp mới có chốn dung thân…

Khi nào các doanh nghiệp ở Hoa Kỳ "sập tiệm", các nông trại ngưng gieo trồng, thu hoạch; các trại chăn nuôi đóng cổng… đám di dânvào Hoa Kỳ không có việc làm - đói vêu ra… hay khi Hoa Kỳ biến thành một nước "xã hội chủ nghĩa"- mọi người đều cùng khổ như nhau thì "bố bảo" họ cũng chẳng vào.

Ngược lại, các nông trại, hãng xưởng còn hoạt động, Hoa Kỳ còn phồn thịnh thì dù có "kín cổng cao tường" cũng không ngăn được đám di dân đi tìm nguồn sống. Đó là định luật cung cầu — từ ngàn xưa cho đến bây giờ và mãi ngàn sau — vấn đề di dân sẽ không bao giờ chấm dứt.

Ông Tổng thống kế nhiệm nghe lời bàn chí lý và cũng muốn xóa sạch những di sản của người tiền nhiệm cho bõ ghét, bèn ra lệnh ngưng xây tường rào và thiếu biện pháp ngăn ngừa hữu hiệu những thành phần xấu xâm nhập vào Hoa Kỳ.

Ôi! Dân buôn bán ma túy, buôn người, dân khủng bố và gián điệp quốc tế tập trung ở biên giới phía nam Hoa Kỳ đông như kiến để chuẩn bị "cuộc hành hương vào đất thánh - không phải làm việc vất vả mà được hưởng nhiều phúc lợi."

Lúc này, ông Tổng Thống kế nhiệm "tỉnh ngủ" mới thấy rằng nuôi ăn, nuôi ở cho bọn này mệt quá mà chúng còn "quậy đến bến" - gây ra nhiều tội phạm trong xã hội - một vấn đề bất lợi trong mùa bầu cử, nên ngày 4-10-2024 vừa qua ông ta ra lịnh: Tiếp tục cho xây tưởng ngăn cản bớt đám di dân, mặc dù trong cuộc tranh cử năm năm 2020, ông đã từng tuyên bố: "Sẽ không xây thêm bức tường biên giới nào dưới thời chính quyền của tôi."

Ôi! "Đường về quê ngoại" của dân Mễ xem ra

như tắc nghẽn. Nhưng chớ vội bi quan! Đất nước Hoa Kỳ được hình thành bởi di dân và phồn thịnh cũng nhờ di dân. Điều đó đã trở thành truyền thống và là di sản của nền Cộng hòa Mỹ Quốc.

Những cái "bát nháo" trước mùa bầu cử sẽ lu mờ và đi vào quên lãng. Và rồi đâu sẽ vào đó sau ngày bầu cử: việc nước, việc nhà, việc di dân, việc ổn định xã hội và phát triển kinh tế sẽ tiếp tục làm cho nước Mỹ giàu mạnh - giữ vững vị trí hàng đầu thế giới, nếu đất nước này được lãnh đạo bởi một vị Tổng Thống có chính sách đối ngoại mạnh mẽ, cứng rắn với Trung Cộng, chứ cái gì cũng "cười" như bà Phó Tổng thốngHarris khiến cho ông Tổng thống Nga, Putin khoái chí thì không bao lâu nữa phe Xã Hội Chủ Nghĩa (không Tàu thì Nga) sẽ thống trị thế giới.

Cầu mong "đường về quê ngoại" của anh Mễ, chị Xì sẽ được hanh thông để đón nhận những con người lương thiện, cần cù muốn vào Hoa Kỳ tìm cuộc sống ấm no, hạnh phúc trong trật tự.

Người Mỹ sẽ welcome và dân Việt cũng đón mừng...

(Tháng 9 - 2024)

THẰNG SÂM

Nó tên Sam chứ không phải Sâm - viết đầy đủ là Samuel - phát âm ngắn gọn theo tiếng mẹ đẻ của nó là "xem" - "thằng Xem". Nhưng khi ông Tư "lượm" nó về nuôi, ông gọi nó là "thằng Sâm".

Chuyện đời thằng Sâm tưởng chỉ xảy ra ở những xứ nghèo khó ở châu Phi hay trong những nước có chiến tranh loạn lạc. Nhưng nó lại diễn ra tại một đất nước được coi là văn minh, thịnh vượng nhất trên toàn cầu.Thế mới lạ!

Tôi được nghe kể lại những ngày thơ ấu của thằng Sâm từ ông Tư hay vài người trong khu phố và đôi khi chính tôi chứng kiến, khiến tôi xúc động… Tôi muốn viết lại thành một truyện ngắn. Nhưng khi viết được một đoạn thì mắt tôi nhòa lệ. Tôi không tìm ra những chữ diễn tả được hết tiếng lòng đang rung động.

Thế là, tôi rưng rưng muốn khóc — không viết được nữa.

Ngày tháng trôi qua, thằng Sâm được ông Tư nuôi nấng, cưng chiều, cho đi học như bao đứa trẻ khác. Ông Tư nói với thiên hạ: "Tôi yêu quý nó như sâm, như nhung (1) nên đặt tên cho nó là Sâm."

Chiều nay, trên đường dạo mát, tôi thấy ông Tư đang đứng chờ xe school bus ở góc đường để đón thằng Sâm. Thằng Sâm xuống xe, chân đi cà nhắc. Ông Tư vội đến bên nó, ông cầm cái cặp sách học trò (school bag) trên tay thằng Sâm khoác lên vai mình, rồi cúi xuống… Thằng Sâm leo lên lưng ông, hai tay choàng cổ, trông rất nhịp nhàng. Có lẽ ông Tư đã cõng nó nhiều lần nên nó quen với những động tác gọn gàng như thế.

Tôi đến gần, hỏi ông Tư: "Hôm nào ông cũng cõng nó như thế à?" - "Thỉnh thoảng thôi — hôm nay nó chạy nhảy đá banh bị trật chân nên mới cõng, chứ thường ngày tôi nắm tay nó dẫn về nhà."

Không nghe được thằng Sâm thỏ thẻ điều gì bên tai ông, nhưng ông Tư cười và lộ vẻ hạnh phúc trên khuôn mặt già nua. Tôi cảm thấy có một chút vui lây dấy lên trong lòng - vui với cái tình người trong kiếp nhân sinh…

Vậy là, tối hôm đó, tôi viết được một truyện ngắn "Kể Chuyện Thằng Sâm".

Những cuộc biểu tình vừa qua làm náo động cả thành phố Los Angeles… Ông Tư chỉ ngồi nhà, xem tin tức qua TV. Hôm nay, các cuộc biểu tình không còn rầm rộ. Ông Tư muốn ra phố "xem dân cho biết sự tình". Ông lấy bộ đồ lính rằn ri ra mặc, đội cái mũ beret màu đỏ có gắn phù hiệu nhảy dù. Ông nghĩ như thế, ông sẽ không giống những người di dân gốc Mễ — sẽ không bị cảnh sát hỏi giấy tờ.

Thành phố Los Angeles chiều nay mang một vẻ trầm lắng khác thường. Ở một góc phố, trên đại lộ Broadway, một ông già người da đen, nét mặt trầm buồn, đang cần mẫn quét từng mảnh thủy tinh vỡ vụn và nhặt những chai lọ vung vãi bên lề đường. Xa xa, một nhóm công nhân cặm cụi dọn dẹp các ụ rác, lốp xe bị đốt cháy nằm giữa lòng đường. Những chiếc xe cảnh sát đậu ở ngã tư, chớp đèn liên tục giữa cái không khí nặng nề với mùi khét của khói và hơi lựu đạn cay vẫn còn phảng phất.

Đường phố thưa người. Họ bước đi trong im lặng, rụt rè như thể sợ những bước chân mạnh mẽ sẽ làm cho thành phố náo động trở lại - điều mà nhiều cư dân thành phố Los Angeles không muốn xảy ra.

Thành phố này từng chứng kiến bao lần dậy sóng. Những cuộc biểutình trước đây chỉ có cuồng nộ và đốt phá… Nhưng lần này, ngoài cái bất bình, phản đối chính sách di dân quá khắt khe của chính quyền Tổng thống Trump, còn có những giọt nước mắt rơi xuống khi cảnh bắt bớ diễn ra: Một người đàn ông Mễ bị còng tay, bị dẫn đi trước mặt đứa con gái nhỏ. Đứa bé khóc thét, níu lấy tay áo của cha, nói lời cầu khẩn: Daddy, don't go… Nhưng cảnh sát vẫn đẩy người cha lên xe, đóng cửa lại. Đứa bé đứng nhìn theo, nghẹn ngào không nói thêm lời nào, nước mắt cứ trào ra đầm đìa trên má. Cảnh tượng đó đã làm biết bao giọt nước mắt âm thầm chảy ngược về tim của nhiều khách qua đường có lòng nhân ái.

Từ trước đến nay, ông Tư vẫn nghĩ chuyện Tổng thống Trump cấm hay bắt di dân bất hợp pháp tràn vào nước Mỹ là đúng - quốc gia phải có biên cương, có luật pháp… cũng như nhà ở có rào dậu, gia đình có gia quy.

Nhưng chiều nay, trông thấy những cảnh tượng đau lòng: Nhiều tấm bảng viết vội bằng bút lông trên tấm carton cũ những dòng chữ như tiếng kêu bật ra từ con tim của những người lao động nghèo khổ: *"Justice for All Immigrants." "We are not criminals!"* Rồi trông thấy một người mẹ trẻ ôm đứa con thơ đứng bên vệ đường, giương tấm bảng: *"Let my child dream."*

Lòng trắc ẩn trồi lên trước những cảnh tượng thê lương ấy…

Thằng Sam là đứa trẻ đến đúng lúc, khi lòng trắc ẩn đang trổi dậy trong lòng ông Tư . Ông đón nhận nó như để cứu vớt một mảnh đời bất hạnh trước cảnh phân ly…

Ông Tư lang thang trên phố Los Angeles suốt buổi chiều, cho đến lúc mặt trời đã khuất sau dãy Santa Monica, ánh lên màu tím sẫm. Rồi hoàng hôn buông xuống, phố đã lên đèn nhưng vắng khách vãng lai. Thành phố không còn cảnh nhộn nhịp như ngày nào mà lặng lẽ, dìu hiu… và hình như đâu đây vẫn còn vọng lại tiếng khóc nghẹn ngào trước cảnh phân ly.

Ông Tư rảo bước đến chỗ đậu xe để lấy xe về nhà - lòng buồn rười rượi... Bỗng trước mặt ông, nơi ngã rẽ vào khu phố Tàu (Chinatown), có hai đứa nhỏ đang bới thùng rác. Ông bước đến gần — thằng lớn bỏ chạy, nhưng thằng nhỏ, khoảng sáu bảy tuổi, đứng lại nhìn ông, không có vẻ gì sợ hãi. Nó đang cầm trên tay nửa vòng cái bánh donut. Nó nói lắp bắp những gì ông không hiểu.

Nhưng trời ơi! Thằng bé dễ thương làm sao... Tự nhiên ông Tư cúi xuống ôm nó vào lòng, nghẹn ngào: "Con ơi! Sao mà tội nghiệp thế này hở, con?

Thằng bé nghe ông nói, nó cũng chẳng hiểu gì, nhưng trông ông rưng rưng nước mắt, tự nhiên nó ôm lấy chân ông, nói tiếng Anh ngọng nghịu giọng Spanish:

- Con không biết cha mẹ con đi đâu, mấy ngày nay không trở về nhà nữa.

Ông Tư hiểu lý do, nhưng chưa giải thích cho nó hiểu hết nguồn cơn, ông xoa đầu nó như để an ủi... rồi ông hỏi:

- Tên con là gì?

- Sam. Nó trả lời

- Con mấy tuổi?

- Bảy tuổi.

Ông Tư nói với nó những lời thật dịu dàng:

- Bây giờ con về nhà ông, ở với ông, rồi ngày mai ông sẽ đưa con đi tìm cha mẹ của con. Con chịu không?

Thằng bé gật đầu. Thằng anh đứng cách đó khoảng mười lăm mét, có lẽ nghe được câu chuyện, nó vẫy tay và gào lên:

- Sam! Đi… (let's go!)

Thằng Sam nắm tay ông Tư kéo đi về hướng thằng anh. Ông Tư đi theo. Nhưng thằng anh cứ giữ khoảng cách, không để thằng Sam và ông Tư đến gần. Thằng Sam kéo tay ông Tư chạy đến gần thì thằng anh cũng chạy để giữ khoảng cách. Cứ thế chạy một khoảng đường dài… Thằng Sam kêu lên:

- José! Trở lại đây! Không sao đâu…

Nhưng thằng anh José cứ chạy, rồi nó quẹo vào một ngã ba đi vào khu chợ Tàu.

Khi thằng Sam và ông Tư đến ngã ba, thì thằng José đã mất hút vào trong khu chợ tối om — các cửa hàng đã đóng cửa.

Thằng Sam khóc! Nó cất tiếng gọi nghẹn ngào:

- José! José! José ơi!

Ông Tư xúc động, cúi xuống ôm nó vào lòng an ủi:

"Con ơi! Ta ở đây đợi José một lúc, đừng khóc nữa..."

Thằng Sam gật đầu, ngưng khóc. Nó có vẻ mệt lả. Nó nhìn nửa khoanh donut trên tay như thể muốn ăn, nhưng lại cho vào túi áo.

Ông Tư hiểu ý, ông bảo:

- Con để dành nửa cái bánh đó cho José, bây giờ ông cháu mình vào tiệm McDonald's ăn tối, rồi trở ra tìm José nhé.

Mắt thằng Sam sáng lên. Nó gật đầu. Ôi! Được vào tiệm McDonald's!Nó tự hỏi: "Sao mà sang thế?". Nó nhớ lại, trước đây mỗi tháng một lần cha nó đưa cả gia đình đi ăn McDonald's là cả một trời hạnh phúc! Bây giờ, một ông già xa lạ lại cho đi ăn McDonald's. Nó vui ra mặt.

Trông vẻ mặt hớn hở của thằng Sam khi vào tiệm McDonald's,ông Tư thấy thương cho những đứa con nhà nghèo - được vào McDonald's coi như sang cả… Ông Tư hỏi nó muốn ăn thứ gì. Nó trả lời: "Hamburger."

Ông Tư order hai cái hamburger. Ông cháu ra bàn ngồi ăn. Thằng Sam chỉ ăn nửa cái, còn nửa cái gói lại cho vào túi. Ông Tư hiểu ý nó, nhưng hỏi thử:

- Con ăn nửa cái bánh đã no rồi à?

- Chưa no, nhưng để dành cho José.

Tự nhiên ông Tư ứa nước mắt, cầm tay nó, nói trong xúc động:

- Con ăn đi… Ông sẽ mua cái khác cho José.

Ra khỏi tiệm McDonald's, thằng Sam nắm tay ông Tư đi về hướng chợ Tàu. Đến ngã ba khi nãy, ông cháu dừng lại. Chờ! Nhưng từ ngã ba nhìn vào con đường hun hút dưới ánh đèn lung linh, còn trong khu chợ tối om, tĩnh lặng…

Ông Tư đã từng nghe nói khu phố Tàu có nhiều tội phạm. Ông cảm thấy rờn rợn… Ông nói với thằng Sam:

- Khu phố này có nhiều du đãng lắm. Ở đây lâu không tốt đâu, con ạ. Bây giờ về nhà ông. Ngày mai ta sẽ ra tìm José.

Thằng Sam lưỡng lự. Ông Tư phải ra dấu cho nó hiểu ở đây lâu sẽ nguy hiểm. Nó hiểu… Rồi nó gật đầu. Nhưng nó nắm tay ông Tư đi về hướng có tiệm 7-Eleven gần đó, còn mở cửa.

Ông Tư chưa hiểu ý định của thằng Sam, nhưng ông cứ đi theo để xem nó muốn điều gì.

Trên đường đến tiệm 7-Eleven, ông Tư suy nghĩ mông lung về luật "trách nhiệm dân sự": Đưa nó về nhà, có thể ông bị quy tội "bắt cóc" trẻ con. Đưa nó đến nhà thờ, hay Hội Từ Thiện, hoặc đưa vào đồn cảnh sát là điều ông không muốn. Linh tính báo cho ông biết: Chúa đã giao cho ông trách nhiệm phải chăm sóc đứa trẻ bất hạnh này. Và ông cảm thấy giữa ông và thằng Sam như có cái cơ duyên tiền định - không thể tách rời, dù cho trong một xã hội thượng tôn pháp luật và lắm luật lệ khiến nhiều người ngại ngần trước tình huống bi thảm. Nhưng bây giờ, đối với thằng Sam, ông không e ngại — ông quyết tâm không giao nó cho ai nuôi dưỡng, trừ cha mẹ của nó.

Đến tiệm 7-Eleven, thằng Sam vừa bước vào, một người phụ nữ trạc tuổi bốn mươi là nhân viên của tiệm chạy đến ôm thằng Sam, mừng rỡ, hỏi vội, quên cả việc chào ông Tư.

- Mấy hôm nay con đi đâu? Còn thằng José đâu? Dì mong quá trời à!

- Con đi lang thang tìm cha mẹ. Anh José chạy vào chợ Tàu, rồi biến mất, chờ mãi không thấy ra. Thằng Sam trả lời.

- Trời ơi! Nó chạy vào đó làm gì? Cái chỗ hay bắt cóc trẻ con.

Ông Tư trông thấy sự lo lắng và quan tâm đặc biệt của người phụ nữ này đối với anh em thằng Sam - ông sợ bà ta sẽ giữ thằng Sam ở lại với bà, nên ông kể hết mọi chuyện từ khi gặp anh em thằng Sam và nói phủ đầu để "xí chỗ":

- Chúa đã khiến tôi gặp anh em thằng Sam, như vậy tôi có trách nhiệm bảo bọc nó cho đến khi nào tìm gặp được cha mẹ của nó. Cô làm chứng cho tôi là người bảo dưỡng nó trong hoàn cảnh thương tâm này để tránh trường hợp người ta đem cái luật "trách nhiệm dân sự" kết tội tôi "bắt cóc" trẻ con.

Người phụ nữ lưỡng lự…Nhưng nhìn tư cách và nét mặt hiền từ với lời nói chân tình của ông Tư, bà ta tâm sự:

- Tôi là bạn thân của mẹ thằng Sam. Tôi sang Mỹ lâu rồi, đã có quốc tịch Mỹ. Cha mẹ thằng Sam mới trốn qua đây, chưa có giấy tờ nên mới bị bắt cách đây mấy ngày. Cha nó làm cho tiệm sửa xe, mẹ nó làm ở nhà hàng - cuộc sống tạm ổn, hai anh em thằng Sam cũng được đi học đàng hoàng. Nhưng bây giờ xảy ra cớ sự. Hai thằng nhỏ bơ vơ. Thấy thật đau lòng - chưa biết tính thế nào cho ổn… Tôi có ba đứa con. Tôi làm lương vừa đủ sống, khó lòng cưu mang chúng nó. Ôi! Cái cảnh nghèo khó! Biết làm sao cho chúng nó khỏi cảnh bơ vơ?

Thấy người phụ nữ có vẻ suy tư lo lắng, ông Tư móc ví đưa tấm danh thiếp (business card) cho bà ta, nói:

- Cần gì, bà cứ liên lạc với tôi qua số điện thoại trên business card.

Người phụ nữ xem tấm danh thiếp, mắt sáng lên với vẻ vui mừng, nắm tay ông Tư:

- Ồ! Tôi biết văn phòng địa ốc của ông - cách đây có bao xa đâu. Vậy là thằng Sam tốt phước. Thôi, xin ông rủ lòng thương xót cưu mang nó. Tôi sẽ làm chứng.

Rồi bà ta lấy bút ghi số điện thoại của bà trên tờ giấy nhỏ trao cho ông Tư:

- Đây là số điện thoại của tôi. Tên tôi là Maria.

Cần điều gì xin ông cứ gọi, tôi sẽ đến ngay văn phòng của ông.

Rồi bà ta nói với ông Tư với vẻ lo lắng:

- Thằng José đi vào khu chợ đó, có thể bị an ninh khu chợ bắt giữ, cũng có thể bị bọn côn đồ bắt cóc.

Bà ta rươm rướm nước mắt, ôm thằng Sam,nói nhỏ:

- Con theo ông về nhà, ở với ông. Bây giờ cha mẹ con bị người ta bắt đi rồi - khi nào biết tin, dì sẽ cho con biết. Ở với ông thật ngoan, nghe con.

Thằng Sam gật đầu!

Người phụ nữ đứng dậy, nắm tay ông Tư:

- Ông ơi! Thằng Sam may mắn, nhưng chưa biết số phận của thằng José thế nào. Ngày mai tôi sẽ ra chợ Tàu dò la tin tức. Có lẽ khi nãy nó thấy ông mặc đồ lính — nó sợ! Thằng này rất sợ lính và cảnh sát.

Bà ta tiếp tục với giọng nghẹn ngào:

- Ngày mai ông có thể đưa thằng Sam vào trường, hỏi cô giáo của nó cách thức bảo trợ, nuôi nấng nó thế nào cho đúng luật. Cô giáo rất thương nó và cũng là dân Xì nhập cư.

- Được rồi! Bà yên tâm - tôi sẽ lo cho nó. Tôi sẽ cho bà biết mọi tin tức.

Ra khỏi tiệm 7-Eleven, thằng Sam nắm tay ông Tư đi về khu chung cư gần đó. Trước đây anh em nó ở cùng cha mẹ trong căn apartment tầng ba. Nhưng mấy hôm nay cha mẹ nó bị bắt. Người quản lý cho thay ổ khóa. Từ hôm đó hai đứa nhỏ coi như vô gia cư - ban ngày lang thang bới thùng rác kiếm ăn, đêm đến quá mười giờ tối - vắng người - hai anh em nó mới lén vào phòng giặt (laundry room) ở tầng trệt ngủ qua đêm. Trời chưa sáng tỏ, anh em nó rời phòng giặt, lánh mặt mọi người. Bây giờ thằng Sam dẫn ông Tư vào đó thử xem thằng José về chưa. Nhưng không thấy bóng dáng thằng José. Thằng Sam rưng rưng đi vào góc tối, nơi có hai túi xách học trò (school bags) đã sờn quai, dấu sau mấy cái máy giặt. Nó lấy một cái đeo vào vai, rồi lấy cái hamburger ông Tư mua cho lúc nãy và nửa khoanh bánh donut cho vào cái school bag kia và dấu vào chỗ cũ.

Nhìn cảnh ấy ông Tư rơi nước mắt, cúi xuống nắm tay nó, nghẹn ngào nói:

- Con ơi! Bây giờ khuya rồi, chắc José không trở về đây đêm nay. Vậy ta về nhà thôi, con ạ.

Thằng Sam đứng dậy nắm tay ông Tư ra khỏi phòng giặt.

Lúc này đã quá mười một giờ. Cả nhà vẫn thức đợi ông Tư với vẻ lo lắng. Khi ông Tư mở cửa bước vào với đứa bé. Cả nhà mừng rỡ nhưng ngạc nhiên khi trông thấy ông nắm tay thằng bé dẫn vào rất âu yếm.

Ông Tư kể hết mọi điều đã xảy ra. Con gái ông đến ôm thằng Sam vào lòng, rưng rưng khẽ nói: "Khốn khổ đời con! Mẹ sẽ nuôi con..." Tiếng mẹ mà con gái ông tự nhiên thốt lên làm ông Tư cảm thấy mát dạ. Hai đứa cháu ngoại của ông Tư - thằng Hùng, con Oanh - đứng cạnh mẹ, nhìn thằng Sam với ánh mắt trìu mến.

Từ đó, thằng Sam được xem như đứa con út trong gia đình. Thằng Hùng, con Oanh có thứ gì thì thằng Sam có thứ ấy. Thằng Hùng mười tuổi, con Oanh tám tuổi, thằng Sam bảy tuổi, ba đứa coi như cùng trang lứa, nên có những trò chơi thích hợp với nhau. Đi học về, chúng nó chơi bóng đá, cầu lông hay ra hồ bơi lội - thoải mái, hồn nhiên...

Tưởng rằng như thế thằng Sam sẽ vui và sẽ quên thằng anh José. Nhưng không! Đôi khi ông Tư thấy nó ngồi một mình trên ghế đá trong góc khuất sau vườn nhìn xa xăm với ánh mắt buồn rười rượi. Ông Tư xúc động đoán biết nó đang nhớ về quá khứ và nhớ thằng José.

Ông Tư hồi tưởng - ông cũng có những buổi chiều buồn rười rượi… ngồi trên ghế đá trong Thảo Cầm Viên Sài Gòn nhớ về người anh hiền như đất - anh Thuấn - lúc nào cũng chiều chuộng và nhường nhịn em. Nhớ lại những buổi chiều anh Thuấn cõng đi chơi quanh Hồ Hoàn Kiếm hay anh em vào Vườn Bách Thú xem khỉ làm trò.

Rồi một buổi chiều thu se lạnh năm 1954, anh em thất lạc nhau trên đường trốn thoát từ Hà Nội ra Hải Phòng để di cư vào Nam.

Bây giờ thấy thằng Sâm ngồi một mình với ánh mắt thật buồn trông ra phố. Ông biết nó đang mong được gặp thằng José như ông mong được gặp lại người anh hiền như đất của ông.

Từ đó, ông dành cho thằng Sâm một tình thương đặc biệt mà hai đứa cháu ngoại của ông không có. Ông mở một trương mục ở ngân hàng đứng tên thằng Sâm. Ông bỏ tiền vào đó và để lại tờ di chúc cho con gái: "Số tiền này để cho thằng Sâm ăn học khi lên đại học." Ông lo xa - nhỡ một mai ông qua đời, chưa chắc con gái ông đủ tiền cho thằng Sâm ăn học.

Thời gian trôi qua, thằng Sâm được nuôi nấng, cùng đi học, cùng vui chơi với thằng Hùng, con Oanh. Nhưng trong lòng nó vẫn canh cánh nhớ về thằng anh José…Bao lần ông Tư đi tìm thằng José đem về cho nó, nhưng hoàn toàn thất vọng.

Hôm nay, ngày Lễ Tạ Ơn - Thanksgiving, cả nhà quây quần bên bàn ăn, thưởng thức món gà tây đút lò với khoai tây nghiền. Thằng Sâm ngồi cạnh ông Tư, nó thỏ thẻ: "Con nhớ José. Không biết giờ này José ở đâu và có được ăn gà tây nướng như thế này không?"

Ông Tư nghe như nghẹn ngang cổ. Cả nhà xúc động, rưng rưng… nhìn thằng Sâm như muốn khóc.

Ông Tư để chiếc nĩa xuống bàn, đặt tay lên vai nó, an ủi:

-"Con ơi! Chính trị đặt ra biên cương, nhưng tình yêu thươngmà Chúa ban cho loài người thì không có biên giới. Rồi đây, Chúa sẽ soi sáng lòng người để đưa José và cha mẹ về lại với con."

Thằng Sâm không hiểu hết ý nghĩa sâu xa câu nói của ông Tư, nhưng nó cảm nhận được những lời cuối cùng: "Chúa sẽ soi sáng lòng người để đưa

José và cha mẹ về với nó."

Nó hy vọng! Rồi từ hôm ấy, những lần đi lễ nhà thờ với ông Tư, nó ngồi lại rất lâu chờ khi trong nhà thờ không còn ai. Nó quỳ dưới chân tượng Chúa. Nó cầu nguyện…

(Tháng 12-2025)

(1) sâm, nhung là tên hai vị thuốc bổ mắc tiền.

SỐ Ở NHÀ "CÔNG THỰ"

Hai Búng vào nhà dưỡng lão hơn bốn tháng nay, thường xuyên gọi điện thoại cho tôi - cà kê đủ thứ chuyện ở viện dưỡng lão và bao giờ cũng kết thúc bằng một câu rất thuyết phục: " Mầy lên xem cơ ngơi mới của tao – Thiên đàng nếu có, cũng đến thế là cùng." Tôi nghe mê tơi, cũng muốn xin vào viện dưỡng lão ...

Với Hai Búng thì có nhiều chuyện để nói. Tên trên giấy tờ là Phạm Bình Nhâm, nhưng từ khi vào quân đội, ban bè cùng khóa đặt cho hắn cái tên mới là Búng - Hai Búng. Sở dĩ hắn mang cái biệt danh (nickname) này vì nhà hắn gần chợ Búng, mà khi nhắc đến chợ Búng, hắn say sưa nói miết - quên thôi! Hắn tả cảnh, tả tình về quê hương của hắn với những vườn cây ăn trái ở Lái Thiêu, An Sơn, Bình Nhâm (nơi sinh quán của hắn) hấp dẫn đến mức mà người nghe thấy mát rượi với những cây chôm chôm, măng cụt, sầu riêng... ngát hương vườn lài, thơm phức mùi sầu riêng và ngọt lịm mùi lò đường, ruộng mía ven sông …Và bao giờ kết thúc câu chuyện cũng là lời mời rất chân tình: "Khi nào đi qua Chợ Búng, nhớ ghé nhà tao, tao sẽ đưa tụi mày đi ăn bánh bèo bì Mỹ Liên, hay Ngọc Hương - hai tiệm bánh bèo bì nổi tiếng không những ở chợ Búng mà khắp nước đấy. Rồi về nhà tao, mẹ tao sẽ đãi một bữa cháo vịt – thịt vịt bầu mà chấm nước mắm gừng do mẹ tao pha chế thì hết sảy! Tụi mày sẽ nhớ đời …"

Hắn căn dặn thêm: "Đến Búng, hỏi tên tao thì ít người biết mà hỏi "Cậu Hai Phạm" thì ai cũng biết. Muốn tìm đến nhà thì hỏi "nhà ông Thầy Năm Tử Vi" thì sẽ ra ngay."

Có lần tôi hỏi hắn: - Tại sao mày lớn lên ở đây mà ít người biết tên thật Phạm Bình Nhâm, chắc mày muốn giấu tên để người ta gọi "Cậu Hai Phạm" cho oai?

Hắn giải thích: - Không phải vậy mà do phong tục miền Nam - người ta thường xem cá tính, hình dạng, rồi lấy thứ bậc trong gia đình ghép vào thành tên gọi như: Hai Lúa, Ba Cao …một cách gọi cho gần gũi thân thương. Còn tao, vì hay ăn nói bổ bả, đôi khi làm thơ, đặt vè tố cáo, châm biếm mấy thằng bê bối, ức hiếp dân lành, nên chúng ghét, tìm cách vu cáo: phạm lỗi này, tội kia … Nhưng chúng chẳng làm gì được tao, chỉ gọi "thằng Hai Phạm"- tức là hay phạm lỗi cho bỏ ghét - riết rồi dân trong làng nghe quen tai, họ gọi tao "cậu Hai Phạm".

Hôm tôi đến thăm Hai Búng – xem căn phòng rộng khoảng mười mấy mét vuông, kê một chiếc giường đơn và một cái tủ nhỏ đã thấy chật - "cơ ngơi" ấy làm sao so sánh được với ngôi nhà ngói cổ ba gian, hai chái, rộng thênh thang, lúc nào cũng mát rượi … nằm giữa một vườn cây ăn trái hơn năm mẫu của cha ông bao đời vun đắp ở gần chợ Búng mà Hai Búng sẽ là người thừa kế. Vậy mà bây giờ Hai Búng kêu tôi tới xem cái "cơ ngơi" này với lời ca tụng: "Thiên đàng nếu có, cũng đến thế là cùng." Có lẽ Hai Búng đã "ngộ" được lẽ sống ở đời rồi chăng?

Nhớ lần đầu tiên Hai Búng đưa tôi về nhà ở chơi mấy ngày trong dịp nghỉ phép sau khi diễn hành ngày Quân Lực 19-6 năm 1967 ở Saigon. Khi trở lại Đà Lạt học năm chót, vùng đất trù phú này với những vườn cây trái êm đềm và sự nhân hậu, chân tình của cha mẹ Hai Búng, biểu lộ đức tính hiền hòa, mộc mạc của người miền Nam, đã làm tôi lưu luyến. Vì vậy, khi ra trường, tôi chọn Sư Đoàn 5 BB, vùng hoạt động gồm ba tỉnh Bình Dương, Bình Long, Phước Long (danh từ quân sự gọi: Khu 32 Chiến thuật) - Bộ Tư Lệnh đóng ở Lai Khê, chỉ cách Búng hơn 15 cây số. Còn Hai Búng chọn Biệt Động Quân – rày đây mai đó, rất ít khi được về thăm nhà.

Khi đơn vị nghỉ dưỡng quân hay được nghỉ phép vài ba ngày, tôi thường ghé thăm ông bà thân sinh của Hai Búng. Ông bà rất mừng … Sự hiện diện của tôi, mẹ Hai Búng, hình dung ra bóng dáng đứa con trai yêu dấu - thằng Nhâm. Còn tôi, qua hình dáng của bà, gợi cho tôi nhớ về người mẹ thân yêu ở tận ngoài Trung - xa lắc. Sự tương giao đó đã tạo nên mối thâm tình và tôi được xem như một thành viên trong gia đình Hai Búng.

Mỗi lần Hai Búng về phép, tôi cũng xin nghỉ phép vài ngày về chơi với Hai Búng, nếu đơn vị không bận hành quân. Gặp nhau, hai đứa tán đủ thứ chuyện: ngoài chuyện gian nguy ở chiến trường, chuyện tình yêu, chúng tôi hay nói đến sự phi lý của một cuộc chiến tranh không cần thiết, về nỗi buồn và bất hạnh trong chiến tranh. Đôi khi hai đứa ngồi im lặng hằng giờ, nhâm nhi ly rượu nếp than (do mẹ Hai Búng nấu) nơi chiếc bàn đá sau vườn; nhìn những đàn chim bay về tổ, ríu rít tiếng kêu gọi đàn khi nắng chiều sắp tắt mà mơ về một ngày thanh bình - một ngày giã từ vũ khí!

Có lần tôi nói với Hai Búng: - Một mai hết chiến tranh, mầy về đây vui hưởng thú điền viên như Cụ Nguyễn Công Trứ ngày xưa: "Thảnh thơi thơ túi rượu bầu" và sẽ sống: " Ngoài vòng cương tỏa chân cao thấp / Trong thú yên hà mặc tỉnh say."

Hai Búng thẩn thờ:

- Số tao không được như vậy. Ông già tao xem số tử vi, bảo rằng: "Cung Điền Trạch của tao có chính tinh miếu vượng mà gặp tuần triệt nên khó được thừa kế tài sản của tổ tiên, nhưng lại có các sao Thiên Khôi, Thiên Việt, Hóa Lộc, Hóa Quyền chiếu mạng nên sẽ sống ở khu vực có nhiều cơ quan, nhiều bạn bè, người phú quý lui tới ..." Vậy là chỉ ở trong "công thự"chớ gì?

- Công thự là nơi ăn ở, làm việc của mấy quan to, cấp cho những người có danh phận, làm gì đến phiên mày?

Hai Búng giải thích:

- Sang thì công thự mà hèn thì chung cư, trại gia binh, nghĩa là lá số cho thấy: tao sẽ không có nhà riêng.

Tôi không hiểu nhiều về khoa tử vi và cũng không mấy tin vào lá số, nhưng khi nghe Hai Búng nói vậy, tôi không có ý kiến, vì ông già Hai Búng giỏi về khoa tử vi và rất nổi tiếng – trong nhà lúc nào cũng đông khách đến nhờ xem tử vi, đa số là người Sài Gòn. Bởi vậy tôi chỉ ậm ừ cho qua chuyện:

- Chờ xem!

Ngày tháng trôi qua, cuộc chiến mỗi ngày thêm ác liệt, chúng tôi ít có dịp gặp nhau. Khi cuộc chiến sắp tàn, tôi được tin Hai Búng bị thương nặng trong trận đánh ở Xuân Lộc, đang điều trị ở Tổng y viện Cộng hòa, nhưng không thể rời đơn vị để về thăm.

Sau đó, bao nhiêu biến cố dồn dập, tôi không liên lạc được với Hai Búng trong một thời gian dài. Rồi một hôm vào khoảng tháng Giêng năm 1979, hai đứa gặp nhau ở một nơi cách xa chợ Búng cả ngàn cây số - Trại tù K5, Tân Lập, Vĩnh Phú, trên vùng Trung du Việt Bắc.

Tôi nhớ mãi lần gặp gỡ buổi trưa hôm ấy: mừng

mừng… tủi tủi… Hai Búng đặt bàn tay gầy guộc lên bờ vai xương xẩu của tôi, run run khẽ nói: - Mầy vẫn còn sống?

Lẽ ra tôi phải nói những lời ân cần, hỏi han sức khỏe tôi lại buông một câu lãng xẹt: "Trại mày ở đẹp à nghen: tường gạch, mái ngói, giống như …

Tôi chưa nói hết câu, Hai Búng cười ngấc ngưởng, ngắt lời:

- Giống như "công thự"? Số tao ở nhà "công thự" mà mày.

Tôi định chen vào để chữa lời nói lãng xẹt vừa rồi: "Tường cao, cửa sắt kiên cố thế kia thì đám tù hết phương trốn thoát, chứ đẹp cái nỗi gì?" Nhưng Hai búng cứ nói miết:

- Có cổng tam quan, có thằng đứng gác ngày đêm cho mình ngủ (Hai Búng hạ giọng nhìn quanh, sợ bọn ăn-ten nghe lén) - chỉ khác thời trước là mình ra, vào cổng hắn không bắt súng chào.

Hai Búng cười khùng khục, rồi tiếp:

- Nhưng "công thự" này không đồ sộ bằng cái "công thự" đầu tiên tao được ở.

- Ở đâu? Tôi hỏi.

- Khám Chí Hòa. Hai Búng trả lời.

Tôi thắc mắc hỏi tiếp:

- Làm sao mày lại vô khám Chí Hòa?

Hai búng vừa nói vừa kéo tôi vào chỗ bóng mát dưới gốc cây bàng:

- Chuyện dài như tiểu thuyết. Trận Xuân Lộc bắt đầu ngày 9-4-1975, Liên đoàn 7 BĐQ của tao phối hợp với Trung đoàn 48 của SĐ18 BB phòng thủ từ núi Chứa Chan, Giá Rai đến Xuân Lộc. Bốn ngày sau, ngày 13-4-1975, tao bị thương khá nặng, được trực thăng bốc về Tổng y viện Cộng hòa. Đang nằm điều trị trong bệnh viện, nghe bản tin buổi sáng ngày 30-4 trên radio: Dương Văn Minh ra lệnh Quân đội VNCH buông súng – chờ bàn giao – Tao khóc!

- Tao không thể nào quên được nỗi thê thảm của những thương binh VNCH bị đuổi ra khỏi nơi điều trị ở Tổng y viện Cộng Hòa vào ngày 1-5 – trong đó có tao. Đau thương, uất hận lắng vào tiềm thức, có lúc trổi dậy, khiến thơ, vè trong tao trào ra. Thế là chúng gán cho cái tội "biệt kích văn nghệ", tống tao vào khám Chí Hòa.

- Hơn 5 tháng nằm trong cái "công thự" này, chúng điều tra tới, điều tra lui, nhưng thơ, vè của tao chỉ truyền khẩu, không có bằng chứng cụ thể. Một hôm chúng đưa tao lên văn phòng gặp Vũ Hạnh, chắc là để tên này nhận diện. Tao biết hắn, nhưng hắn đâu biết tao là ai. Hắn hỏi mấy câu: "Bút hiệu của anh là gì? – Anh đã có bao nhiêu tác phẩm đã xuất bản?" Tao trả lời: "Tôi làm gì có bút hiệu, có tác phẩm – anh hỏi thế là cho tôi lên mây rồi." Chúng thấy tao chẳng có tên tuổi gì trong giới nhà văn, nhà báo mà chỉ là thằng "phất phơ miệt vườn", nên chúng chuyển tao vào trại Suối Máu (Biên Hòa). Tháng 7 năm 1977 chúng tống tao xuống tàu đưa ra đây.

- Thôi chuyện còn dài, sắp tới giờ lao động rồi, mầy ở đây chờ tao, tao có chút quà cho mầy, tao mới được thăm nuôi.

- Ông bà cụ ra đây thăm mày?

- Không – "người ơn" – Ông bà già yếu lắm rồi.

-"Người ơn" hay người yêu?

- Chuyện dài như tiểu thuyết. Có dịp tao sẽ kể cho nghe.

Cuối năm 1981, Hai Búng và tôi được thả cùng ngày từ trại tù Tân Lập – Vĩnh Phú. Trên chuyến tàu xuôi Nam, Hai Búng kể tôi nghe về "người ơn" của hắn. Hắn thẩn thờ nhìn qua khung cửa toa tàu, và với một giọng trầm buồn, hắn bắt đầu câu chuyện:

-"Khi nghe loa phóng thanh phát ra, cứ khoảng nửa giờ một lần: "Tất cả thương bệnh binh phải rời khỏi nơi đây trong ngày hôm nay"(ngày 1-5-1975). Lúc bấy giờ người cụt tay dìu kẻ què chân, khập khiễng với đôi nạng gỗ, xiêu vẹo từng bước đi về hướng cổng bệnh viện, nước mắt lưng tròng... Còn những người cụt cả hai chân hay hai chân bó bột ngay đơ không thể lê bước như tao thì anh em đỡ ra khỏi giường, đặt xuống sàn nhà và nói vài câu an ủi: "Ráng lết ra ngoài rồi sẽ có người giúp đỡ, tụi tôi không biết làm sao hơn được"- Họ tiếp tục ra đi...

" Những anh em cụt cả hai chân, họ chống hai bàn tay xuống đất lấy thế nhất người lết tới, mỗi lần cũng được vài ba gang tay; máu mủ, cát bụi bầy nhầy dính trên bông băng tơi tả - không có ngôn từ nào diễn tả hết nỗi thương đau. Còn tao, hai chân bó bột, không đứng lên được, cũng bắt chước làm theo thao tác ấy để ra khỏi khu nhà hồi sức.

"Con người khi đứng trước lằn ranh sinh tử, bản năng sinh tồn được vực dậy và khi sự khổ đau đến tột cùng, con người hướng về ân sủng thiêng liêng

– Tao cầu xin Đức Mẹ Maria và tiếp tục lết ra cổng. Bỗng từ xa có tiếng gọi, rồi một người con gái chạy đến ôm tao. Nàng khóc nức nở: "Làm sao ra nông nỗi thế này hở anh?' Lúc đó, sự sống hình như được điều khiển bởi bản năng. Tao không còn nhớ rõ làm sao nàng đưa tao vào chiếc taxi đậu trước cổng bệnh viện. Nàng đỡ tao ngồi bênh cạnh, khẽ nói: - 'Em đưa anh về nhà em, rồi sẽ tính sau.' Tao bừng tỉnh nói với nàng: "Nhà tôi ở gần chợ Búng, nếu có thể được, cô cho về đó với mẹ tôi.' Nàng quay qua hỏi người tài xế taxi, anh ta đồng ý. Khi xe lăn bánh, tao nhìn lại phía sau cánh cổng bệnh viện khép hờ, còn nhiều thương binh đang bò lết ra cửa – tao bật khóc...và hỏi bâng quơ: 'đêm nay họ về đâu, rồi ngày mai họ sẽ ra sao?' Nàng cũng khóc và vỗ về: 'Biết làm sao bây giờ - cầu xin Chúa đoái thương…' Đêm hôm ấy nàng ở lại với tao, sáng hôm sau nàng về và hẹn sẽ lên thăm. Cha mẹ tao đưa nàng ra chợ Búng, đón xe cho nàng về Sài Gòn.

"Nàng là ai? - Chắc mày đang nóng lòng muốn biết? Hắn hỏi, nhưng không đợi tôi trả lời, tiếp tục kể: - Nàng là y tá chăm sóc khoảng 20 thương binh ở dãy nhà A, nơi tao đang nằm điều trị. Nàng không có nét đẹp kiêu sa để người ta chiêm ngưỡng mà nàng có 'đôi mắt biết nói', trên môi như luôn sẵn nụ cười duyên dáng và đặc biệt cái giọng 'bắc kỳ hà nội' êm như ru ...Mỗi lần nàng đến chăm sóc vết thương, như mang theo một luồng gió mát cho các thương binh - một chút gì đó mơ hồ như người chị, người em, người tình đang an ủi, vỗ về nỗi đau mất mát ...Với tao: nàng là một bà tiên.

"Từ hôm đưa tao về nhà, sau đó mỗi tuần hai ngày, nàng lên chăm sóc vết thương cho tao, nhờ vậy, chỉ mấy tháng sau đôi chân tao lành lặn, đi đứng được. Nhưng rồi tao bị bắt — một lần nữa lại làm khổ thân nàng. Nàng dò hỏi khắp nơi, cuối cùng biết tao bị giam trong khám Chí Hòa, nàng đưa ba tao vào thăm. Ba tao là người rất có nghị lực, đứng trước những nghịch cảnh, ông vẫn giữ thái độ bình thản, nhưng hôm ấy đôi mắt ông thật buồn như báo trước một điềm chẳng lành. Tao cố làm ra vẻ chuyện bị giam ở đây không có gì quan trọng cho ba tao đỡ lo, tao bông đùa: 'số con được ở trong công thự mà ba - cái công thự này to hết biết.' Ba tao không cười mà chỉ nói: 'Lá số tử vi chấm đúng thì lời bàn ít khi sai.' Không ngờ buổi thăm nuôi hôm đó là lần gặp gỡ cuối cùng - Từ đây, tao không bao giờ còn được nghe tiếng nói của ba tao. Ông đã chết ở trại tập trung Bù Gia Mập.

Nói đến đây, hắn mếu máo, nghẹn lời, những giọt nước mắt lăn dài trên má. Một lát sau hắn tiếp: "Lần thăm nuôi mới đây, nàng đưa lá thư của mẹ tao viết ngắn gọn mấy câu: Nhâm à – Ba con đã mất gần hai năm nay rồi. Lúc trước mẹ sợ con buồn, hại đến sức khỏe, không cho con biết. Nhưng không thể dấu mãi được, nay thì mẹ cũng ngui ngoai và nhờ Trời thương đã cho mẹ thêm một đứa con gái, chăm sóc mẹ rất chu đáo và an ủi mẹ trong lúc cô đơn. Con an tâm học tập tốt để sớm về với mẹ."

"Lợi dụng lúc tên quản giáo cho phép nàng ra bếp nấu đồ ăn, nàng kể chuyện bị bắt và cái chết của ba tao: - Khoảng năm 1978, trong nhà luôn luôn có người đến nhờ ba tao xem số tử vi có đi vượt biên được không. Chính quyền kết tội ba tao lợi dụng sự mê tín dị đoan để xúi dục người ta vượt biên. Họ bắt ba tao đưa vào trại tập trung Bù Gia Mập. Ở đây, mỗi tháng một lần, nàng dẫn mẹ tao vào thăm nuôi. Ba tao không phải chết vì đói hay suy dinh dưỡng mà bị rắn độc cắn, trong lúc vào rừng chặt nứa. Nàng nói: Khi hay tin ba mất, mẹ ngất xỉu và mê man mấy ngày liền, khi tỉnh lại, mẹ sống như người mất hồn. Em đã lên ở với mẹ, chăm sóc cho mẹ, mẹ hồi phục dần dần… Một hôm em ngỏ lời với mẹ: Từ nay con xin làm con gái của mẹ - mẹ chịu không? Mẹ ôm em vào lòng, khóc nức nở… mẹ thổn thức nói: 'cảm ơn Trời Phật đã cho ta thêm một đứa con gái.' Đến đây thì tao không còn kềm được xúc động, nắm lấy tay nàng, run run khẽ nói: - Em là 'người ơn' của gia đình anh. Nàng ngước lên, 'đôi mắt biết nói' ấy rưng rưng nhìn tao, nàng nói qua hơi thở "bây giờ em là em gái của anh…"

Con tàu tiếp tục xuôi Nam, đến ga Tuy Hòa, tôi chia tay Hai Búng. Từ đây chúng tôi ít có dịp gặp nhau - một phần vì xa xôi cách trở (tôi ở ngoài Trung, còn Hai Búng ở trong Nam), một phần bị quản chế không thể ra khỏi nơi cư trú, và tiền bạc cũng rất eo hẹp. Mãi đến khi được gọi vào Sài Gòn phỏng vấn để đi Mỹ theo chương trình HO, tôi mới có dịp ghé thăm Hai Búng. Lúc này thì "người ơn" đã trở thành "người vợ" yêu quý của Hai Búng.

Chúng tôi được đi cùng chuyến HO5, cùng xin định cư ở tiểu bang Virginia (VA). Hai gia đình chúng tôi cùng xin về quận Fairfax, thuê apartment trong cùng một building để bầu bạn có nhau. Thời gian đầu ở xứ lạ quê người, ai cũng trải qua những khó khăn nhất định. Nhưng được sống trong môi trường tự do với sự giúp đỡ tận tình của các cơ quan từ thiện và xã hội, làm cho mọi người lên tinh thần và nhìn thấy tương lai. Hai Búng vì cặp giò không khỏe, chỉ xin được việc làm nhẹ; vợ Hai Búng xin làm phụ bếp - đồng lương hai người đều thấp, nên đủ điều kiện xin housing. Hai Búng là người may mắn được cấp nhà housing trước tiên. Hôm dọn nhà, Hai Búng vui vẻ nói với mọi người: "Không phải tôi có thân thế hay lo lót, chạy chọt gì đâu, đừng nghĩ như khi mình còn ở trong nước. Tôi được nhà sớm là do lá số tử vi chiếu mạng - số tôi được ở nhà "công thự'.".

Mấy năm sau, vợ chồng tôi dành dụm đủ tiền đặt cọc mua một căn townhouse, tôi rủ Hai Búng, nhưng hắn bảo: "số tao không có nhà riêng, chỉ ở công thự thôi". Vợ chồng Hai Búng an phận và bằng lòng với căn housing này. Họ sống hạnh phúc bên nhau, đi đâu cũng có đôi có bạn như hình với bóng… Rồi một ngày đau buồn chợt đến, không sao tả xiết: Nhung, vợ Hai Búng đột ngột qua đời vì bịnh tim (heart attack). Hai Búng hụt hẫng, đau thương đến cùng cực - phát cuồng … Ngày ngày Hai Búng thơ thẩn ra vào trong căn housing đầy ắp kỷ niệm, nói lảm nhảm một mình: "Sao bà ra đi nhanh thế, chẳng nói với tôi lời nào? – Sao bà không để tôi săn sóc cho bà?" Đến bữa ăn, Hai Búng xới bát cơm, so đôi đũa để trên miệng chén, rồi nói: - Bà ăn đi kẻo nguội … Có hôm tìm được món ăn lạ trên internet, Hai Búng cặm cụi nấu nướng theo chỉ dẫn, rồi bày biện tươm tất trên bàn thờ, đốt nhang thì thầm khấn vái. Bốn bề tĩnh lặng như tờ, Hai Búng ứa nước mắt, hỏi: "Sao bà không ăn miếng nào, cứ ngồi đó cười?"

Chỉ hơn ba tháng sau ngày vợ mất, tinh thần lẫn thể xác của Hai Búng suy sụp thảm hại. Đứa con gái duy nhất, theo chồng ở CA, thỉnh thoảng lên thăm, thấy tình cảnh bi đát của bố, cố năn nỉ, thuyết phục mời bố về ở với nó, nhưng Hai Búng từ chối và nói với con gái: "Ở đây hằng đêm, mẹ con vẫn về nói chuyện với bố - xuống dưới đó mẹ con có chịu đi theo không?"

Thấy tình cảnh cô đơn như vầy, có thể không bao lâu Hai Búng sẽ suy sụp hoàn toàn, nên hằng tuần tôi đến thăm, an ủi và bà nhà tôi làm vài món ăn khô mặn tiếp tế cho Hai Búng. Tình bạn thâm giao giữa hai chúng tôi, Hai Búng có nghe những lời khuyên giải của tôi mà ngui ngoai phần nào sầu muộn. Nhưng nhà dưỡng lão mới là nơi Hai Búng "ngộ" được cái lẽ vô thường trong kiếp nhân sinh và thân phận tuổi già … từ đó Hai Búng tìm được sự thanh thản trong tâm hồn.

Hôm tôi đến thăm Hai Búng ở nhà dưỡng lão,

Hai Búng thuyết về: chuyện đạo, chuyện đời, chuyện tu, chuyện tập (tập thể dục) – nói miết-quên thôi! Mấy giờ ở chơi với Hai Búng, điều làm tôi xúc động khi Hai Búng kéo ngăn tủ nhỏ, chỉ cho tôi xem và giải thích lai lịch của mỗi kỷ vật: "đây chiếc áo dài ngày cưới, còn đây là chiếc áo bả mặc trong ngày "lễ hâm hôn" cách đây mấy năm; những chiếc cà vạt, găng tay, mũ nỉ này bả mua tặng tao trong ngày sinh nhật; mấy tập album và một hộp nhỏ để hai chiếc nhẫn cưới và chiếc nhẫn ra trường của Hai Búng. Hai Búng kết luận: "Gia sản của tao bây giờ chỉ còn từng ấy – đó là bảo vật."

Nắng chiều đã tắt, tôi chào tạm biệt. Hai Búng đưa tôi ra tận chỗ đậu xe. Tôi nổ máy, Hai Búng quay lại đứng trước cửa nhà dưỡng lão vẫy vẫy tay chào… Trên sân vắng lặng, chẳng có bóng người, Hai Búng vẫn còn đứng đó, mắt thoáng buồn núp sau cặp kính lão… Tôi nhẹ chân "ga" vòng xe lại trước cửa nhà dưỡng lão, hạ kính cửa xe, định nói vài lời. Nhưng lúc đó Hai Búng quay lưng, cố giấu những giọt nước mắt đang lăn trên má. Tôi nhấn "ga" cho xe chạy thẳng, nhìn kính chiếu hậu thấy cánh cửa nhà dưỡng lão Elmwood House đã khép lại – im lìm …

Chiều nay, mây trời như thấp xuống, sương thu rơi nhẹ như làn khói mỏng tỏa mờ khu rừng phía trước và khói sương cũng phủ mờ các tầng cao của building làm cho khu dưỡng lão trở nên tịch mịch, buồn hiu... trong đó, giờ này có những người một thời vang bóng đang sống: như Cụ Vỹ, râu tóc bạc phơ như một "tiên ông", luôn xuất hiện trong các cuộc biểu tình chống cộng ở công viên Lafayette (Presidents Park) , Washington DC; hay như ông Công tử Hà Đông (HHT) đã từng phóng bút "giữa rừng phong" với nhiều bài phiếm luận khinh bạc và bây giờ có thêm Hai Búng...

Lê Đức Luận

Liên lạc tác giả:

Lê Đức Luận
luanquy75@gmail.com

Liên lạc Nhà xuất bản Văn Phong:

Nguyễn Minh Nữu
nuuminhnguyen@gmail.com

www.ingramcontent.com/pod-product-compliance
Lightning Source LLC
LaVergne TN
LVHW090256210926
848480LV00001B/40
9798295872303